D1772105

ஓர்மைகள் மறக்குமோ!

மாஞ்சோலை: வாழ்வியலும் வரலாறும்

ஓர்மைகள் மறக்குமோ!
மாஞ்சோலை: வாழ்வியலும் வரலாறும்

அரசு அமல்ராஜ் (பி. 1961)

மாஞ்சோலைப் பகுதியிலிருந்து முதல் வழக்கறிஞர் பட்டம் பெற்றவர். இவர் தந்தை கா. ஆறுமுகம், தாயார் லூர்து அம்மாள் இருவரும் நாலுமுக்கு எஸ்டேட்டில் தொழிலாளர்கள். நாலுமுக்கு எஸ்டேட்டில் தொடக்கக் கல்வி பயின்ற இவர் அம்பாசமுத்திரம், நாசரேத், பாபநாசம் ஆகிய ஊர்களில் மேல் படிப்பு படித்து, சட்டக் கல்வியை மதுரை சட்டக் கல்லூரியில் முடித்தார். திருநெல்வேலியில் புகழ்பெற்ற குற்றவியல் வழக்கறிஞரான முன்னாள் தமிழ்நாடு சட்டமன்ற சபாநாயகர் இரா. ஆவுடையப்பனின் சட்டப் பட்டறையில் இளம் வழக்கறிஞராகப் பணியாற்றியவர். 1987ஆம் ஆண்டு முதல் திருநெல்வேலி மாவட்ட அமர்வு நீதிமன்றத்தில் வழக்கறிஞராகப் பணியாற்றிவருகிறார்.

மனைவி : அ. ஜாஸ்மா பீவி (ஆசிரியை)
மகன்   : அ. அரசு சங்கத்தமிழ்
மகள்   : அ. இலக்கியா

அரசு அமல்ராஜ்

ஓர்மைகள் மறக்குமோ!
மாஞ்சோலை: வாழ்வியலும் வரலாறும்

காலச்சுவடு பதிப்பகம்

● அன்பார்ந்த வாசகருக்கு,

வணக்கம்.

காலச்சுவடு நூலை வாங்கியமைக்கு நன்றி.

நூலின் உள்ளடக்கம், உருவாக்கம், அட்டைப்படம் இன்ன பிற அம்சங்கள் பற்றிய உங்கள் கருத்துகளையும் ஆலோசனைகளையும் காலச்சுவடு வரவேற்கிறது. தகவல், எழுத்து, வாக்கியப் பிழைகள் தென்பட்டால் கட்டாயம் தெரிவித்து உதவுங்கள். நூல் தயாரிப்பில் கடும் குறைபாடு இருப்பின் மாற்றுப் பிரதி உங்களுக்குக் கிடைக்கக் காலச்சுவடு ஏற்பாடு செய்யும்.

மின்னஞ்சல்: publisher@kalachuvadu.com

காலச்சுவடு நாகர்கோயில் அலுவலகத்திற்குக் கடிதம் அனுப்பலாம்.

தங்கள்

எஸ்.ஆர். சுந்தரம் (கண்ணன்)

பதிப்பாளர் – நிர்வாக இயக்குநர்

ஓர்மைகள் மறக்குமோ! ✦ வரலாறு ✦ ஆசிரியர்: அரசு அமல்ராஜ் ✦ © அரசு அமல்ராஜ் ✦ முதல் பதிப்பு: அக்டோபர் 2023 ✦ வெளியீடு: காலச்சுவடு பப்ளிகேஷன்ஸ் (பி) லிட்., 669 கே.பி. சாலை, நாகர்கோவில் 629001

காலச்சுவடு வெளியீடு: 1219

oormaikaL maRakkumoo! ✦ History ✦ Author: Arasu Amalraj ✦ © Arasu Amalraj ✦ Language: Tamil ✦ First Edition: October 2023 ✦ Size: Demy 1 x 8 ✦ Paper: 18.6 kg maplitho ✦ Pages: 240

Published by Kalachuvadu Publications Pvt. Ltd., 669, K.P. Road, Nagercoil 629001, India ✦ Phone: 91-4652-278525 ✦ e-mail: publications @kalachuvadu.com ✦ Printed at Mani Offset, Chennai 600077

ISBN: 978-81-19034-59-8

10/2023/S.No.1219, kcp 4711, 18.6 (1) 9ss

நாலுமுக்கு எஸ்டேட்
மாஞ்சோலை மலங்காட்டில்
பனியிலும் குளிரிலும் வெயிலிலும் மழையிலும்
மேட்டிலும் காட்டிலும் கருமாயப்பட்டு என்னை ஆளாக்கிய
என் அன்பு அம்மா லூர்து, அப்பா ஆறுமுகம்
இருவரின் காலடிகளுக்கும் காணிக்கை

பொருளடக்கம்

என்னுரை	13
முன்னுரை: மறக்க முடியாத மாஞ்சோலை!	17
வாழ்த்துரை	23
அணிந்துரை	25
1. மாஞ்சோலைக்கு வாருங்கள்	27
2. மாஞ்சோலைக்குப் பயணம்	30
3. பாம்பே பர்மா வியாபாரக் கம்பெனி	35
4. மாஞ்சோலையை செதுக்கிய சிற்பிகள்	39
5. கொள்ளையர்களின் கொடுமையான வழிப்பறி	42
6. மறுமலர்ச்சி கண்ட மாஞ்சோலை	44
7. தொழிலாளர் குடியிருப்புகள்	49
8. மாஞ்சோலையின் மகிமை	52
9. கோதையாறு	73
10. கோதையாறு அணையின் கட்டமைப்பு	77
11. பள்ளத்தாக்கில் பள்ளிக்கூடங்கள்	79
12. மனம் மகிழும் மாஞ்சோலை மருத்துவமனை	83
13. 1952இல் மாஞ்சோலையில் தொழிற்சங்கப் போராட்டம்	87
14. திருவிதாங்கூர் சமஸ்தானத்தின் சங்கு சக்கர முத்திரை	91
15. 1957இல் மாஞ்சோலையில் இரட்டைக் கொலை	94
16. தேயிலை பயிர் விளைச்சல்	97

17.	மாஞ்சோலை பஞ்சாயத்து தலைவர் ஆறுமுகம்	104
18.	பிறிஸ்லி துரை கொலை	107
19.	குறும்பில் விளைந்த குருவிக்காரனின் மரணம்	110
20.	மெக்நாட்டன் காலம் பொற்காலம்	112
21.	1968இல் மகத்தான மக்கள் போராட்டம்	116
22.	தணியாத சோகம்	122
23.	வாரியார் சுவாமிகளின் வருகை	124
24.	சமத்துவம் சகோரத்துவம்	126
25.	கைக்காசு, செலவுக் காசு, சம்பளம், போனஸ்	129
26.	மறக்க முடியாத முத்துத் தாத்தா	132
27.	மணிமுத்தாறு டவுன்ஷிப் மெம்பர் தாசன்	134
28.	பண்டிகையின் கோலாகலம்	138
29.	தியாக தீபம் லூர்து அம்மா	140
30.	சமயங்களின் சங்கமம்	145
31.	மன்மதனாக மாறிய மம்மது	153
32.	சாக்ரடீஸின் சந்தேக மரணம்	156
33.	மே தினம்	158
34.	தொழிலாளர்களின் பொழுதுபோக்கு	160
35.	தங்கம் சாதிக்காததை சங்கம் சாதிக்கும்	164
36.	ஒட்டநத்து எத்தன்	166
37.	"யசோ... ஓடி வா... யானை வருது..."	168
38.	1992ஆம் ஆண்டு மழை வெள்ளத்தால் தத்தளித்த மக்கள்	172
39.	துரோகத்தால் நிகழ்ந்த தற்கொலை	175
40.	அகமது குட்டியின் அகால மரணம்	177
41.	மங்கிப்போன மாஞ்சோலை நிர்வாகம்	179
42.	டாக்டர் கிருஷ்ணசாமியின் வருகை	183

43.	பொங்கியெழுந்த போராட்டம்	188
44.	போராட்டத்தில் விழுந்த கொலை	197
45.	தாமிரபரணி படுகொலை	201
46.	தொழிற்சங்கங்களும் தலைவர்களும்	209
47.	மாஞ்சோலையின் ஆறுகள்	212
48.	மாஞ்சோலையின் முதல் பட்டதாரி	218
49.	மாஞ்சோலையின் முதல் டாக்டர்	219
50.	மாஞ்சோலையின் முதல் பொறியாளர்	220
51.	மாஞ்சோலையின் மனம் நிறைந்தவர்கள்	222
52.	அதிகாரியான தொழிலாளியின் மகன்	234
	கருத்துரை	237

என்னுரை

அழகுமிகு பூமிப்பந்தில் பூத்துக் குலுங்கும் பூந்தோட்டம் நிறைந்த நாடு ஸ்விட்சர்லாந்து. உலகில் அழகைக் கொட்டித்தீர்க்கும் இயற்கைக் காடுகள் நிறைந்த நாடு ஆஸ்திரேலியா. இப்பூவுலகின் இயற்கை ஆபரணமான அமேசான் காடுகள் உள்ள நாடு பிரேசில். இந்திய திருநாட்டின் அழகுக்கு அழகு சேர்க்கும் அணிகலன்களாகக் காட்சி அளிப்பவை இமயமலைக் காடுகள், மேற்குத் தொடர்ச்சி மலைக் காடுகள், அந்தமான் நிக்கோபார் தீவுக் காடுகள். தமிழகத்தின் மேற்கு தொடர்ச்சி மலையில் ஊட்டி, கொடைக்கானல் போன்ற எழில் மிக்க சுற்றுலாத் தலங்கள் பல இருந்தாலும் அவற்றையெல்லாம் மிஞ்சும் வகையில் கொஞ்சும் எழிலோடு திருநெல்வேலி மாவட்டம் அம்பாசமுத்திரம் தாலுகா சிங்கம்பட்டி கிராமத்திலிருந்து சுமார் 20 கிலோமீட்டர் தொலைவில் அமைந்துள்ள அற்புத மான அடர்ந்த காடுகளாக மலை அரசிக்கே மகுடம் சூட்டியது போல உள்ளத்தைக் கொள்ளை கொள்ளும் விதமாக அமைந்த இடம்தான் மாஞ்சோலை மலைப்பகுதி. 12.2.1929இல் சிங்கம்பட்டி ஜமீனுக்கும் பாம்பே பர்மா வியாபாரக் கம்பெனிக்கும் *(Bombay Bharma Trading Corporation)* ஏற்பட்ட குத்தகை ஒப்பந்தத்தின்படி மாஞ்சோலை மலைப்பகுதியில் மலைப்பயிர்களான தேயிலை, காப்பி, ஏலம் பயிரிடப்பட்டன.

அங்கு மாஞ்சோலை, காக்காச்சி, நாலு முக்கு, ஊத்து, குதிரைவெட்டி என்ற ஐந்து எஸ்டேட்கள் உள்ளன. அதிகமான மக்கள் அங்கே

வாழ்ந்துவருகிறார்கள். 1929ஆம் ஆண்டு ஏற்பட்ட குத்தகை ஒப்பந்தம் 99 ஆண்டுகளுக்குப் பிறகு 11.2.2028 அன்று முடிவுக்கு வருகிறது. அதற்குப் பிறகு அரசாங்கம் மாஞ்சோலை பற்றி என்ன முடிவு எடுக்கப்போகிறது என்று தெரியவில்லை. ஏற்கெனவே அந்த மலைப்பகுதியைக் காப்புக்காடு என்று அரசாங்கம் அறிவித்து விட்டது. இந்த நிலையில் மாஞ்சோலை எஸ்டேட் பகுதிகள் முழுமையாக மூடப்படலாம். அப்படி மூடப்பட்டுவிட்டால் மாஞ்சோலையும் அங்கு வாழும் மக்களின் எதிர்காலமும் கேள்விக்குறியாகவே இருக்கும்.

நான் மாஞ்சோலையில் பிறந்து 30 ஆண்டுக் காலம் அங்கேயே இயற்கையோடு இணைந்து வாழ்ந்தவன். இப்போது நாட்டுப்புறத்தில் வாழ்ந்து வந்தாலும் நான் பிறந்து தவழ்ந்து வாழ்ந்த அந்தக் காட்டுப்புறத்தையே இன்னும் காதலித்து வருகிறேன். வருங்காலத் தலைமுறைக்கு மாஞ்சோலை பற்றிய சரித்திரம் தெரியாமல்போய்விடக் கூடாது, அந்த மண்ணின் அடிச்சுவடு அழிந்துவிடக் கூடாது என்பதற்காகவும் மாஞ்சோலையைப் பற்றி நாட்டு மக்கள் தெரிந்துகொள்வதற்காகவும் இந்தப் புத்தகத்தை எழுதுகிறேன்.

அங்கு மலையாளம், தமிழ் இரண்டு மொழிகள் பேசும் மக்களும் வாழ்ந்துவந்தார்கள். இப்போதும் வாழ்ந்து வருகிறார்கள். பூகோளரீதியாக மாஞ்சோலை எவ்வாறு அமைந்துள்ளது, மாஞ்சோலை மலையின் வரலாறு என்ன சொல்கிறது, மாஞ்சோலை மக்களின் கலாச்சாரம், பண்பாடு, வாழ்வியல் முறை ஆகியவை இந்த நூலில் உள்ளன; மாஞ்சோலை மலையில் பல கிளை ஆறுகள் உற்பத்தியாகி அவை ஓடி வந்து ஒன்று சேர்ந்து உருவாகும் மணிமுத்தாறு ஆறு, பொதிகை மலையில் தோன்றினாலும் மாஞ்சோலை மலையோடு தொப்புள் கொடி உறவு கொண்ட தாமிரபரணி ஆறு, சுமார் 400 ஆண்டுகளுக்கு முன்பு மாஞ்சோலை மலை திருவிதாங்கூர் சமஸ்தானத்திலிருந்து சிங்கம்பட்டி ஜமீனுக்குக் கைமாறியது, சிங்கம்பட்டி ஜமீனிடமிருந்து பாம்பே பர்மா வியாபாரக் கம்பெனிக்கு குத்தகை ஒப்பந்தமாகி எஸ்டேட்கள் உருவானது, 1952, 1968, 1998, 1999 ஆண்டுகளில் நடைபெற்ற தொழிலாளர்களின் வீரமிக்க போராட்டங்கள், மாஞ்சோலை மலையில் கண்டெடுக்கப்பட்ட தங்கப் புதையல், அங்கிருந்த மன்னர்களின் கோட்டை கொத்தளங்கள், இந்தியா சுதந்திரம் பெற்றதற்கு முன்பும் பின்பும் அங்கு பணியாற்றிய வெள்ளைக்காரர்களின் நிர்வாகம், சோலைக்காடுகள் எப்படி சொர்க்க பூமியாகத் திருத்தப்பட்டது, கேரள, தமிழ்நாடு மக்கள் சகோதரத்துவத்தோடு வாழ்ந்தது,

வனவிலங்குகளால் தொழிலாளர்களுக்கு ஏற்பட்ட துன்பம் ஆகியவை பற்றி ஆய்வு செய்து இந்தப் புத்தகத்தின் மூலம் பதிவு செய்துள்ளேன்.

இதை எழுதுவதற்கு எனக்கு மிகவும் துணையாயிருந்த 44 ஆண்டுகால என் உயிர் நண்பன் விக்கிரசிங்கபுரம் திரு. மு. குமார், எனக்கு எழுதத் தூண்டுகோலாக இருந்து என்னை இயக்கிய அண்ணன் மாஞ்சோலை லைன் வி.எம். செல்லத்துரை, இந்தப் புத்தகம் எழுத எனக்கு மிகவும் உதவி செய்த சென்னை உயர்நீதிமன்ற முன்னாள் வழக்கறிஞர் சங்கத் தலைவர் திரு. பால்கனகராஜ், என் வாழ்வில் தோள் கொடுத்து எனக்குத் துணை யாக இருக்கும் அன்புச் சகோதரர் திரு. பா. பாரத் கென்னடி, என் தாயைப் போல ஆலோசனைகளையும் அறிவுக் களஞ்சியத்தை யும் அள்ளித் தந்த என் அன்பு மகள் அ. இலக்கியா, இதற்காக எனக்கு ஆக்கமும் ஊக்கமும் தந்த என் அன்பு மகன் அ. அரசு சங்கத்தமிழ், என் மனம் தளராமல் தட்டச்சு செய்து தந்த என் மனம் நிறைந்த மகளாக திருமதி. இ. சரிபா அசார், மாஞ்சோலை மலையில் எனக்குத் தெரியாத ஆதாரங்களைத் தேடித் தந்தவர்களான எஸ்டேட் மேலாளர் திரு. ராஜேஷ் ஜோதிக்குமார், மாஞ்சோலை திரு. ரத்தினசாமி, மாஞ்சோலைப் பொறியாளர்கள் திரு. வெள்ளைச்சாமி, திரு. காசி, மாஞ்சோலை திரு. சுப்பையா, நாலுமுக்கு எஸ்டேட் திரு. தேவராஜ் வாத்தியார், திரு. உமானந்தன், திரு. ஜான் கென்னடி, தொழிலதிபர் திரு. ரமேஷ்குமார், மாஞ்சோலை மலையில் உலவிய மன்னர் களின் வரலாறு பற்றிய குறிப்புகள் தந்த ஓய்வுபெற்ற தலைமை ஆசிரியர் திரு. குருசாமி, திரு. மாஞ்சோலை செல்லம், திரு. கோதையாறு சுஜாதன், இந்தப் புத்தகம் எழுத ஆரம்பித்த திலிருந்து என்னோடு பயணித்த தம்பி ப. கலைவாணன், மாஞ்சோலை மலைமுதல் மதுரை மாநகரம்வரை வாகனம் ஓட்டிய தம்பிராஜா, புகைப்படக் கலைஞர் நெல்லை மாரி, புத்தகத்திற்கு எழுத்துப்பிழை சரிபார்த்து தந்த தம்பி ஜார்ஜ் ராஜேந்திரன், எழுத்துலகில் கண் விழிக்கத் தெரியாமல் இருந்த என்னைக் கைப்பிடித்து நடத்திச் சென்று வெளிச்சத்தைக் காட்டிய எழுத்தாளர், பேச்சாளர் அன்புச் சகோதரர் நெய்வேலிப் பொறியாளர் திரு. செந்திலதிபன், இந்தப் புத்தகத்திற்கு அணிந்துரை வழங்கிய சாகித்ய அகாடமி விருதாளர் திரு. பூமணி, பாராட்டுரை வழங்கிய கலைமாமணி முனைவர். திரு. கு. ஞான சம்பந்தன், மதிப்புரை வழங்கிய நீதிபதி திரு. க. மகிழேந்தி, வாழ்த்துரை வழங்கிய அன்புச் சகோதரர் டாக்டர் திரு. சி. தர்மராஜ் ஆகியோருக்கு என் மனம் கனிந்த நன்றியை உரித்தாக்கு கிறேன். என் புத்தகத்தைப் பதிப்பித்த பதிப்பகத் துறை

ஜாம்பவான் காலச்சுவடு பதிப்பகத்தின் பதிப்பாளர் திரு. கண்ணன் அவர்களுக்கும் காலச்சுவடு பதிப்பாசிரியர் திரு. அரவிந்தன் அவர்களுக்கும் என் நெஞ்சம் நிறைந்த நன்றியைக் காணிக்கை ஆக்குகிறேன்.

    தொட்டனைத்து ஊறும் மணற்கேணி மாந்தர்க்கு
    கற்றனைத்து ஊறும் அறிவு

என்ற வள்ளுவப் பெருந்தகையின் குறளுக்கு ஏற்ப என் சிற்றறிவுக்கு எட்டியபடி என் வாழ்வின் முதல் படைப்பான இந்தப் புத்தகத்தை எழுதியுள்ளேன்.

    இதிலுள்ள நிறை குறைகளைப் பற்றிய வாசகர்கள் கருத்துகளைப் பணிவுடன் எதிர்நோக்குகிறேன். நான் பிறந்து வளர்ந்த மண்ணுக்கு என்னால் இயன்ற சிறு காணிக்கை இந்த நூல்.

செப்டம்பர் 11, 2023   தோழமையுடன்
                                                               அரசு அமல்ராஜ்

முன்னுரை

மறக்க முடியாத மாஞ்சோலை!

தமிழகம் குறிஞ்சி முல்லை மருதம் நெய்தல் பாலை எனும் ஐந்து நிலப்பிரிவுகளைக் கொண்ட பூகோள அமைப்பை உடையது. இதில் தமிழகத்தில் பாலை என்பது தனித்து இல்லை. முல்லையிலும் குறிஞ்சியிலும் வறட்சி ஏற்படும்போது அது பாலையாகும் என்பார் சிலப்பதிகார ஆசிரியர் இளங்கோவடிகள். மலையும் மலை சார்ந்த இடங்களுமான குறிஞ்சி நிலத்தை ஊட்டி, கொடைக்கானல், ஏற்காடு என்றே நம் மக்கள் அறிந்திருக்கிறார்கள். ஆனால் மலைகளின் பேரரசியாய்ப் பச்சைப் பட்டாடையால் தன்னை அலங்கரித்துக் கொண்டிருக்கின்ற மாஞ்சோலை எனும் மரகத பூமி குறித்துப் பலரும் அறிந்ததாகத் தெரியவில்லை. இத்தகைய மாஞ்சோலைப் பகுதியின் வரலாற்றை, இயற்கையை, அங்கு ஏற்பட்டிருக்கும் மாற்றங்களைப் புனையா ஓவியமாகப் புனைந்து தந்திருக்கிறார் நம் அன்பிற்கும் பாராட்டுதற்கும் உரிய வழக்கறிஞர், மேடைப் பேச்சாளர், எழுத்தாளர் எனப் பன்முகத் தன்மை கொண்ட திரு. அரசு அமல்ராஜ் அவர்கள்.

இவர் பிறந்தது இம்மாஞ்சோலைப் பகுதியில் தான். முப்பது வயதுவரை மாஞ்சோலையில் வாழ்ந்ததோடு, தற்போதும் மாஞ்சோலையை நேசிக்கும் மனிதர்களில் ஒருவராகத் திகழ்ந்து வருகிறார். அவர் வார்த்தைகளிலேயே கூறுவதானால் 'நான் நாட்டுப்புறத்திலே வாழ்ந்தாலும் இன்னும் அந்தக் காட்டுப்புறத்தையே நேசித்துவருகிறேன்.' இவர் தனது இளங்கலைப் படிப்பைப் பாபநாசம் திருவள்ளுவர் கல்லூரியிலும் சட்டப்படிப்பை

மதுரைச் சட்டக் கல்லூரியிலும் முடித்தார். முப்பத்தாறு ஆண்டுக் காலமாக வழக்கறிஞர் பணியில் புகழ்பெற்றுவருகிறார். மேலும் முன்னாள் சட்டப்பேரவைத் தலைவர் திரு. இரா. ஆவுடையப்பன் அவர்களிடம் இளம் வழக்கறிஞராக ஐந்தாண்டுக் காலம் பணியாற்றிய அனுபவப் பெருமையும் உடையவர். இவரின் கைவண்ணத்தில் உருவானதுதான் "ஓர்மைகள் மறக்குமோ" எனும் நூல். இம்மாஞ்சோலை வரலாற்று நூலை மண்ணின் வாசத்தோடும் மழையின் தூறலோடும் தேயிலையின் சுவை யோடும் சற்றே அனுபவித்துப் பார்ப்போம், வாருங்கள்!

'மாஞ்சோலைக்கு வாருங்கள்' என்று இவர் தொடங்கும் போதே திருநெல்வேலி நகரத்தின் பழைய பேருந்து நிலையத்தில் அதிகாலை 2.30 மணிக்குப் புறப்படும் 38 இருக்கைகள் கொண்ட மாஞ்சோலைப் பேருந்தில் நம்மையும் கையைப் பிடித்துக் கூட்டத்தோடு கூட்டமாய் அழைத்துச் செல்கிறார். அந்தப் பேருந்து, பேட்டை, கல்லூர், சேரன்மாதேவி, வீரவநல்லூர், கல்லிடைக் குறிச்சி வழியாக மணிமுத்தாறு வனச்சரகக் கேட் தாண்டி அருவி தாண்டிப் பல கொண்டை ஊசி வளைவுகளின் வழியாகப் பயணிக்கிறது. அப்பேருந்தின் உள்ளேயும் படிக்கட்டிலும் மேலேயும் மக்கள் தொடர்ந்து ஏறிக்கொண்டிருக்கிறார்கள். அவர்கள் காக்காச்சி, நாலுமுக்கு, ஊத்து, குதிரைவெட்டி எஸ்டேட் தேயிலைத் தோட்டத்தில் பணிபுரியும் தொழிலாளர்கள் என்று அறிமுகம் செய்வதோடு அவர்களின் அன்றாட வேலைகளை, குடும்பச் சூழலை, குழந்தைக்குப் பால் தரக்கூட முடியாத தாயின் நிலையை ஆசிரியர் சொல்லும்போது அந்த மலங்காட்டு மாஞ்சோலையின் வாழ்க்கை நிலை நமக்குப் புலர் காலைப் பொழுதுபோல இலேசாகப் புரியத் தொடங்குகிறது.

மாஞ்சோலையின் வரலாறுதான் என்ன?

நம் நாடு அடிமைப்பட்டிருந்த காலம் அது. ஸ்காட்லாந்து பகுதியைச் சேர்ந்த வில்லியம் வாலஸ் சகோதரர்கள் 1800ஆம் ஆண்டுகளில் பர்மாவில் வியாபாரத்திலும் பின்னர் 1848ஆம் ஆண்டில் தேயிலைப் பயிர்த் தொழிலிலும் ஈடுபட்டுவந்தார்கள். அத்தோடு தேக்கு மரங்களைப் பலகைகளாக்கி இந்திய இரயில்வேக்கு சப்ளை செய்தார்கள். இந்த நிறுவனம் 1863இல் இந்தியாவுக்கு வந்தபோது பாம்பே பர்மா டிரேடிங் கார்ப்பரேஷன் (BBTC) என்ற பெயரோடு வியாபாரத்தைத் தொடங்கியது. 1913இல் தன்னுடைய மற்ற வியாபாரங்களோடு தேயிலை உற்பத்தியையும் தொடங்கியது. குறிப்பாகத் திருநெல்வேலி மாவட்டம் மேற்குத் தொடர்ச்சி மலைப்பகுதியில் மலைத்தோட்டப் பயிர்களை

விளைவிக்கச் சிங்கம்பட்டி ஜமீனோடு கைகோத்தது. அப்போது ஜமீன்தாராக இருந்த ஸ்ரீமுருகதாஸ் தீர்த்தபதி அவர்களோடு 99 வருட கால ஒப்பந்தத்தோடு இந்தக் கம்பெனி தொடங்கப்பட்டது. வருகின்ற 2028ஆம் ஆண்டோடு இந்த ஒப்பந்தம் முடிவடையப்போகிறது.

'மாஞ்சோலையின் கதி என்ன?' என்று மர்மக் கதைபோல் தொடங்குகிறார் ஆசிரியர் அமல்ராஜ். 51 அத்தியாயங்களைக் கொண்ட இந்த நூலின் அத்தியாயத் தலைப்புகள் நமக்குப் பல்வேறு கதைகளைச் சொல்லுகின்றன. அவற்றில் சில... திருவிதாங்கூர் சமஸ்தானமும் சங்கு சக்கர முத்திரையும், தொழிலாளர் குடியிருப்புகள், மாஞ்சோலையின் மகிமை, மனம் மகிழும் மாஞ்சோலை மருத்துவமனை, 1952இல் மாஞ்சோலை யில் தொழிற்சங்கப் போராட்டம், மாஞ்சோலையில் இரட்டைக் கொலை, மெக்நாட்டன் காலம் பொற்காலம், வாலிபால் விளையாட்டு, தணியாத சோகம், காட்டுக்குள்ளே திருவிழா, மன்மதனாக மாறிய மம்மது, சந்தேக மரணம், ஒட்டநத்து எத்தன், மாஞ்சோலையின் மங்கிப்போன நிர்வாகம் எனச் சொல்லிக்கொண்டே போகலாம்.

இத்தேயிலைத் தோட்டம் உண்டாவதற்குக் காரணமான வெள்ளையர்களான எப். சைமன்ஸ், டி.ஏ. ஸ்லேடன் இவர்களின் முயற்சியே இப்பகுதியில் தேயிலைப் பயிர்த் தொழிலின் வளர்ச்சி. அடர்ந்த காடுகள் அழிக்கப்பட்ட முறை, தேயிலைப் பயிர்கள் வளர்க்கப்பட்ட முறை, தேயிலைத் தொழிற்சாலை உருவான முறை, தொழிலாளர்களுக்குத் தலைமையேற்கும் கங்காணிகள் முதல் கொட்டும் மழையில் நனையாமல் இருக்கத் தலையில் போட்டுக்கொள்ளும் கொங்காணிகள்வரை நூலாசிரியர் சுட்டிக்காட்டும் செய்திகள் நம்மை வியக்கவைக்கின்றன. வழிப்பறிக் கொள்ளையர்களாலும், காட்டு மிருகங்களாலும் அந்தப் பகுதி மக்களுக்கு ஏற்பட்ட துன்பங்களையும் அந்தத் துன்பங்களைப் போக்குவதற்குப் புறக்காவல் நிலையம் அமைக்கப்பட்டதையும், தொழிலாளர்களின் பாதுகாப்புக்காகக் குடியிருப்புகள் உருவாக்கப்பட்டதையும் அருமையாக விவரித்துக் காட்டுகிறார் ஆசிரியர். மாஞ்சோலைப் பகுதியில் உள்ள காக்காச்சி, நாலுமுக்கு, ஊத்து, குதிரைவெட்டி ஆகிய எஸ்டேட்டு களைக் கண்முன்னே கொண்டுவந்து நிறுத்துவதோடு அங்கிருக்கிற நாய்க் கல்லறைக்கான பின்னணியையும் சொல் கிறார். இந்நூலைப் படிப்பவர்களைத் தன் எழுத்தால் கவர்கிறார் ஆசிரியர். மாஞ்சோலைப் பகுதியின் பிரிக்க முடியாத ஒரு இடம் கோதையாறு. அந்த ஆற்றில் கட்டப்பட்ட அணைக்கட்டும்

பள்ளத்தாக்கில் உள்ள பிள்ளைப்பாடி என்ற பாலர்வாடி மழலையர் பள்ளியையும் மாஞ்சோலை மருத்துவமனையையும் மறக்க முடியாத டாக்டரும் தோழருமான கிருஷ்ணமூர்த்தியையும் நம் மனம் பார்க்கத் துடிக்கிறது.

1952இல் மாஞ்சோலையில் ஏற்பட்ட தொழிற்சங்கப் போராட்டம், 1957இல் நடந்த இரட்டைக் கொலை இவையெல்லாம் நம்மைத் திகைக்கவைக்கின்றன. மாஞ்சோலையின் மறக்க முடியாத மனிதர்களான பஞ்சாயத்துத் தலைவர் ஆறுமுகம், பிறிஸ்லி துரை, இவர்களோடு நம்மை வியக்கவைக்கும் ஒருவர் குருவிக்காரரான மரியதாஸ். குருவிகளின் முட்டைகளை எடுக்க அவர் படும் பாடும் அதில் அவருக்கு ஏற்பட்ட மரணமும் மறக்க முடியாதவை. இதே மாஞ்சோலையில் மேனேஜராக இருந்த மெக்நாட்டன் துரையின் காலம் பொற்காலம் என்று மக்கள் கூறுகிறார்கள். 1968இல் ஏற்பட்ட மக்கள் போராட்டம் ஒரு வரலாற்றுப் பதிவு. மாஞ்சோலையின் சோகமாக மாடசாமியின் மரணம் சொல்லப்படும்போது இதயம் கனக்கிறது.

1971இல் வாரியார் சுவாமிகள் இம்மாஞ்சோலைக் கிராமத்திற்கு வந்து இலக்கியச் சொற்பொழிவு ஆற்றியது மறக்க முடியாத ஒன்று என்கிறார் ஆசிரியர். உழைக்கும் மக்களின் ஒற்றுமை, மறக்க முடியாத முத்துத் தாத்தா, டவுன்ஷிப் மெம்பர் திரு. தாசன், லூர்து அம்மா என ஆசிரியர் காட்டும் அத்தனை பேரும் அந்தப் பகுதியில் வாழ்ந்தவர்கள்; மறக்க முடியாதவர்கள். அங்கு நடக்கும் திருவிழாக்களும் மக்களின் ஒற்றுமையும் நம்மை வியக்க வைக்கின்றன. இந்த நூலில் ஆசிரியர் சுட்டிக்காட்டியிருக்கின்ற பல செய்திகள் உண்மையோடு சம்மந்தப்பட்டவையாதலால் அவை உள்ளத்தை உலுக்குகின்றன. தொழிற்சங்கங்களின் பணியையும் இயற்கை மாறுபாட்டின்போது ஏற்படுகின்ற இன்னல்களையும் வனவிலங்குகளால் ஏற்படும் துன்பத்தையும் (யசோ... ஓடி வா யானை வருது) இந்நூலின் வழியாகக் காட்சி வடிவில் கண்டு பதைபதைக்கிறோம். நூலின் பிற்பகுதியில் அகமது குட்டியின் அகால மரணம், மாஞ்சோலையின் மங்கிப்போன நிர்வாகம், அதன் காரணமாக 1998இல் பொங்கி எழுந்த போராட்டம், இந்தியாவையே உலுக்கிய தாமிரபரணிப் படுகொலை (இது ஜாலியன் வாலாபாக் படுகொலைக்கு நிகரானது என்கிறார் ஆசிரியர்) எனத் தற்கால வரலாறும் அதன் பாதிப்புகளும் ஆசிரியரால் வேதனையோடு பதிவுசெய்யப்படுகின்றன.

நிறைவாக, மாஞ்சோலையின் மனம் நிறைந்தவர்கள் என்ற பகுதியில் பல்வேறு நண்பர்களை, அவர்களின் நினைவுகளை

நம் மனதில் அழுத்தமாகப் பதிவு செய்கிறார். மாஞ்சோலையின் முதல் வழக்கறிஞராக முன்னேறி வந்திருக்கும் அமல்ராஜ், மாஞ் சோலைப் பகுதியின் முதல் பட்டதாரி திரு. தனுஷ்கோடி, முதல் டாக்டரான இலட்சுமணன், முதல் பொறியாளரான வெள்ளைச்சாமி ஆகியோரையும் நமக்கு அடையாளம் காட்டுகிறார்.

"ஓர்மைகள் மறக்குமோ?" ஒருபோதும் மறக்காது! தமிழகத்தின் முன்னாள் முதல்வர் டாக்டர் கலைஞர் அவர்கள் "மறக்க முடியுமா?" எனும் திரைக்காவியத்தை நமக்குத் தந்தார். இந்நூலும் அதைப்போன்றே பெருமையுடையதுதான். பேருந்தே வராத கிராமத்தில் பிறந்து கல்வியால் உயர்ந்து சட்டம் பயின்று அரசியல் களம் புகுந்து வெற்றி வீரராய்த் திகழும் இந்நூலாசிரியர் அரசு அமல்ராஜ் அவர்களின் சமுதாயப் பணி தொடரட்டும். வெற்றிகள் இவருக்கு விருதுகள் என்னும் மணிமுடிகளைச் சூட்டட்டும்!

பாராட்டுகளுடன்
கு. ஞானசம்பந்தன்

வாழ்த்துரை

இந்நூல் அரிய தரவுக் களஞ்சியமாகக் கட்டமைவாகியிருப்பதாக முதல் நோக்கில் தோன்றக் கூடும். நான் அவ்வாறு கருதவில்லை. ஏனென்றால், இதில் மண்டிக் கிடக்கும் அழகியலில் ஆழ அகல மான புனையுலகு கவிந்திருப்பதை உணர முடியும். பசுமை போர்த்திய மேலமலைத் தொடர், வளமான காடுகள், அருவிகள், ஆறுகள் விண்ணை முட்டும் மரங்கள், புல்வெளிகள், வனவலம் வரும் விலங்கு கள் என அடுக்கடுக்கான காட்சிகள் அழகியலுக்குக் கட்டியங்கூறுகின்றன.

ஒரு பெரும் புதினத்துக்கான தரவுகள் ஏராளம் இதில் கொட்டிக் கிடக்கின்றன. இன்றோ நாளையோ அதைச் சாத்தியமாக்கும் நம்பிக்கை இருக்கிறது. அந்த உட்கிடக்கையை இவரும் ஆர்வத்துடன் தெரிவித்தார். இவருக்குள் பெருவெள்ளம் கரை யுடைக்கக் காத்திருக்கிறது. அவ்வெள்ளம் தமிழ் இலக்கியத்தின் பெரும் பங்களிப்பாக அமையும். ஆற்று வெள்ளத்திற்கான அறிகுறிகள் துலாம்பரப் படுகின்றன.

"ஆற்றுவெள்ளம் நாளைவரத் தோற்றுதே குறி
– மலை
யாள மின்னல் ஈழ மின்னல் சூழ மின்னுதே
நேற்றுமின்றும் கொம்பு சுற்றிக் காற்றடிக்குதே
– கேணி
நீர்ப்படு சொறித்தவளை கூப்பிடுகுதே."

பொங்கி வரும் ஆற்று வெள்ளத்தை ஆவலுடன் எதிர்பார்ப்போம்.

அன்புடன்
பூமணி

அணிந்துரை

"பிறப்பொக்கும் எல்லா உயிர்க்கும்" என்ற வள்ளுவத்தின் இலக்கணமாய் வாழ்ந்து காட்டிய மாஞ்சோலை மக்களின் அன்றைய வாழ்க்கை முறையைக் கண் முன்னே நிறுத்தியுள்ள நூல் இது. ஆசிரியரின் பாங்கு மிகவும் மகத்தான ஒன்று.

காடுகள், நதிகளின் எழிலை எடுத்துக்காட்டும் ஆசிரியர், அன்றைய காலகட்டத்துக்கே நம்மை அழைத்துச் சென்றுவிடுகிறார். ஆசிரியர் மண்ணின் மைந்தர் என்பதால் நெல்லை மக்களின் பேச்சு நூலுக்கு மேலும் மெருகூட்டுகிறது.

சமூக, சமய அரசியலுக்காகப் போராட வேண்டிய சூழல் இல்லாத நிலையில் பொருளாதாரக் காரணத்தால் நடைபெற்ற போராட்டத்தை நிலை நிறுத்தியுள்ள விதத்தில் தான் ஒரு வழக்குரைஞர் என்பதைச் சொல்லாமல் சொல்லியுள்ளார்.

பல எஸ்டேட்கள் இருந்தாலும் அனைத்துத் தரப்பினரும் ஒன்றிணைந்து வாழ்ந்தார்கள் என்பதைக் காட்டியுள்ளதன் மூலம் "யாதும் ஊரே யாவரும் கேளிர்" என்ற கனியன் பூங்குன்றனாரின் புறநானூற்று வரிகள் மெய்ப்பிக்கப்பட்டுள்ளன.

அன்றைய தமிழ்ச் சமுதாயத்தின் கலாச் சாரத்தையும் பண்பாட்டையும் பறைசாற்றுவ

தோடு நிற்காமல் எதிர்காலச் சந்ததியினர் அறிந்து கொள்ள வேண்டிய பல்வேறு தகவல்களையும் தந்திருக்கிறார் ஆசிரியர்.

படிக்கத் தொடங்கியவர்களை நிறுத்த இயலாத வண்ணம் விறுவிறுப்பாக இந்த வரலாற்று நூலை எழுதியுள்ளார்.

சகோதரரின் இந்தப் பணி காவேரி ஆறென நீண்டு நெடுந் தூரம் செல்ல தோரணமலையானின் அருள் கிட்ட வாழ்த்து கிறேன்.

வாழ்த்துகளுடன்
டாக்டர் சி. தர்மராஜ்

1

மாஞ்சோலைக்கு வாருங்கள்

அற்புதமான மேற்குத் தொடர்ச்சி மலையின் எழில் மிக்க அடர்ந்த மலைப்பகுதி. இயற்கை அழகு கொட்டிவைத்திருக்கும் வளமான காடுகள். வானத்தைத் தொடுவதுபோல உயரம் கொண்ட வயதைக் கணக்கிட முடியாத மரங்கள். "வானரங்கள் கனி கொடுத்து மந்தியோடு கொஞ்சும், மந்தி சிந்தும் கனிகளுக்கு வான்கவிகள் கெஞ்சும்" என்ற குற்றாலக் குறவஞ்சியின் பாடல் வரிகளுக்கு ஏற்ப எங்கும் காண அரிதான கரும் மந்திகளும் வானரங்களும் மரங்களில் தாவிக் குதித்து விளையாடும். வாலாட்டாங்குருவி முதல் சிட்டுக்குருவிவரை உல்லாசமாகப் பறக்கும் கண்கொள்ளாக் காட்சி, வண்ண வண்ணமாகக் கண் சிமிட்டி ஓடும் வண்ணத்துப்பூச்சிகள், பச்சைப் பசேலென்றிருக்கும் பரந்த புல்வெளிகள். எப்படிப் பட்ட காடு என்றால் சீவக சிந்தாமணியில் சீவகன் கால் பதித்த காடுகள், இராமாயணத்தில் இராமனும் சீதையும் மரவுரி தரித்து உலவிய காடுகள், மகா பாரதத்தில் பாண்டவர்கள் 14 ஆண்டுக் காலம்

தவ வாழ்க்கை வாழ்ந்த காடுகள், இன்னும் பல காவியங்கள் காப்பியங்களில் வரும் காடுகள் எல்லாம் இப்படித்தான் இருந்திருக்க வேண்டும் என்று நினைக்கும் அளவுக்கு அகில், தேக்கு, வெடிபுலா, புன்னை, செங்குறிஞ்சி போன்ற வகை வகையான மரங்கள் அந்தக் கானகத்தில் ரம்மியமாய் காட்சியளிக்கின்றன.

கொடைக்கானல், ஊட்டி போன்ற நகரங்களில் உள்ள காடுகள் நகரம் சார்ந்த காடுகள். ஆனால் காடு என்றால் அது அத்துவான காடு. அங்கெல்லாம் மக்கள் வசிக்கும் இடங்களில் காடுகள் உள்ளன. ஆனால் இங்குக் காட்டுக்குள் தான் மக்கள் வசிக்கிறார்கள். அது அத்துவான காடு மட்டுமல்ல, தொடர் தொடராய்க் காணும் மலைப்பகுதி. அங்குத் தென்றலின் தாலாட்டுப் பாரபட்சமின்றி எல்லோரையும் தழுவிச் செல்லும். அதிலும் சில்லென்று வீசும் வாடைக்காற்றின் தழுவல் இன்னும் வேண்டும் வேண்டும் என்று கேட்கச் சொல்லும். காலைக் கதிரவன் அங்கிருந்துதான் புறப்பட்டு சாயங்காலம் அந்த வெண் நிலவுக்கு வழிவிட்டு விலகிச் செல்வதுபோலக் காட்சி யளிக்கும். எங்கும் காணக் கிடைக்காத பல மலர்கள், எத்தனை வகைப் பூக்கள் பூத்திருக்கும் என்று கணக்கிடவே முடியாது. பார்க்கும் இடமெல்லாம் பலப் பல அழகு மலர்கள் அழகைக் கொட்டிக்கொண்டே இருக்கும். ஆகாயம் கண்களைக் கொள்ளைகொள்ளும் மேகக் கூட்டங்களைச் சுமந்துகொண்டே இருக்கும். அதில் கருமேகங்களும் வெண்மேகங்களும் திரண்டு வந்து தங்கள் கண்ணீரைக் கொட்டித் தீர்ப்பதுபோலக் கனத்த மழை பெய்யும். காக்காவுக்கும் நரிக்கும் கல்யாணம் என்று விளையாட்டாகச் சொல்வதுபோலச் சில வேலைகளில் மிதமான மஞ்சள் வெயிலில் மிதமாக விழும் மழைத் தூறல் கற்பனைக்கு எட்டாத காட்சியாக இருக்கும்.

அந்த அடர்ந்த காடுகளில் அன்றைய வனச்சரகத்தின் கட்டுப்பாடு இல்லாத சூழலில், மிருகங்கள் மிகச் சாதாரணமாக உலவும். யானைகள் கூட்டம் கூட்டமாகச் செல்லும். காட்டுச் சாலையின் குறுக்கே புலி சாதாரணமாகச் சீறிப் பாயும். அந்திப் பொழுதின் சிவந்த வெயிலில் செந்நாய்கள் ஓலமிட்டுக்கொண்டே ஓடும். மான்களும் புள்ளிமான்களும் துள்ளி விளையாடும். காட்டுக்கோழி இயற்கையான இரையைத் தேடும். குயில்கள் கூவிக்கொண்டே இருக்கும். இயற்கை மலைத்தேன் எப்போதும் அங்கு கிடைக்கும். அழகு மிகுந்த மரங்கொத்திகள் ஒய்யாரமான மரத்தில் தவ்வித் தவ்வி டொக் டொக்கென்று மரங்கொத்தும் சத்தம் கேட்டுக்கொண்டே இருக்கும். பறவைகள் நீல வானில் பரவசத்துடன் பறக்கும். கருநீல நிற உடலும் மஞ்சள் நிற நீண்ட அலகும் கொண்ட மைனாவின் கிச்சு கிச்சு சத்தமும் சிறு சிறு

பூச்சிகளின் ரீங்காரமும் ஒலித்துக்கொண்டே இருக்கும். அழகு மிகுந்த தெளிந்த நீரோடைகள் சலசலவென்ற ஓசையுடன் ஓடிக்கொண்டே இருக்கும். ஓடும் நீரோடையின் இரு கரையிலும் மூங்கில் செடிகள் செழித்து வளர்ந்து நிற்கும். ஓடையைக் கடந்து செல்லச் செயற்கையான மரப்பாலம், அடர்ந்த மலைப்பகுதியில் வற்றாத பெரிய ஆறு, ஆற்றைக் கடப்பதற்காக மரத்தாலான தொங்கு பாலம். இதையெல்லாம் காண இருவிழிகள் போதாது. அங்குத் திடீரென்று இடி இடிக்கும், மின்னல் மின்னும், அடை மழை பெய்யும். ஒருநாள் இரண்டு நாளல்ல; ஒரு வாரம் இரண்டு வாரமல்ல; பல மாதங்கள் தொடர்ந்து மழை பெய்யும். கதிரவனைச் சில காலம் காணவே முடியாது.

இப்படிப்பட்ட எழில் சூழ்ந்த அடர்ந்த மேற்குத் தொடர்ச்சி மலைப் பகுதியில்தான் மகத்தான மாஞ்சோலை அமைந்துள்ளது. நெல்லை மாவட்டத்தில் நஞ்சையும் புஞ்சையும் கொஞ்சி விளையாடும் சின்னத் தஞ்சாவூர் என்று அழைக்கப்படும் அம்பாசமுத்திரம் தாலுகா ஜமீன் சிங்கம்பட்டி கிராமத்திலிருந்து சுமார் 20 கிலோமீட்டர் தொலைவில் மனம் கவரும் மாஞ்சோலை உள்ளது. வாருங்கள் அந்த மாஞ்சோலைக்குப் போவோம்.

2

மாஞ்சோலைக்குப் பயணம்

நள்ளிரவு 2.30 மணி. அன்றைய திருநெல்வேலி நகரத்தின் பழைய பேருந்து நிலையம். ஊர் உறங்கும் வேளை. ஒரே அமைதி. அப்போது பஸ் நிலையத் துக்குள் ஒரு பஸ் வந்து நிற்கிறது. திடீரென்று மக்களின் கூச்சல் சத்தம். ஏ... ஓடிவாங்க ஓடிவாங்க, பஸ் வந்திட்டு அக்கா... வா வா இடம் பிடிக்கணும். சேட்டா இவ்வட வா, மோளே எவ்விட போயி, அண்ணே இந்தத் துண்ட அந்தச் சீட்ல போடுங்க, அனியா இ தைலிய அ சீட்டுல இடு, எழுப்பம் வா, கேறு கேறு என்ற மலையாள, தமிழ்ப் பேச்சு களுடன் மாஞ்சோலைப் பகுதி மக்கள் வேகமாக 38 இருக்கை கொண்ட பேருந்தின் ஜன்னல் வழியாகவும், படி வழியாகவும் இடம் பிடிப்பதற்காக முண்டியடித்துக்கொண்டு ஏறும் பரபரப்பான சத்தம்தான் அது. இடம் கிடைக்காத மக்கள் "நான் பிடிச்ச சீட்டில் நீ வந்து உக்காந்துகிட்ட; என்ற அனியன் சீட்டில் இட்ட தைலிய ஆரோ தாழ

எடுத்து இட்டு” என்ற தமிழும் மலையாளமும் கலந்த சிறு சிறு வாக்குவாதங்களுடன் பேருந்தில் ஏறிப் பேசியபடி இருந்த மக்கள் ஐந்து நிமிடத்தில் அமைதியாகி, “மோளே இவ்வட ஒரு சீட் ஒண்டு வா, அண்ணே முன்னால இடம் இருக்குப் போய் உட்காருங்க, தாயோ இங்க வா ஒரு சீட் இருக்கு” என்று தாங்களாகவே இடப்பிரச்சினையை முடித்துக்கொண்ட 10 நிமிடங்களில் பேருந்து மெதுவாகப் புறப்படுகிறது. திருநெல்வேலி டவுன் மார்க்கெட் பக்கம் வந்தவுடன் நிற்கிறது. மாஞ்சோலைப் பகுதியில் கடை நடத்திவரும் வியாபாரிகள் முதல் நாளே வந்து விற்பனைக்காக மார்க்கெட்டில் வாங்கி வைத்திருந்த அரிசி, காய்கறி, பலசரக்கு மூட்டைகளைப் பேருந்தின் உள்ளேயும் மேலேயும் ஏற்றி வைத்த பின் அந்தப் பேருந்து பேட்டை, கல்லூர், சேரன்மகாதேவி, வீரவநல்லூர் வழியாகக் கல்லிடைக்குறிச்சி சென்று அங்கு ரயில் நிலையம் அருகில் உள்ள செட்டியார் கடை பஸ் நிறுத்தம் பக்கம் நிற்கிறது.

அங்கு மாஞ்சோலைப் பகுதிக்குச் செல்வதற்காகக் காத்திருந்த பொதுமக்களும் வியாபாரிகளும் ஏறிக்கொள்கிறார்கள். அங்கிருந்த மூட்டைகளை மூடை சுமக்கும் சட்டி என்பவர் பேருந்தின் மேலே ஏற்றிச் சரியாக அடுக்கி வைக்கிறார். பேருந்தின் அன்றைய ஓட்டுநர் மாசிலாமணி, நடத்துநர் சுந்தரவேலு இருவரும் செட்டியார் கடையில் டீ குடித்த பிறகு பேருந்து காலை நான்கு மணி அளவில் புறப்படத் தயாராகிறது. கூட்டம் அதிகமானதால் மேலேயும் 10 பேர் ஏறிக்கொள்கிறார்கள். அளவுக்கு அதிகமான மக்கள் கூட்டத்தோடும் மூட்டைகளோடு பேருந்து அந்த மாஞ்சோலை மலைப்பகுதிக்கு மணிமுத்தாறு வழியாகக் கம்பீரமாகச் செல்கிறது. மணிமுத்தாறு வனச்சரக சங்கிலி கேட் பகுதியில் காணப்படும், “ஒரு மரம் ஒரு கோடி தீக்குச்சிகளைத் தரும். ஆனால் ஒரு தீக்குச்சி ஒரு கோடி மரங்களை அழித்துவிடும். எனவே காட்டில் தீ பரவக் காரணமாக இருக்காதீர்கள்” என்ற வரிகளைத் தாங்கிய எச்சரிக்கை அறிவிப்புப் பலகையையும், “மலைச்சாலையில் ஏறும் வாகனத்திற்கு இறங்கும் வாகனம் நின்று வழிவிட்டுச் செல்ல வேண்டும்” என்று வாகன ஓட்டுநர்களுக்கு விதிமுறையைச் சொல்லும் அறிவிப்புப் பலகையையும் கடந்து மணிமுத்தாறு அருவி தாண்டி நள்ளிரவில் தாலாட்டும் தென்றலோடு வானமே தெரியாத கும்மிருட்டில் வளைந்து நெளிந்த குறுகலான மலைச்சாலையில் அந்தப் பேருந்து போய்க் கொண்டிருக்கிறது. முயல்களும் காட்டுப் பன்றிகளும் மான்களும் காட்டு மாடுகளும் காட்டுக் கோழிகளும், வழக்கம் போலச் சாலையின் குறுக்கே அங்குமிங்குமாக ஓடுகின்றன. இது ஓட்டுநருக்கும் பயணிகளுக்கும் புதிதல்ல. பஸ் பயணித்துக்

கொண்டே இருக்கிறது. மோசமான ஏற்ற இறக்கம் கொண்ட சாலை. கொண்டை ஊசி வளைவுகளில், ஓட்டுநரின் சாமர்த்தியத்தால் பேருந்தின் முன்பக்கம் உள்ள வெளிச்சத்தின் பார்வையில் மட்டும் அந்தப் பேருந்து நகர்ந்து செல்கிறது. இருக்க இடம் கிடைக்காத இருவர் பேருந்தின் இன்ஜின் மேல் உட்கார்ந்துகொண்டு ஓட்டுநரிடம் பேசிக்கொண்டே பயணம் செய்கிறார்கள்.

பாவம் அந்தப் பயணிகள். ஆம், மாஞ்சோலை, காக்காச்சி, நாலுமுக்கு, ஊத்து, குதிரைவெட்டி எஸ்டேட் தேயிலைத் தோட்டத்தில் பணிபுரியும் அந்தத் தோழர்கள் முதல்நாள் கால் கடுக்க ஒந்திப் பகுதியில் தேயிலைக் காட்டில் வேலை பார்த்து விட்டுத் தங்கள் சொந்த வேலைக்காக காய்கறிகள், பொருட்கள் வாங்க, மலைப்பகுதியில் உயர்கல்வி படிக்க வசதி இல்லாததால் கீழே நகரங்களில் பள்ளிகளில், கல்லூரிகளில் படிக்கும் தங்கள் பிள்ளைகளைப் பார்ப்பதற்காகக் காலையில் வந்து, நள்ளிரவிலேயே திரும்புபவர்கள், பேருந்தில் இடம் கிடைத்தவர்கள் உட்கார்ந்துகொண்டு அரைத்தூக்கம் தூங்கியும், இடம் கிடைக்காதவர்கள் நின்றுகொண்டும் நிற்கக்கூட இடம் கிடைக்காதவர்கள் பேருந்தின் மேலே கூரைப் பகுதியில் உட்கார்ந்துகொண்டும் பயணம் செய்கிறார்கள். அத்தனை தொழிலாளர்களும் காலை 7.30 மணிக்குத் தேயிலைத் தோட்டத்தில், தேயிலை தொழிற்சாலையில் வேலைக்குச் செல்ல வேண்டும். நினைத்துப் பார்க்கவே முடியாத கொடுமை. தூங்கியும் தூங்காமலும் அந்தத் தொழிலாளர்கள் பயணிக்கிறார்கள். பேருந்து செல்லும் சாலை ஒற்றை வழிச் சாலைதான். எதிரே வாகனம் வந்தால் நின்று இடம் பார்த்து வழி கொடுக்க வேண்டும். அது இரண்டு வாகன ஓட்டுநர்களின் திறமையில்தான் உள்ளது. அந்த மலைப்பாதைச் சாலையில் மிகவும் மோசமான இடம் என்பது மூணு மொடங்கி என்று பேச்சு வழக்கில் சொல்லப்படும் ஏறத்தாழ சுமார் ஒரு பர்லாங் தூரத்திற்குள் மிக மோசமாகக் குறுகிய ஏற்ற இறக்கத்துடன் கூடிய மூன்று படுமோசமான வளைவுகள். அந்த இடம் பகல் நேரத்தில் பார்த்தாலே தலை சுற்றும் அளவுக்கு ஒரு பெரிய மலைப்பள்ளத்தாக்குப் பகுதி. “கரணம் தப்பினால் மரணம்” என்ற வார்த்தை அதற்குத்தான் பொருந்தும். அது மட்டுமல்லாமல் ஏறத்தாழ 25க்கும் மேற்பட்ட கொண்டை ஊசி வளைவுகள் கொண்ட பாதைதான் அந்த மலைப்பாதை.

அதிகாலை சுமார் 5.30 மணிக்கெல்லாம் அந்தப் பேருந்து மாஞ்சோலை சென்றுவிடும். அங்கு ஓரளவு மக்கள் இறங்கி விடுவார்கள்; கொஞ்சம் மூட்டைகளும் இறக்கப்படும். அதற்கு மேலே காக்காச்சி, நாலுமுக்கு, ஊத்து, குதிரை வெட்டி வரை

செல்லக்கூடிய மக்கள் ஓரளவு உட்கார்ந்து வசதியாகப் பயணம் செய்வார்கள். ஒவ்வொரு பகுதி மக்களும் மூட்டை முடிச்சுகளுடன் தங்கள் வீடுகளுக்குச் சென்று உடனே தேயிலைத் தோட்ட மலைப்பகுதிக்கு ஓடி, காலை 7.30 மணிக்குள் தங்கள் வேலைக் களத்திற்குச் செல்ல வேண்டும்.

பொதுவாகக் காலையில் கடுமையான பனிப்பொழிவும் தாங்க முடியாத குளிரும் இருக்கும். அதையும் தாங்கி மக்கள் வேலைக்குப் போய்த்தான் ஆக வேண்டும். அதிகாலையில் 7 மணிக்கு இரண்டாம் சங்கு அடித்துவிட்டது. நேரம் ஆகிவிட்டது. வேலைக்கு ஓடுகிறார் ஒரு பெண் தொழிலாளி. எப்படித் தெரியுமா? தன் இடுப்பில் இரண்டு வயதுக் குழந்தையோடு மட்டுமல்ல. அந்தக் குழந்தையை நாள் முழுக்கப் பராமரிக்க வேண்டிய பொருட்கள் தாங்கிய ஒரு பை, மற்றொரு கையில் தேயிலைக் கொழுந்தை முறையாகப் பறிக்க அளவுகோலான ஈத்தைக் கிளியிலான மட்டக்குச்சி, தன் தலையில் ஒரு சாக்கு மூட்டை ஆகியவற்றோடு நேரமாகிவிட்டது என்று முன்பைவிட வேகமாக ஓடுகிறாள். அவளைப் போலவே பலரும் ஓடுகிறார்கள். முதலில் அந்த இரண்டு வயதுக் குழந்தையைப் (பிள்ளைப்பாடி) பாலர்வாடியில் விடுகிறாள். கதறி அழுகிறது அக்குழந்தை. அங்கு உள்ள ஆயா அந்தக் குழந்தையைத் தேற்றுகிறார் என்றாலும் அந்தக் குழந்தைத் தாயைப் பார்த்து அழுதுகொண்டே இருக்கிறது. அந்தத் தாயும் கண்கள் பொங்க வேறு வழி யில்லாமல் குழந்தையை அங்கு விட்டுவிட்டுத் தேயிலைக் காட்டுக்கு ஓடுகிறார். தாயின் தலை மறைந்தவுடன் ஆயா

அந்தக் குழந்தையை ஒற்றைக் கையில் தூக்கி அங்கிருக்கும் மரக்குதிரையில் வைத்து ஆட்டுகிறார். குழந்தைக்குத் தெரிகிறது – இது வழக்கமான இடம்தான். சிறிது நேரத்தில் அழுகையை நிறுத்திவிடுகிறது.

ஒரு ஆண் தொழிலாளி ஒன்றாம் வகுப்புப் படிக்கும் தன் மகனைத் தோளில் வைத்துக்கொண்டும் முதுகில் தேயிலைச் செடிக்கு மருந்து அடிக்கும் மெஷினைச் சுமந்துகொண்டும் முன்னே நடக்கும் நான்காம் வகுப்பில் படிக்கும் தன் மற்றொரு மகனை வேகமாக நட என்று சொல்லி, இரண்டு மகன்களையும் அங்குள்ள தொடக்கப் பள்ளியில் விட்டுவிட்டுக் காட்டுக்கு வேகமாக ஓடி வேலைக்குச் சேர்ந்துவிட்டார். ஆனால் அந்தப் பெண் தொழிலாளி 7.30 மணிக்கெல்லாம் வேலைத் தளத்தில் நிற்க வேண்டும். 5 நிமிடம் காலதாமதமாகப் போய்விட்டார். கள அதிகாரி வேலையில்லை என்கிறார். "ஐயா, கீழே போய் விட்டுக் காலை பஸ்ஸில்தான் வந்தேன். குழந்தையைப் பிள்ளைப் பாடியில் விட்டுவிட்டு வீட்டிலிருந்து தூரமான காடு ஓடி வந்தேன் ஐயா" என்கிறார். போராடிக் கண்ணீர் விட்டுக் கதறிய பிறகு மாலையில் ஐந்து நிமிடம் கூடுதலாக வேலை பார்த்துவிட்டுத் தான் செல்ல வேண்டுமென்ற நிபந்தனையோடு வேலைக்குப் போகிறார். முதல்நாள் பயணம் என்பதால் அலுப்போடு வேலை பார்க்கிறார். மாலையில் தன் குழந்தையை விட்ட பிள்ளைப் பாடிக்கு (பாலர்வாடி) ஓடோடி வருகிறாள். இப்போதும் அந்தக் குழந்தை அழுதுகொண்டே இருக்கிறது. காரணம் எல்லாத் தாய்மார்களும் வந்து தங்கள் குழந்தைகளை அழைத்துச் சென்று விட்டார்கள். அந்தக் குழந்தையின் தாய் மட்டும் காலதாமதம். இதுதான் அந்த மாஞ்சோலை மக்களின் மலங்காட்டுப் பயணம்.

3

பாம்பே பர்மா வியாபாரக் கம்பெனி

அந்தக் காலத்தில் இங்கிலாந்து நாட்டின் ஆளுகைக்கு உட்பட்டிருந்த ஸ்காட்லாந்து பகுதியைச் சேர்ந்த வில்லியம் வாலஸ் (William Wallace) சகோதரர்கள் 1800களின் ஆரம்பத்தில் அங்கிருந்து பர்மா நாட்டிற்கு வியாபாரத்திற்காகச் சென்று அங்குள்ள மலைப்பகுதியில் தேயிலைப் பயிர்த் தொழில் செய்து வந்தார்கள். அவர்கள் 1848ஆம் ஆண்டு வாலஸ் பிரதர்ஸ் கம்பெனி என்ற நிறுவனத்தைத் தொடங்கினார்கள். 1850 இல் பர்மாவில் தயாரிக்கப்பட்ட தேயிலையைப் பம்பாய் மாநகரில் சந்தைப்படுத்தி விற்பனை செய்து வந்தார்கள். பர்மா நாட்டில் காடுகள் அதிகமாக இருந்ததால் அங்குள்ள தேக்கு மரங்களை வெட்டிப் பலகைகள் செய்து அப்போது இந்தியாவில் ரயில்வே பணிக்குத் தண்டவாளத்திற்கிடையே தேவையான இணைப்புக் கட்டைகள் தயாரிப்பு உட்பட பல

பணிகளை வாலஸ் பிரதர்ஸ் நிறுவனம் பெற்று வந்தது. பின்னர் அந்த நிறுவனம் பெயர் மாற்றம் செய்து 1863ஆம் ஆண்டு பாம்பே பர்மா வியாபாரக் கம்பெனி (Bombay Bharma Trading Corporation) என்ற பெயரில் ஒரு நிறுவனத்தை ஆரம்பித்தது. அதன் பிறகு 1870ஆம் ஆண்டு அந்தக் கம்பெனி பர்மாவில் தேக்கு, தேயிலை, எண்ணெய், பருத்தி போன்ற பல தொழில்களின் உச்சத்தில் இருந்தது. பின் 1885இல் அந்தக் கம்பெனி இலண்டனில் மிகவும் புகழ்பெற்ற கம்பெனியாகச் செயல்பட்டது. அந்தக் காலத்தில் இங்கிலாந்திலிருந்து வியாபாரம் செய்வதற்காக வந்து நாட்டையே அடிமைப்படுத்திய கிழக்கு இந்தியக் கம்பெனியைப் போல அப்போது இந்தியாவிற்கு வந்த மற்றொரு கம்பெனிதான் இந்த பாம்பே பர்மா டிரேடிங் கம்பெனி. சுருக்கமாக BBTC கம்பெனி. அந்தக் கம்பெனி தேயிலை, காப்பி, ஏலம் போன்ற பல மலைப் பயிர்களைப் பயிரிட ஆரம்பித்தது. குறிப்பாக 1913ஆம் ஆண்டு BBTC கம்பெனி தேயிலையைப் பயிரிட ஆரம்பித்தது. அப்படித்தான் தமிழ்நாட்டில் கோயம்புத்தூர் மாவட்டம் வால்பாறை மலைப்பகுதியில் 1926ஆம் ஆண்டு முடிஸ் என்ற இடத்தைத் தலைமையிடமாகக்கொண்டு பல இடங்களில் தேயிலைப் பயிர்கள் விளைவிக்கப்பட்டன. அங்கு BBTC கம்பெனியால் தாய்முடி, கஜமுடி, தோணிமுடி, முத்துமுடி, ஆனைமுடி ஆகிய 5 எஸ்டேட்கள் உருவாக்கப்பட்டன. அதன் தொடர்ச்சியாகத்தான் திருநெல்வேலி மாவட்டம் மேற்குத் தொடர்ச்சி மலைப்பகுதியில் தேயிலைப் பயிர் உட்பட, பல மலைத் தோட்டப் பயிர்கள் விளைவிக்க அதே நிறுவனம் அம்பாசமுத்திரம் தாலுகா சிங்கம்பட்டி ஜமீனோடு கைகோத்தது.

குத்தகை ஒப்பந்தம்

மாஞ்சோலை வரலாறு, சிங்கம்பட்டி ஜமீன் சரித்திரத்தோடு பின்னிப் பிணைந்த ஒன்றாகும். 400 வருடங்களுக்கு முன்பு தற்போதைய கேரளப் பகுதியில் திருவிதாங்கூர் சமஸ்தானத்தை ஆண்டுவந்த மன்னன் மார்த்தாண்ட வர்மன் ராஜாங்கத்தை எதிர்த்து எட்டு வீட்டுப் பிள்ளைமார் புரட்சி செய்த போது தலைமறைவு வாழ்க்கை வாழ்ந்த மார்த்தாண்ட வர்மனுக்கு அப்போதைய சிங்கம்பட்டி ஜமீன் ஆதரவு கொடுத்தது. அதில் மன்னன் மார்த்தாண்ட வர்மன் வெற்றியும் கண்டார். தனக்குத் தக்க தருணத்தில் உதவி செய்ததற்காக அப்போது தனக்குச் சொந்தமாக இருந்த மேற்குத் தொடர்ச்சி மலையின் ஒரு பகுதியைச் சிங்கம்பட்டி ஜமீனுக்குத் தானமாக எழுதிக் கொடுத்தார். அந்த மலைப் பகுதியைச் சிங்கம்பட்டி ஜமீன் அனுபவித்துவந்தது. தங்களுக்குத் தானமாகக் கிடைத்த மலைப் பகுதியிலிருந்து

சுமார் 8374 ஏக்கர் பகுதியை சிங்கம்பட்டி ஜமீனில் ராஜாவாக இருந்த ஸ்ரீ முருகதாஸ் தீர்த்தபதி மற்றும் நல்லகுட்டி முருகதாஸ் தீர்த்தபதி ஆகியோர் BBTCக்கு 99 வருடம் குத்தகைக்குக் கொடுக்க முன்வந்தனர். அதன் பிறகு 1927ஆம் ஆண்டு அந்த மலைப் பகுதியில் BBTC கம்பெனி சார்பாக அந்த இடத்தை அளப்பதற்காக எஸ். ஆர். அர்மிடேஜ் (S.R.Armitage) என்பவர் தலைமையில் ஒரு குழு அங்கு சென்றது. அந்தக் குழு அளந்து பார்த்தபோது அதில் சுமார் 200 ஏக்கர் இடம் குறைபாடு இருந்ததால் BBTC கம்பெனி முடிஸ் பகுதியில் பணிபுரிந்த நிர்வாகிகளான டி.இ.டென்னிஸ் (D.E.Dennis) டி.ஏ.ஸ்லேடன் (D.A.Sladen) ஆகிய இருவரும் மீண்டும் மலைப்பகுதிக்குச் சென்று குறைபாடாக இருந்த அந்த இடத்தை அளந்து சரிசெய்தார்கள்.

அதன் பிறகு 12.2.1929 அன்று சிங்கம்பட்டி ஜமீன் சார்பாக ராஜா ஸ்ரீ முருகதாஸ் தீர்த்தபதி மற்றும் BBTCகம்பெனி சார்பாக அதன் வழக்கறிஞர் பி.டபிள்யூ.பேர்ட்ரிஜ் ஆகியோர் மேற்படி 8374 ஏக்கர் மலைப்பகுதி நிலம் சம்பந்தமாக 99 ஆண்டு காலக் குத்தகை ஒப்பந்தத்தில் கையெழுத்திட்டார்கள். சில திருத்தங்கள், சில பிரச்சினைகளுக்குப் பிறகு அந்தக் குத்தகை ஒப்பந்தம் நிறைவேறியது. 11.2.2028வரை அந்த ஒப்பந்தம் செயல்பாட்டில் இருக்கும். அந்த இடத்தைக் குத்தகைக்கு விடும்போது அன்றைய சந்தை விலைப்படி ஒரு ஏக்கர் நிலம் ரூபாய் மதிப்பு 35.00 மட்டுமே. மொத்த ஏக்கர் 8374. அதன் மதிப்பு (8374 x 35) = ரூ. 2,93,090 (இரண்டு இலட்சத்து தொண்ணூற்று மூன்றாயிரத்து தொண்ணூறு ரூபாய்). ஆனால் இன்று அது எத்தனையோ கோடிகளுக்குச்

சமம். அந்த நேரத்தில் மேற்குத் தொடர்ச்சி மலைப்பகுதியில் இருந்த சிங்கம்பட்டி ஜமீனுக்குச் சொந்தமான நிலப்பகுதி கன்னியாகுமரி கடல்மட்டத்திலிருந்து சுமார் 80 கிலோமீட்டர் தூரத்தில் இருந்தது. அந்த மலைப்பகுதியின் உச்சத்திலிருக்கும் காக்காச்சி என்ற இடம் கடல் மட்டத்திலிருந்து சுமார் 4317 அடி உயரத்தில் உள்ளது. அந்த மலைப்பகுதியில் தேயிலை, காப்பி, சாக்கோ, சிங்கோனா, ஏலம், மிளகு, ரப்பர், மலைத்தோட்டப் பயிர்கள் பயிரிடப்படுவதற்காகவே அந்தக் குத்தகை ஒப்பந்தம் ஏற்படுத்தப்பட்டது. அந்தக் குத்தகை முடிய, இந்தப் புத்தகம் வெளிவரும் காலத்திலிருந்து இன்னும் ஐந்து வருடங்கள்தான் உள்ளன என்பது குறிப்பிடத்தக்கது.

1929ஆம் ஆண்டு சிங்கம்பட்டி ஜமீனிடமிருந்து BBTC கம்பெனி அந்த மலைப்பகுதி நிலத்தைக் குத்தகைக்குப் பெறும்போது BBTC கம்பெனி வாலஸ் பிரதர்ஸ் என்ற நிறுவனத்திடம்தான் இருந்தது. ஆனால் 1947ஆம் ஆண்டு இந்தியா சுதந்திரம் அடைந்த காலகட்டத்தில் BBTC கம்பெனியை இந்தியாவைச் சேர்ந்த நஸ்லி வாடியா என்ற குடும்பம் வாங்கியது. இவர்கள் தான் தற்போதைய பாம்பே டையிங் போன்ற பல நிறுவனங்களுக்கும் சொந்தக்காரர்கள். இப்போதும் BBTC கம்பெனியை அந்தக் குடும்பத்தின் இயக்குநர்கள்தான் நடத்துகிறார்கள். அன்றைய BBTC கம்பெனி வாங்கிய அந்த 8374 ஏக்கர் மலைப்பகுதியில்தான் மாஞ்சோலை, காக்காச்சி, நாலுமுக்கு, ஊத்து, குதிரைவெட்டி போன்ற எஸ்டேட்கள் உள்ளன.

4

மாஞ்சோலையை செதுக்கிய சிற்பிகள்

இன்றைக்கு மாஞ்சோலை என்ற மகத்தான மலைப்பகுதி இயற்கை எழிலோடும் சுற்றுலாப் பொலிவோடும் காட்சி அளிக்கிறது என்றால் பல ஜாம்பவான்கள் அதற்காக உழைத்து மாண்டு போனார்கள். இன்றும் அவர்கள் மாஞ்சோலையின் சரித்திரத்தில் வாழ்ந்துகொண்டு தான் இருக்கிறார்கள். "சித்திரைச் சோலைகளே உம்மை நன்கு திருத்த இப்பாரினிலே தினம் எத்தனைத் தோழர்கள் ரத்தம் சொரிந்தனரோ" என்ற வைர வரிகளுக்கு ஏற்ப அந்தத் தொழிலாளர் தோழர்களின் உறங்காத உழைப்பு போற்றப்பட வேண்டும். 1929ஆம் ஆண்டு பிப்ரவரி 12ஆம் நாள் BBTC கம்பெனிக்கும் சிங்கம் பட்டி ஜமீனுக்கும் குத்தகை ஒப்பந்தம் கையெழுத் தான அடுத்த மாதமே (1929, மார்ச்) மாஞ்சோலை BBTC கம்பெனியின் முதல் குருப் மேனேஜராகப் பதவி ஏற்றுக்கொண்டார் எஃப். சைமன்ஸ் என்ற

வெள்ளைக்காரர். அவர் பதவி ஏற்றவுடனேயே மாஞ்சோலை மலைக்குப் புறப்பட்டுவிட்டார். அவருடன் அவருக்குத் துணையாக டி.ஏ.ஸ்லேடன் என்னும் ஆங்கிலேயரும் சென்றார்.

அப்போது மாஞ்சோலை மலை அடர்ந்த அட்டைக்காடாக இருந்தது. சுமார் 95 ஆண்டு காலத்திற்கு முன்பு ஏறத்தாழ சுமார் ஒரு நூற்றாண்டுக்கு முன்பு பாதையே இல்லாத, பகலில்கூடப் பயணிக்க முடியாத பெரிய பள்ளத்தாக்கு அது. அந்த மலைக் காட்டிற்கும் மனிதர்களுக்கும் தொடர்பே இல்லாத காலம். விலங்குகள் மட்டுமே அங்கு வீரியத்தோடு வாழ்ந்த காலம். அங்கு செல்ல வாகன வசதியே இல்லை. முதலில் ஒத்தையடிப் பாதை தான் உருவாகியிருக்க வேண்டும். அந்தக் காட்டில் ஒய்யாரமான மரங்களும் காட்டுச் செடிகளும் அடர்ந்திருக்கும். பட்டப் பகலே இருண்டிருக்கும். காட்டு யானைகள், புலிகள், சிறுத்தைகள், காட்டுப் பன்றிகள், நரிகள், செந்நாய்கள் ஆகியவை திரிந்துகொண்டிருந்த காலம். விஷப்பாம்புகளும் தேள்களும் நிறைந்திருந்தன. அடர்ந்த மலைப்பகுதியில் தென் மேற்கு, வடகிழக்குப் பருவமழைக் காலங்களில் கடும் மழை பெய்துகொண்டே இருக்கும். பல நாட்கள் பகல் பொழுதைப் பார்க்கவே முடியாது. கோடைகாலங்களில் வெயில் கொளுத்தும். பனிக் காலங்களில் பகலிலேயே உடல் நடுங்கும். அப்படியே தாக்குப் பிடித்தாலும் பருவ கால நோய்கள் தாக்கினால் மருத்துவத்துக்கு எங்கே போவது? இந்த அசாதாரண நிலையில்தான் அந்த இடத்துக்கே புதியவர்களான சைமன்ஸ், ஸ்லேடன் இருவரும் அச்சமின்றிப் பயணம் செய்தார்கள்.

இருவரும் அன்றைய உலகில் சூரியன் அஸ்தமனமே ஆகாத சாம்ராஜ்யம் என்று அழைக்கப்பட்ட இங்கிலாந்து நாட்டைச் சேர்ந்தவர்கள். மாஞ்சோலை மலங்காட்டில் முதலில் இருவரும் எங்கே தங்கியிருந்தார்கள் தெரியுமா? கும்மிருட்டுக் காட்டுக்குள் மரம், செடி கொடிகளை, தழைகளை வைத்துச் சாதாரண குடிசை போட்டுத்தான் தங்கி இருக்கிறார்கள். அவர்கள் என்ன உணவு சமைத்திருப்பார்கள், எப்படி வாழ்ந்திருப்பார்கள், எங்குத் தூங்கியிருப்பார்கள்? மிருகங்கள் அதிகம் வாழ்ந்த காடு என்பதால் அந்த மிருகங்களோடுதான் வாழ்ந்திருக்க வேண்டும். ஒவ்வொரு நாளும் மயிரிழையில் உயிர் பிழைத்திருக்க வேண்டும் என்றாலும் உறுதியான, அழுத்தமான நம்பிக்கை நிறைந்த உள்ளத்தோடு வாழ்ந்திருக்க வேண்டும்.

அந்த மேற்குத் தொடர்ச்சி மலையின் அடர்ந்த சோலைக் காடுகள் சைமன்ஸ், ஸ்லேடன் ஆகியோரின் அரிய முயற்சியால் தான் அழிக்கப்பட்டிருக்கின்றன. எப்படித் தெரியுமா? ஒருவர் 200 தொழிலாளர்களை வேலைக்கு அழைத்து வந்தால் அவருக்குக்

கங்காணி என்ற பொறுப்பு கொடுக்கப்படும். அப்படிப்பட்ட பல கங்காணிகள் வேலைக்காக அந்த மலைக்குப் பலரை அழைத்து வந்தார்கள். அவ்வளவு பெரிய மலையை என்றைக்கு எப்படி வெட்டித் தெளிப்பது, வானுயர்ந்த மரங்களை எப்போது வீழ்த்தி தேயிலை, ஏலம், காப்பி, பயிரிடவைப்பது? தற்போதுள்ள தொழில்நுட்பம் அப்போது இல்லை. பின் எப்படி அது நடந்தது.

முதலில் அந்த மலைக் காடுகளைப் பகுதி பகுதியாகப் பிரித்து தொழிலாளர்களைக் கூட்டம் கூட்டமாக அனுப்புவது; காடுகளில் வரிசையில் உள்ள மரங்களை எண்களை வைத்துச் சரிபார்த்துக்கொண்டு சில மரங்களின் அடியில் கோடாரி வைத்து ஓரளவு கொத்தி வைப்பது; பின்னர் அதே வரிசையில் முதலில் இருக்கும் பெரிய மரத்தை வெட்டி வீழ்த்துவது. அந்தப் பெரிய மரம் மற்ற மரங்கள் (ஏற்கனவே கொத்தி வைக்கப்பட்ட மரங்கள்) மீது விழுந்தவுடன் எல்லா மரங்களும் ஒன்றின்மீது ஒன்று விழுந்து சாய்ந்துவிடும். கீழே விழுந்த மரங்களுக்கு ஒட்டு மொத்தமாகத் தீ வைப்பது. தீயின் வேகத்துக்குத் தாக்குப்பிடிக்க முடியாமல் மிருகங்கள் ஓடிவிடும். எரிந்த மரங்களின் கரிக்கட்டைகளைத் தேவைக்குப் பயன்படுத்துவது. பின்னர் அந்த இடங்களைத் தெளித்துப் பாதை போடுவது. இப்படித்தான் காட்டை அழித்துத் தேயிலை பயிர் செய்துள்ளார்கள். அப்படி அரும் பாடுபட்டுத் தான் அழகு மிகுந்த எஸ்டேட்களை அவர்கள் நிர்மாணித்திருக் கிறார்கள்.

5

கொள்ளையர்களின் கொடுமையான வழிப்பறி

ஆரம்ப காலத்தில் மாஞ்சோலையிலிருந்து கீழ்ப் பகுதிக்கு வர வேண்டுமென்றால் எந்தப் போக்குவரத்து வசதியும் இல்லை. மக்கள் கால்நடையாகத்தான் பயணம் செய்துள்ளார்கள். மாஞ்சோலையில் பணிபுரியும் தொழிலாளர்கள் வாரத்திற்கு ஒருமுறை அல்லது இரண்டு வாரத்திற்கு ஒருமுறை கல்லிடைக்குறிச்சி அம்பாசமுத்திரம் சந்தைக்குச் சென்று பொருட்கள் வாங்கி வருவார்கள். அப்படி வரும்போது மலையிலிருந்து கால் நடை யாகவேதான் வர வேண்டும். சனிக்கிழமை வேலை முடித்துவிட்டு, கிடைக்கும் சம்பளத்தை வைத்துக் கொண்டு 10 அல்லது 20 பேர் கூட்டாகச் சேர்ந்து பளபளவென்று விடிய ஆரம்பிக்கும்போது ஒத்தை யடிப்பாதை வழியாக மாஞ்சோலையிலிருந்து கல்லிடைக்குறிச்சிக்கு நடக்கத் தொடங்குவார்கள். அவர்கள் தங்கள் காவலுக்குக் கையில் ஒரு கம்பும்

இரவு நேரத்தில் திரும்பி வரும்போது வெளிச்சத்திற்காகத் தீக்கொள்ளியையும் வைத்துக்கொள்வார்கள். பகல் முழுக்க நடந்து சந்தைக்குச் சென்று பொருட்கள் வாங்கிவிட்டு மீண்டும் மலைக்குப் புறப்படும்போது கற்கல் வேளையாகிவிடும். தாங்கள் வாங்கிய பொருட்களைத் தலையில் சுமந்துகொண்டுதான் அந்த மலையில் வாழ்ந்த பாமர மக்கள் காட்டுப் பாதையாக நடந்து செல்வார்கள்.

அந்த நேரத்தில் மணிமுத்தாறு அணைக்கட்டு கட்டப்பட வில்லை. இப்போது இருக்கும் மணிமுத்தாறு சங்கிலி கேட்டும் இல்லை. வரும் வழியில் சிங்கம்பட்டி தாண்டி நள்ளிரவில் கூட்டமாக ஆண்களும் பெண்களும் பேசிக்கொண்டே வேக வேகமாகத் தாங்கள் வாங்கிய வீட்டுப் பொருட்களைச் சுமக்க முடியாமல் சுமந்துகொண்டு போகும்போது காட்டுப்பகுதியில் திடீரென்று கத்தி, வேல் கம்பு, அரிவாள்களுடன் வழிப்பறிக் கொள்ளையர்கள் திரண்டு வந்து வழிமறித்து அவர்கள் வைத்திருக்கும் பொருள்களையும் பணம் வைத்திருந்தால் அதை யும் பிடுங்கி, அந்த மக்களைப் பரிதவிக்கவிடுவார்கள். அந்த அடாவடிக் கொள்ளையர்களைத் தடுக்க அந்தக் காலத்தில் யாரும் இல்லை. அந்த இரவு நேரத்தில் புகார் கொடுக்க வர வேண்டு மென்றால் மீண்டும் அதே அம்பாசமுத்திரம் கல்லிடைக் குறிச்சிக்குத்தான் வர வேண்டும். தேயிலைத் தோட்டத்தில் மாடாக உழைத்து ஓடாகத் தேய்ந்து சம்பாதித்த பணத்தைக் கொண்டு வாங்கிய பொட்களைப் பறிகொடுத்துவிட்டுப் பரிதாபமாக அழுது புலம்பிக்கொண்டே எஸ்டேட்டுக்குச் சென்றுவிடு வார்கள். அடுத்த வாரம் முழுவதும் அரைப்பட்டினியாக வாழ்ந்து வருவார்கள். இதையெல்லாம் தாண்டித்தான் அந்த மக்கள் தங்கள் வாழ்க்கைப் போராட்டத்தை நடத்தியிருக்கிறார்கள்.

6

மறுமலர்ச்சி கண்ட மாஞ்சோலை

மாஞ்சோலை மலையில் குடிசையில் வாழ்ந்த குரூப் மேனேஜர் எஃ.சைமன்ஸுக்கும் அவருடன் பணிபுரிந்த டி.ஏ. ஸ்லேடனுக்கும் 1930ஆம் ஆண்டு ஏப்ரல் மாதத்தில் மாஞ்சோலையில் குரூப் மேனேஜர் பங்களா ஒன்றும் மாஞ்சோலை எஸ்டேட் மேனேஜர் பங்களா ஒன்றும் கட்டப்பட்டு அதில் இருவரும் குடியேறினார்கள். 1931ஆம் ஆண்டு 400 ஏக்கர் நிலத்தில் தேயிலை பயிரிடப்பட்டது. மைசூர் உயர்தர ஏலக்காய் தோட்டமும் உருவாக்கப்பட்டது. 1932ஆம் ஆண்டு சைமன்ஸ் குரூப் மேனேஜர் பொறுப்பி லிருந்து விடைபெற்றார். அவருக்குப் பின் ஸ்லேடன் அந்தப் பதவியை ஏற்றார்.

டி.ஏ. ஸ்லேடன் பொறுப்பேற்ற காலத்திற்குப் பிறகு வண்டிப்பாதையாக இருந்த மாஞ்சோலை மலைப்பாதை விரிவாக்கப்பட்டு வாகனங்கள் செல்ல

ஓரளவு நல்ல சாலை வசதி ஏற்படுத்தப்பட்டது. அதுவரை இரும்பு டயர்களும் ரப்பர் டயர்களும் கொண்ட மாட்டு வண்டிகள் தான் அந்த மலைப்பாதையில் பயணித்துவந்தன. அதில்தான் மக்களுக்குத் தேவையான பொருட்கள் அனைத்தும் கொண்டு செல்லப்பட்டன. மலைப்பாதை சாலைகளைப் பராமரிக்க BBTC கம்பெனி பொறுப்பேற்றுக்கொண்டது. அப்போது மணிமுத்தாறு சங்கிலி கேட் கிடையாது. ஏனென்றால் மணிமுத்தாறு அணை அப்போது கட்டப்பட்டிருக்கவில்லை. சங்கிலி கேட்டிலிருந்து மணிமுத்தாறு அருவி செல்லும் சாலையும் அப்போது கிடையாது.

இப்போதைய மணிமுத்தாறு சங்கிலி கேட்டிலிருந்து சுமார் 6 கிலோ மீட்டர் தூரத்திற்கு அப்பால் உள்ள அந்த மலையிலிருந்து மாஞ்சோலை, காக்காச்சி, நாலுமுக்கு, ஊத்து, குதிரைவெட்டிப் பகுதிக்குச் செல்ல BBTC கம்பெனி தன் சொந்த செலவில் சாலை போட்டுக் கொடுத்தது. அதை அந்தக் கம்பெனியே பராமரித்தும் வந்தது. அதற்காக BBTC கம்பெனி, சிங்கம்பட்டி ஜமீன் இடையே ஓர் ஒப்பந்தம் ஏற்படுத்தப்பட்டது. மலைப்பாதைச் சாலையின் ஆரம்ப இடத்தில் 1934ஆம் ஆண்டு BBTC கம்பெனி சுங்கச்சாவடி அமைத்தது. அதுதான் பிற்காலத்தில் புதுரோடு என்று அழைக்கப்பட்ட சாலை. அதில் BBTC கம்பெனி முழு உரிமை கொண்டாடியது. தன் உரிமையை நிலை நாட்டுவதற்காக ஒவ்வொரு வருடமும் அக்டோபர் மாதம் 1ஆம் தேதி அந்தச் சாலை மூடப்படும். இந்த விவரம் குறித்த ஓர் அறிவிப்புப் பலகை இன்னும் அந்த இடத்தில் உள்ளது. 1958ஆம் ஆண்டு மணிமுத்தாறு அணை கட்டப்படுவதற்கு முன்பு அந்த இடத்தைச் சுற்றித்தான் சாலை இருந்தது. இப்போது இருக்கின்ற சங்கிலி கேட் வழியாகச் சாலை வசதி கிடையாது. இப்படிச் சாலை வசதியே இல்லாத அந்த மேற்குத் தொடர்ச்சி மலையில் மாஞ்சோலை எஸ்டேட் பகுதிகளுக்கு ஸ்லேடனின் பெரும் முயற்சியால் 1933ஆம் ஆண்டில் சாலைப் போக்குவரத்து வசதி செய்யப்பட்டது.

சாலை வசதி ஏற்படுத்திய பிறகு மாஞ்சோலைப் பகுதியில் தேயிலை, காப்பி, ஏலம் போன்ற மலைத் தோட்டப் பயிர்கள் வேகமாக விளைவிக்கப்பட்டன. விளைந்த பயிர்களைச் சந்தைப் படுத்துவதற்காக மாஞ்சோலையில் ஒரு தேயிலைத் தொழிற் சாலை 1938ஆம் ஆண்டு ஆகஸ்ட் மாதம் கம்பீரமாக நிறுவப்பட்டது. மலைப் பகுதிகளில் உள்ள அனைத்து எஸ்டேட் பணிகளையும் நிர்வகிக்க ஒரு குரூப் ஆபீஸ் 1944ஆம் ஆண்டு மார்ச் மாதம் மாஞ்சோலையில் திறக்கப்பட்டது. இப்போது உள்ள மாஞ்சோலை குரூப் ஸ்டோர்தான் அன்றைய குரூப் ஆபீஸ். 1948ஆம் ஆண்டு உள்நோயாளிகள் சிகிச்சை பெற மாஞ்சோலையில் பெரிய

மருத்துவமனை ஒன்று கட்டப்பட்டது. இப்போது இருக்கின்ற மாஞ்சோலை குரூப் ஆபீஸ் 1955இல்தான் கட்டப்பட்டது.

இந்தச் சூழ்நிலையில் உக்கிரமான இரண்டாம் உலகப் போர் முடிவுக்கு வந்தது. உலகப் போரில் இரண்டு பிரிவுகளாக உலக நாடுகள் அணி திரண்டன. இங்கிலாந்து நாட்டின் தலைமையில் நேச நாடுகள் என்ற அணியில் அமெரிக்கா, ரஷ்யா, பிரான்ஸ் போன்ற நாடுகளும் ஜெர்மன் நாட்டின் தலைமையில் அச்சு நாடுகள் என்ற அணியில் ஜப்பான், இத்தாலி போன்ற நாடுகளும் சேர்ந்து போர் புரிந்தன. நேச நாடுகளுக்கு இங்கிலாந்து நாட்டின் வின்சென்ட் சர்ச்சில் தலைவராகவும் அச்சு நாடுகளுக்கு ஜெர்மனி நாட்டின் அடால்ப் ஹிட்லர் தலைவராகவும் பொறுப்பேற்றுப் போரை நடத்தினார்கள். போரின் முடிவில் அச்சு நாடுகள் அணி தோல்வியடைந்து நேச நாடுகளின் ராணுவத்திடம் சரண் அடைந்தது.

அந்தக் காலத்தில் இந்தியா விடுதலை பெற்றிருக்கவில்லை. இங்கிலாந்து நாட்டின் காலனி ஆதிக்கத்தின் கீழ்தான் இருந்தது. ஜெர்மனி நேச நாடுகளின் ராணுவத்தின் முன்பு சரணடைந்த நாளான 8.5.1945 அன்று அந்த நிகழ்வை மகிழ்ச்சியாகக் கொண்டாடுவதற்காக மாஞ்சோலை குரூப் எஸ்டேட் தொழிலாளர்கள், நிர்வாகிகள் அனைவரும் ஊத்து எஸ்டேட்டில் இரவு 9 மணிக்கு ஒன்று கூடினார்கள். அனைவரும் டார்ச்லைட் தீப்பந்தம் ஏந்தி சுமார் அரை மைல் தூரம் ஊர்வலமாகச் சென்று அங்குள்ள விளையாட்டுத் திடலில் ஊர்வலத்தை முடித்திருக்கிறார்கள். ஊர்வலத்தில் ஆடியும் பாடியும் தொழிலாளர்கள் உணர்ச்சி பொங்க முழக்கமிட்டு உலகப் போரின் வெற்றியைக் கொண்டாடினார்கள். ஊர்வலத்தின் இறுதியில் அடால்ப் ஹிட்லரின் கொடும்பாவி உருவத்தைத் தீயிலிட்டுக் கொளுத்தியிருக்கிறார்கள் இதுபற்றிய குறிப்புகளை ஸ்லேடன் தனது டைரியில் எழுதி வைத்திருக்கிறார்.

மாஞ்சோலையின் குரூப் மேனேஜராக நீண்டகாலம் (சுமார் 19 ஆண்டுகள்) பணியில் இருந்தவர் ஸ்லேடன். அவர் காலத்தில் தான் மாஞ்சோலை, காக்காச்சி, நாலுமுக்கு, ஊத்து, குதிரை வெட்டி எஸ்டேட்கள் வளமும் வளர்ச்சியும் பெற்றன. குறிப்பாக மலைப்பாதைகளில் சாலைவசதி, மேனேஜர் பங்களாக்கள், தேயிலைத் தொழிற்சாலைகள். மாஞ்சோலை மருத்துவமனை, மாஞ்சோலை குரூப் ஆபீஸ், பல ஏக்கர் கணக்கில் தேயிலைப் பயிர், காப்பிப் பயிர், ஏலக்காய் தோட்டம் போன்ற மலைப் பயிர்கள் விளைவிக்கப்பட்டன. இதன்மூலம் BBTC கம்பெனி மாஞ்சோலைப் பகுதியில் உயர்வான நிலையை அடைந்ததாகக் குறிப்பு உள்ளது. தனது பணிக்காலத்தில் அற்புதமான சிறந்த

நிர்வாகத் திறமையோடு பணியாற்றிய ஸ்லேடன் 20.5.1949 அன்று மாஞ்சோலை குரூப் மேனேஜர் பதவியிலிருந்து பணி நிறைவுபெற்றார்.

அவருக்குப் பின்னால் இ.ஏ.ஸ்டோன் (E.A.Stone) என்பவர் BBTC கம்பெனியின் மாஞ்சோலை குரூப் மேனேஜர் பொறுப்புக்கு வந்தார். இவர் பதவி காலத்தில் மலைப்பயிர் வேளாண்மையை மகத்தான முறையில் மகசூல் பிடிக்கச்செய்தார். ஏறத்தாழ பல ஏக்கர் நிலத்தில் தேயிலைப் பயிரும் 60 ஏக்கர் ரோபஸ்டா காப்பியும் 1000 ஏக்கர் விளைநிலத்தில் சிங்கோனாவும் ஏலக்காய் பயிரும் விளைவிக்கப்பட்டன. மட்டுமல்லாமல் 20 ஏக்கர் தோட்டத்தில் ஆரஞ்சு, திராட்சை தோப்புகள் உருவாக்கப் பட்டன. அத்தோடு சீனிக்கிழங்கு போன்றவையும் பயிரிடப் பட்டன. இப்படி மாஞ்சோலை மலைத் தோட்டப் பயிர் வேளாண்மையில் மிகப்பெரிய முன்னேற்றத்தை இவர் ஏற்படுத்தினார். 1949ஆம் ஆண்டு ஊத்து எஸ்டேட் மேனேஜர் பங்களா கட்டி முடிக்கப்பட்டது. 1951ஆம் ஆண்டு மாஞ்சோலையில் உதவி மேனேஜர் பங்களா கட்டப்பட்டது. 1954ஆம் ஆண்டு நாலு முக்கு எஸ்டேட் பங்களா கட்டப்பட்டது. அங்கு புதிய மேனேஜர் குடியேறினார். அதுவரை மாஞ்சோலை, நாலுமுக்கு இரண்டு எஸ்டேட்களையும் மாஞ்சோலை மேனேஜரே நிர்வாகம் செய்து வந்தார். முதுநிலை கள அதிகாரி ஒருவர் நாலுமுக்கு எஸ்டேட் மேனேஜராகப் பணிபுரிந்தார். அவர் காக்காச்சியிலுள்ள பங்களாவில் தங்கியிருந்தார்.

இந்தக் காலகட்டத்தில்தான் தமிழ்நாடு காவல் துறை 1955ஆம் ஆண்டு ஒரு புறக்காவல் நிலையத்தை மாஞ்சோலையில் திறந்தது. அதே 1955ஆம் ஆண்டில் மாஞ்சோலை குரூப் மேனேஜர் ஸ்டோன் கிழக்கு ஆப்பிரிக்கா நாட்டுக்கு மாற்றம் செய்யப் பட்டார். அவருக்கு அடுத்த குரூப் மேனேஜராக ஜெ.ஆர்.ஹென் ஷா (J.R. Hen Shaw) பணிக்கு வந்தார். இவர் காலத்தில்தான் நாலுமுக்குத் தேயிலைத் தொழிற்சாலை கட்டப்பட்டு, தேயிலை உற்பத்தியும் தொடங்கப்பட்டது. மூன்று ஆண்டுகள் மட்டும் பொறுப்பில் இருந்த ஹென் ஷா BBTC கம்பெனியின் முடிஸ் குரூப் மேனேஜராக மாற்றப்பட்டார். அடுத்த குரூப் மேனேஜராக சி.எஸ்.ஜே பிரே (C.S.J. Breay) பதவி ஏற்றார். அஞ்சல் அலுவலகம் எஸ்டேட் தொழிலாளர்களின் நீண்ட காலக் கோரிக்கை வேண்டு மென்ற இந்திய அரசால் நிறைவேற்றப்பட்டது. 1961ஆம் ஆண்டு அஞ்சல் அலுவலகம் ஜனவரி 1 அன்று மாஞ்சோலையில் திறக்கப்பட்டது. 1971ஆம் ஆண்டு செப்டம்பர் மாதத்தில் தமிழக அரசு மாஞ்சோலை தொழிலாளர் குடியிருப்புக்கு மின்சார வசதி செய்து தந்தது.

1969ஆம் ஆண்டு இந்தியக் குடியரசு நாளான ஜனவரி 26ஆம் நாள் அன்று மாஞ்சோலை குரூப் மேனேஜராக இருந்த பிரே விடைபெற்றார். மாஞ்சோலை குரூப் காக்காச்சி எஸ்டேட்டில் சுமார் 50 ஏக்கர் பரப்பளவில் சரித்திரப் புகழ் வாய்ந்த கோல்ப் மைதானத்தை உருவாக்கியவர் என்ற பெருமையோடு விடைபெற்றார். அந்த மைதானம் இன்றும் அவர் புகழைப் பாடிக்கொண்டிருக்கிறது. அவருக்குப் பிறகு ஜே.ஜே. பிளாண்ட் (J.J. Bland) பதவி ஏற்றார். இவர்தான் இந்நிறுவனத்தின் மாஞ்சோலைப் பகுதியில் பணியாற்றிய கடைசி வெள்ளைக்கார அதிகாரி. இவர் அஜானுபாகுவான தோற்றம் கொண்டவர். தேயிலைத் தொழிற்சாலையில் தனக்கே உரித்தான தனிப்பாணியில் தொழில் புரட்சி செய்தவர். 1971ஆம் ஆண்டு ஊத்து எஸ்டேட்டில் ஜப்பானியத் தொழில் நுட்பத்தோடு கிரீன் டீ ஃபேக்டரியை உருவாக்கியவர். 1974ஆம் ஆண்டு செப்டம்பர் மாதம் மாஞ்சோலைத் தேயிலைத் தொழிற்சாலையில் புதுமையாக சி.டி.சி. தொழில் நுட்பத்தைப் புகுத்தியவர்.

இவர் மனித நேயப் பண்பாளர். நாலுமுக்கு எஸ்டேட்டில் தொழிலாளர்களின் நலனுக்காகப் பணியாற்றி எப்போதும் தொழிலாளர் மனதில் பதிந்தவர். 1975ஆம் ஆண்டு மார்ச் மாதம் 31ஆம் நாள் மாஞ்சோலை தொழிலாளர் தோழர்களிடம் பிரியா விடைபெற்றுச் சென்றார். அதன்பிறகு குரூப் மேனேஜர் பொறுப்பில் கர்நாடக மாநிலத்தைச் சேர்ந்த எம்.சி. முத்தண்ணா, மராட்டியத்தைச் சேர்ந்த டி.டி. கன்வில்கர், பஞ்சாப் மாநிலத்தைச் சேர்ந்த எச்.எஸ்.கில், தமிழ்நாட்டைச் சேர்ந்த பி.டி. ஜோதிக்குமார் உட்படப் பலர் மாஞ்சோலை BBTC கம்பெனியில் குரூப் மேனேஜர்களாகப் பணியாற்றினார்கள்.

7

தொழிலாளர் குடியிருப்புகள்

அடர்ந்த அந்த மலைக்குள்தான் தேயிலைத் தோட்டத்தில் வேலை பார்ப்பவர்களின் குடியிருப்பு களும் இருக்கின்றன. அந்தக் குடியிருப்புகள் பத்து அல்லது பன்னிரண்டு வீடுகள் கொண்ட தனித் தனி வரிசைகளாக இருக்கும். ஒவ்வொரு வீட்டிலும் ஒரு சமையல் அறை. அதற்குப் பெயர் குசினி. ஆங்கிலச் சொல்லான Cusine மருவித் தமிழில் குசினி என்று ஆகிவிட்டது. அதற்கு அடுத்து ஒரு பெரிய படுக்கையறை. அதற்குப் பெயர் பெரிய வீடு. அதற்கு அடுத்து ஒரு வராண்டா. அதற்குப் பெயர் தார்சா. தற் போது அந்தச் சமையலறையை ஒட்டிக் குளியலறை வசதி உண்டு. வீட்டின் பின்பக்கத்தைக் குசினி பக்கம் என்றழைப்பது வழக்கம். கழிவறை ஒவ்வொரு வரிசை வீடுகளுக்கும் தனித் தனியாகக் குடியிருப்பு பகுதியிலிருந்து சற்றுத் தூரத்தில் தனிக் கட்டிடமாக இருக்கும். மழைக் காலம், பனிக்காலங்களில் அதிக மாகக் குளிர் இருக்கும். அதற்காக அந்த மழைக்

காலத்தில் படுக்கை விரிப்புக்கும், மூடிப் படுப்பதற்கும் நல்ல கம்பளி கொடுக்கப்படுகிறது. தேயிலைக்காட்டில் கொழுந்து எடுக்கும் பெண்களுக்கு இடுப்பில் கட்டுவதற்குச் சணல் சாக்குக் கொடுக்கப்படுகிறது. தேயிலைத் தொழிற்சாலையில் வேலை பார்க்கும் தொழிலாளர்களுக்கு இலவசமாகச் சீருடை, இலவசக் குடை வழங்கப்படுகின்றன. குடியிருப்பு வீடுகளுக்கு வாடகை கிடையாது. குடி தண்ணீர் வரி கிடையாது. இப்படி அன்றாட அடிப்படை வசதிகள் நிறைந்த வாழ்க்கைதான் அந்த மலைப் பகுதி மக்களின் வாழ்க்கை. அங்கு வசிக்கும் எல்லா ஆண்களும் பெண்களும் தேயிலைத் தோட்டத்தில் அல்லது தேயிலை தொழிற் சாலையில் பணிபுரிபவர்கள். அந்தக் குடியிருப்பு வீடுகளுக்கு எதிரிலேயே பசுமையான தோட்டங்கள். அதில் காய்கறியும் கீரையும் பழ வகைகளும் கிழங்கு வகைகளும் அவரவர் விருப்பப் படி பயரிட்டுக்கொள்வார்கள். வாழைப் பழங்கள் வாளிப்பாக இருக்கும். கொய்யாமரத்தில் பழங்கள் கொத்துக் கொத்தாய் தொங்கும். ஆரஞ்சு மரத்தில் பழங்கள் பழுத்துக் கிடக்கும். கீழே நின்றபடியே பழங்களைப் பறித்துக்கொள்ளும் அளவுக்குப் பளிச்சென்று இயற்கை விளையாடிக்கொண்டிருக்கும். சீனிக் கிழங்கும், கப்பைக்கிழங்கும் அன்னாசிப்பழமும் கிடைப்பதோடு மல்பேரி பழம், லக்கோட் பழம் என்ற மேலை நாட்டுப் பழங்கள் பளபளப்புடன் பார்ப்பவரைச் சுண்டி இழுக்கும். ஆங்காங்கே பலா மரங்களும் உண்டு. ஒவ்வொரு குடியிருப்புப் பகுதியிலும் காய்கறித் தோட்டம். அதில், பீன்ஸ், சௌ சௌ (சொச்சைக்காய்), முட்டைக்கோஸ் உட்பட பல காய்கறிகளைத் தங்கள் வசதிக்கேற்ப பயிரிடுவார்கள். இயற்கையாகவே நீர்வளம் நிரம்பிய பகுதி என்பதால் பயிரிடுவதற்கான தண்ணீருக்குத் தட்டுப்பாடே இல்லை. கால்நடைகளில் ஆடுகள் கிடையாது. ஆனால் நூற்றுக்கும் மேற்பட்ட மாடுகள் உண்டு. ஒவ்வொரு மாடும் காராம் பசு, சிந்து பசுவாக இருக்கும்.பல தொழிலாளிகள் தினமும் காட்டுக்குள் மேய்ச்சலுக்காக மாடுகளைப் பத்திச் செல்வார்கள். மாட்டுக் கொட்டகைகளில் மாடுகள் பராமரிக்கப்படும். அடர்ந்த காட்டுப் பகுதி என்றாலும் மளிகைப் பொருள் கடைகள், சிற்றுண்டிக் கடைகள் குறிப்பிட்ட அளவில் உள்ளன.

கோயில்கள், தேவாலாயங்கள், மசூதிகள், நாராயண குரு கோயில் போன்ற வழிப்பாட்டுத் தலங்கள் அங்கு அமைந்துள்ளன. எல்லா இனத்து மக்களும் உண்டு. தமிழக மக்களும் கேரள மக்களும் பரவலாக வாழ்ந்த மலைப்பகுதி அது. யார் மலையாளர், யார் தமிழர் என்று வேறுபாடு தெரியாது. ஏனெனில் தமிழர் மலையாளம் பேசுவார்கள்; மலையாளர் தமிழ் பேசுவார்கள். முற்போக்கான பண்பாடு கொண்ட மக்கள். அங்கு யாரும்

மாஞ்சோலைக்கு காமராஜர் வருகை தந்து திறந்து வைத்த கல்வெட்டு

பணக்காரர் இல்லை, யாரும் ஏழையும் இல்லை. பணிக்களத்தில் எந்த வேறுபாடும் காண முடியாது. ஒருவர் மாண்டுபோனால் அவர் எந்த இனம், எந்த ஊர், எந்த மொழியைச் சார்ந்தவர் என்று இல்லாமல் ஊரே ஒப்பாரி வைத்து அழுது தூக்கி அடக்கம் செய்யும். எல்லா இன மக்களும் ஒன்று சேர்ந்து திருமண வீட்டில் வேலை பார்த்துச் சிறப்பிப்பார்கள். அங்குச் சமையல்காரர் கிடையாது. எல்லா இனத்தவரும் கூடி விழா நடத்துவார்கள். கடன் வேண்டுமென்றால் ஒருவாருக்கொருவர் கொடுத்து உதவுவார்கள். கணக்குக் கிடையாது. கடனுக்கு வட்டி கிடையாது. இப்படியாக அவர்கள் இணக்கமாக வாழ்ந்து வருகிறார்கள்.

8

மாஞ்சோலையின் மகிமை

முன்னாள் பிரதமர் ஜவஹர்லால் நேரு மறைந்த மறுநாள் (28.5.1964) அவர் நினைவாக மாஞ்சோலை உயர்நிலைப் பள்ளி வளாகத்தில் அன்று நட்டுவைத்த ஆலமரம்.

BBTC சிங்கம்பட்டி குரூப் மாஞ்சோலை பகுதியில் ஐந்து எஸ்டேட்கள் உள்ளன. இதில் மாஞ்சோலைதான் தலைமையிடம். அந்தக் காலத்தில் மாஞ்சோலையில் இயற்கையாகவே காட்டு மாமரங்கள் நிறைய இருந்தன. இப்போதுள்ள ரிஷி ஓடை 1ஆம் காடு, 3ஆம் காடு, குருசு மொட்டை, 4ஆம் காடு, உயர்நிலைப்பள்ளி அருகில் உள்ள 5ஆம் காடு, புல்லு மொட்டை அருகில் உள்ள 8ஆம் காடு, 9ஆம் காடு உட்பட பல இடங்களில் ஆயிரக்கணக்கான காட்டு மாமரங்கள் இருந்தன. பூக்கள் நிறைந்த பகுதியைப் பூஞ்சோலை என்று அழைப்பதுபோல மாமரங்கள் நிறைந்த பகுதி மாஞ்சோலை என்று அழைக்கப்படுகிறது.

மணிமுத்தாறு சங்கிலி கேட்டிலிருந்து மாஞ்சோலைக்குச் செல்லும் மலை சாலையில் மாஞ்சோலையிலிருந்து 2 கிலோ மீட்டர் முன்பாகவே மாஞ்சோலையின் எல்லை ஆரம்பமாகிறது. அதில் ஒரு கேட் உள்ளது. எந்த வாகனம் மாஞ்சோலைக்குள் சென்றாலும் மாஞ்சோலையிலிருந்து வெளியே வந்தாலும் அந்தக் கேட்டில் வாகனப்பதிவு செய்து விட்டுத்தான் போக வேண்டும், வர வேண்டும். அந்தக் கேட் தாண்டி அரை கிலோ மீட்டர் தூரத்தில் மாஞ்சோலை மலைக்கு வரும் அனைவரையும் வரவேற்பது போலப் பழமையான சிறப்பு வாய்ந்த பக்தி நிறைந்த வனப்பேச்சி அம்மன் கோயில் உள்ளது. அடுத்து மாஞ்சோலையைத் தொடும்போது புனித அந்தோணியார் ஆலயம் இன்முகத்தோடு அனைவரையும் வாழ்த்தி வரவேற்கும். தொடர்ந்து பேருந்து நிலையம் வந்தவுடன் அங்குள்ள மகா கணபதி பிள்ளையார் கோயில் காட்சி கொடுக்கும். அந்தப் பேருந்து நிலையம் தாண்டி வரும்போது 50 படிகள் கொண்ட உயரத்தில் உள்ள சி.எஸ்.ஐ கிறிஸ்துநாதர் ஆலயம் சிரித்துக்கொண்டே எல்லோரையும் எதிர்பார்க்கும். மாஞ்சோலை எஸ்டேட் தொழிலாளர்கள் குடியிருப்புப் பகுதிக்குள் சென்றால் இஸ்லாமியரின் பள்ளிவாசல் பரவசத்துடன் பாசம் காட்டும். இப்படி மாஞ்சோலை எஸ்டேட் சமத்துவம் போற்றும் சகோதரத்துவ மணம் வீசும் பகுதியாக விளங்குகிறது.

மாஞ்சோலை எஸ்டேட்டில் நிர்வாக வசதிக்காக மாஞ்சோலை டிவிசன், சுண்ணாம்பில் டிவிஷன், காப்பி டிவிஷன் என மூன்று பிரிவுகளாகப் பிரிக்கப்பட்டுத் தனித்தனிக் கள அதிகாரிகள் மேற்பார்வையில் பணிகள் நடைபெற்றன. எல்லா எஸ்டேட்களுக்கும் மாஞ்சோலையே தலைமையிடமாக இருப்பதால் இங்கு ஒரு குரூப் ஆபீஸ் உள்ளது. அது தவிர மாஞ்சோலையில் ஒரு எஸ்டேட் ஆபீஸ் உள்ளது. இங்கு குரூப் மேனேஜர் ஒருவரும் எஸ்டேட் மேனேஜர் ஒருவரும் உதவி மேனேஜர் ஒருவரும் களப்பணிகளை மேற்கொண்டுவருகிறார்கள். இங்கு எல்லா எஸ்டேட் மக்களுக்கும் சிகிச்சை அளிக்க உள் நோயாளிகளை அனுமதித்து மருத்துவம் செய்யும் பெரிய மருத்துவமனை ஒன்று உள்ளது. இங்கு ஒரு தொடக்கப் பள்ளியும் ஓர் உயர்நிலைப் பள்ளியும் இரண்டு பால்வாடிகளும் உள்ளன.

மாஞ்சோலையில் வீரபாகு பிள்ளை என்கிற அதிரசம் பிள்ளை என்பவர் இட்லிக் கடை நடத்தி வந்தார். அவர் வீடு வீடாகச் சென்று இட்லி, வடை, அதிரசம் போன்றவற்றை விற்பனை செய்வார். மக்களுக்குக் கடனுக்காகப் பலகாரங்கள் கொடுத்து விட்டு அவர்கள் வீட்டின் சுவரில் கரிக்கட்டையை வைத்துக் கணக்கைக் குறித்துவைப்பது வழக்கம். மாதந்தோறும் தொழிலாளர்

களுக்குச் சம்பளம் போடும் 7ஆம் தேதி அன்று கடனை வசூல் செய்வார். அவர் செய்யும் பலகாரம் மிகுந்த சுவையாக இருக்கும். அதுபோல மாஞ்சோலையில் உள்ள மருத்துவமனைக்குத் தினந்தோறும் காலையில் சென்று இட்லி, வடை, அதிரசம் விற்பனை செய்வதையும் அவர் வழக்கமாக வைத்திருந்தார். மாஞ்சோலை மக்கள் அந்த வீரபாகு பிள்ளையை அதிரசம் பிள்ளை என்றே பாசமாக அழைப்பார்கள். அங்குப் பெரிய கடை வீதியும் உள்ளது. அந்தக் கடை வீதியை அலங்கரிக்க எஸ்டேட் பேக்கரி என்ற ரொட்டிக் கடையைத் தூத்துக்குடியைச் சேர்ந்த மார்டின் பெர்னான்டோ என்பவர் நடத்தி வந்தார். அவர் குடும்பத்தோடு இங்குதான் வாழ்ந்துவந்தார். அந்தப் பேக்கரி மிகவும் புகழ்பெற்றது. அங்குதான் எல்லாப் பண்டங்களும் தயாரிக்கப்படும். கூடை கேக், சின்ன பன்ரொட்டி, பெரிய பன்ரொட்டி, (அதில் ஒரு திராட்சைப்பழம் இருக்கும்), பெரிய பிரட், குருவி பிஸ்கட். குச்சி பிஸ்கட் எல்லாம் கமகமவென்று மணக்கும். மாஞ்சோலை மருத்துவமனையில் உள்ள நோயாளிகளுக்கெல்லாம் இந்தப் பேக்கரியிலிருந்துதான் பண்டங்கள் பரிமாறப்படும். தற்போதும் அந்தப் பேக்ரி உள்ளது. அதை மார்டின் பெர்னான்டோ நடத்தவில்லை என்றாலும் இப்போது அந்தப் பேக்கரியின் டீ ரஸ்க் சுவையே தனிச் சுவைதான். அதேபோல மாஞ்சோலை பேருந்து நிலையத்தில் பாண்டியன் டீக்கடை என்றால் தனி ரகம். அங்கு வடையும் சூடான டீயும் மிகவும் ருசியாக இருக்கும். அடுத்து சூப்பிக் கடை என்ற அலிகுட்டி கங்காணி கடையின் மிச்சரும் முறுக்கும் எங்கும் கிடைக்காது.

முடிவெட்ட வேண்டுமென்றால் கன்னியப்பன் கடையில் தான் வெட்ட வேண்டும். ஞாயிற்றுக்கிழமைகளில் அங்கு முடிவெட்ட வரிசையில் நிற்க வேண்டும். அங்கு முடிவெட்டும் ஸ்டைலே தனிதான். அதற்கருகில் மாடசாமி அவர்களின் பலசரக்குக்கடை. அது பகல் நேரத்திலும் பரபரப்பாக இயங்கும். பக்கத்தில் இருக்கும் கூட்டுறவுப் பண்டகசாலை எப்போதும் மக்கள் நடமாட்டத்துடனே காணப்படும். வடிவேல் கங்காணி நடத்திய பலசரக்குக் கடையிலும் கம்பெனி கடையிலும் மக்களுக்குத் தேவையான எல்லாப் பொருட்களும் கிடைக்கும். ஒவ்வொரு ஞாயிற்றுக்கிழமையிலும் மாஞ்சோலை எஸ்டேட் பேருந்து நிலையம் கீழ்ப் பக்கம் காதர் பாய் மட்டன் கடையில் ஆட்டிறைச்சி கிடைக்கும். அவருக்கு முன்பு அவரது தகப்பனார் மொன்னா முகம்மது மட்டன் கடை நடத்திவந்தார்.

மாஞ்சோலையில் 1930ஆம் ஆண்டு கட்டப்பட்ட வரலாற்றுச் சிறப்பு மிக்க மாஞ்சோலை குரூப் மேனேஜர் பங்களாவும் மாஞ்சோலை எஸ்டேட் மேனேஜர் பங்களாவும் இன்றும்

பழைமையைப் பறைசாற்றிக்கொண்டிருக்கின்றன. 1948ஆம் ஆண்டு கட்டிய மாஞ்சோலை மருத்துவமனை இன்றும் மக்களுக்குச் சுகவாழ்வு கொடுத்துக்கொண்டிருக்கிறது. 27.5.1964 அன்று பாரதப் பிரதமர் ஜவஹர்லால் நேரு இறந்தார். அவர் இறந்த மறுநாள் அவருக்கு அஞ்சலி செலுத்த மாஞ்சோலை பேருந்து நிலையத்திலிருந்து உயர்நிலைப் பள்ளிவரை ஆயிரக்கணக்கான மக்கள் ஒன்று கூடி ஊர்வலம் சென்றார்கள். அவர் நினைவாக அந்த உயர்நிலைப் பள்ளி அருகில் அன்று நட்டு வைத்த ஆலமரக்கன்று இப்போது விருட்சமாக ஓங்கி உயர்ந்து வளர்ந்து சரித்திரச் சான்றாக நிற்கிறது.

மாஞ்சோலை 4ஆம் நம்பர் தேயிலைக் காட்டில் உயரமான ஒரு பாறையின் மேல் V என்ற அடையாளத்துடன் ஒரு பெரிய சிலுவை உள்ளது. அதன் முக்கியத்துவம் என்னவென்றால் இரண்டாம் உலகப் போரில் இங்கிலாந்து நாடு பெற்ற வெற்றியைப் பிரிட்டிஷ்காரர்கள் கொண்டாடினார்கள். அந்த வெற்றியைக் குறிக்கும் விதத்தில்தான் உயரமான அந்த இடத்தில் V என்ற அடையாளத்துடன் அந்தச் சிலுவையை நிறுவியுள்ளார்கள். அது இன்றும் அந்த மலைப்பகுதியில் அழகிய ஒரு நினைவுச் சின்னமாகவே உள்ளது. கிறிஸ்தவர்களின் முக்கியமான பண்டிகை நாளான புனித வெள்ளிக்கிழமை அன்று கூட்டமாக மக்கள் அந்த இடத்திற்கு நடைபயணமாகச் சிலுவைப் பாதை சென்று மெழுகுவர்த்தி பற்ற வைத்து ஜெபம் செய்வார்கள்.

மாஞ்சோலை ரிஷி ஓடை 18ஆம் நம்பர் தேயிலைக் காட்டில் உள்ள வரைக்கட்டு என்ற இடத்தில் ஒரு வியூ பாயின்டும் மாஞ்சோலை உயர் நிலைப்பள்ளி அருகில் உள்ள 5ஆம் நம்பர் தேயிலைக் காடு பக்கம் உள்ள வட்டப்பாறை என்ற இடத்தில் ஒரு வியூ பாயின்டும் உள்ளன. அந்தப் பகுதியிலிருந்து கீழே பார்த்தால் மணிமுத்தாறு அணையின் எழில் மிக்க தோற்றம் தெரியும். அதே போல் 5ஆம் நம்பர் காடு வியூ பாயின்ட் பகுதியிலிருந்து கீழே பார்த்தால் அம்பாசமுத்திரம் கல்லிடைக்குறிச்சி நகரப் பகுதிகளும் அங்குள்ள மலைச்சாலைகளும் தெரியும். மாஞ்சோலையில் ஆயிரக்கணக்கான ஏக்கர் மலைத்தோட்டத்தில் தேயிலைப்பயிர் விளைந்து தேயிலைக் காடுகள் கண் கொள்ளாக் காட்சியாக உள்ளன. தேயிலைத் தயாரிப்பதற்காக ஒரு பெரிய தொழிற் சாலையும் உள்ளது. தமிழ்நாட்டில் காமராஜர் முதல் அமைச்சராக இருந்தபோது மாஞ்சோலைக்கு வருகை தந்து மாஞ்சோலைத் தொடக்கப்பள்ளி அருகில் தொழிலாளர்களுக்காக ஒரு மனமகிழ் மன்றத்தை 1.7.1955இல் திறந்து வைத்தார்.

1927ஆம் ஆண்டு முதன்முதலாகச் சிங்கம்பட்டி மலைப்பகுதியைச் சர்வே செய்வதற்காக BBTC கம்பெனி சார்பாக

மேற்குத் தொடர்ச்சி மலைக்குச் சென்ற சர்வே குழுவின் தலைவர் எஸ்.ஆர். அர்மிடேஜ் (S.R.Armitage) அந்தப் பகுதியில் சில காலம் வாழ்ந்தார். பின்னர் அவர் ஓய்வு பெற்றுவிட்டார். அவர் வாழ்ந்த காலத்தில் பின்னி என்ற பெயர் கொண்ட ஒரு நாயைச் செல்லமாக வீட்டில் வளர்த்துவந்தார். அந்த நாய் இறந்தவுடன் மாஞ்சோலை 25ஆம் காடு அருகில் உயரமான மலைப்பகுதி மொட்டையின் உச்சியில் அடக்கம் செய்து கல்லறை கட்டியுள்ளார். அந்த இடம் இப்போதும் பின்னிமலை, பின்னி மொட்டை, நாய்க் கல்லறை என்று அழைக்கப்படுகிறது.

காக்காச்சியில் உள்ள குளோப் மைதானம்

கண்கவர் காக்காச்சி

மேற்குத் தொடர்ச்சி மலையில் மாஞ்சோலை எஸ்டேட் பகுதியின் அதிகபட்ச உயரத்தில் இருப்பது காக்காச்சி எஸ்டேட் தான். காக்கா பறக்காத இடம் என்பதால் காக்காச்சி என்று அந்த இடத்திற்குப் பெயர் வந்ததாக அந்தப் பகுதியின் பெரியவர்கள் சொல்கிறார்கள். காக்காச்சியில் பிறந்து வளர்ந்தவர்கள் பலர் கருப்பு நிறம் கொண்டவர்கள் என்றாலும் அவர்கள் மேனி மினு மினுப்பாகவே இருந்தது. மாஞ்சோலை, நாலுமுக்கு, ஊத்து, குதிரைவெட்டி பகுதிகளில் காக்காச்சியைச் சேர்ந்தவர்கள் எங்கிருந்தாலும் தனியாகக் கண்டுபிடித்துவிடலாம். அவர்கள் தோற்றமே காட்டிக் கொடுத்துவிடும். அங்குப் பிறந்த சிலருக்கு என்ன காரணமோ தெரியவில்லை உள்ளங்கைகூட மிகவும் கருப்பாக இருக்கும். இன்னும் சிலருக்கு நாக்குகூடக் கருப்பாகவே

இருக்கும். அந்த மலைப்பகுதியிலேயே காக்காச்சி மிக உயரத்தில் இருப்பதால் தட்பவெப்பச் சூழ்நிலைகூட அதற்குக் காரணமாக இருக்கலாம்.

காக்காச்சி கன்னியாகுமரி கடல்மட்டத்திலிருந்து சரியாக 4317அடி உயர மலையில் உள்ளது. கன்னியாகுமரியிலிருந்து சுமார் 80 கிலோ மீட்டர் தூரத்தில் அமைந்துள்ளது. தொழிலாளர் தோழர்கள் இந்த எஸ்டேட்டில் குடியிருப்பது குறைவுதான் என்றாலும் எந்த எஸ்டேட்டிலும் இல்லாத எழில் மிகு சோலையும் அந்தச் சோலைக்கு நடுவில் சுமார் 100 ஏக்கர் பரப்பளவில் வட்ட வடிவில் பச்சைப் பசேலென்று பசும்புல் வெளியும் காணப்படும். அந்த அழகான புல்வெளிக்கு இடையிடையே ஆங்கிலேயர்கள் விளையாடும் வட்ட வடிவிலான கால்ஃப் விளையாட்டு மைதானங்கள். அவற்றில் அழகிய சிறு சிறு நீரோடைகள். அந்த நீரோடைகளைத் தாண்டிச் செல்லக் குட்டிக் குட்டி மரப்பாலங்கள் அந்த 100 ஏக்கர் வட்டவடிவமான புல்வெளியைச் சுற்றி வேலி அமைத்ததுபோலச் சுமார் 100 அடிக்கும் உயரமான யூக்கலிப்டஸ் மரங்கள் அடர்த்தியாகக் காணப்படும். அந்த அகன்ற புல்வெளியின் இடது பக்கம் நீர்க் கோரைகள் வளர்ந்து ஏரி போலக் காட்சியளிக்கும் அழகிய நீர்த் தேக்கம் உள்ளது. காலைக் கதிரவன் உதிக்கும்போதும், பின் அது சாயும்போதும் முன்னிரவின் நீல வானில் நிலா மெதுவாக எட்டிப் பார்ப்பதும் லேசான மேகக் கூட்டமும் மேக மூட்டமும் கண்கவர் காட்சியாக இருக்கும். அப்போது வீசும் வாடைக்காற்றும் அந்த வாடைக்காற்றைக் கிழித்துக்கொண்டு வாகனங்கள் செல்லும் போதும் நம்மைத் தழுவும் இயற்கையின் அழகுக்கு அளவே இல்லை. காக்காச்சி மலையில் BBTC நிர்வாகத்தின் மூலம் கம்பளி ஆடுகள் வளர்க்கப் பட்டன. அந்த 100 ஏக்கரில் காணப்படும் பச்சைப் பசேலென்ற புல்வெளியில் கம்பளி ஆடுகள் மந்தை மந்தையாக ஓடுவது காண்போரை மெய்சிலிர்க்க வைக்கும். சாதாரண வெள்ளாடு, செம்மறி ஆடுகளைப் போல் அல்லாமல் ஓங்கி வளர்ந்து, சதைப் பிடிப்போடு அதன் உடலின் மேல் கம்பளி முடிகள் மொத் மொத்தென்று அதிகமாக வளர்ந்திருக்கும். அந்தக் கம்பளி முடிகள் வளர வளர வெட்டி எடுப்பது வழக்கம். அந்த ஆடுகளைப் பராமரிப்பதற்காகவே பலர் அங்கு பணியமர்த்தப்பட்டார்கள்.

அதனைவிட ரசனை அந்த 100 ஏக்கர் புல் வெளியின் நடுவில் அடிமட்டம் கருங்கல் என்றாலும் உயர்மட்டம் மரப் பலகைகளான ஒரு பெரிய சிற்றுண்டி விடுதி இருந்தது தான். அழகிய பசும்புல் வெளி. அதன் நடுவே அந்த விடுதி கொள்ளை அழகு. அந்தச் சிற்றுண்டி விடுதியை நடத்தியவர், அந்தக் காலத்தில் காங்கிரஸ் கட்சியில் கடமை தவறாத செயல் வீரராக இருந்த அண்ணாச்சி

செல்வராஜ். திருநெல்வேலியிலிருந்து கோதையாறு செல்லும் பேருந்தும் கோதையாறு பகுதியிலிருந்து பாபநாசம் செல்லும் பேருந்தும் தினமும் காலைச் சிற்றுண்டிக்காக அந்தக் கடை முன்பு நிற்கும். மக்கள் வேகமாக இறங்கிச் சில்லென்ற வாடைக் காற்றின் நடுவே, சில நேரங்களில் இளந்தூறலோடு பெய்யும் மழையில் சுடச்சுட அந்தக் காலை உணவைச் சாப்பிடும் சுவை இருக்கிறதே அதற்கு ஈடு இணை எதுவும் இல்லை. அங்குப் பணி புரிந்த துரை, பிலிப் ஆகிய இருவரும் அந்த நேரத்தில் பம்பரமாய்ச் சுழல்வார்கள். எப்போதும் அந்த நேரத்தில் நல்ல குளிர் இருக்கும். உடம்பு கிடுகிடுவென்று குளிரால் நடுங்கும். அப்போது ஆவி பறக்கச் சூடான இட்லி, தோசை, வடை சுவையான சாம்பார் சட்னியுடன் சாப்பிட்டதும் அந்த இடத்திலேயே ஜெர்சி மாட்டில் கறந்து காய்ச்சப்பட்ட சூடான ஒரு டம்ளர் பால் கிடைக்கும். அந்தக் குளிருக்கு அதை நினைத்தாலே இப்போதும் இனிக்கிறது. இப்போதுள்ள கடைகளில் முதலிலேயே பணம் கொடுத்து டோக்கன் வாங்குவது போலவோ அல்லது சாப்பிட்ட பின் பில் போட்டுப் பணம் கொடுப்பது போலவோ எந்த வழக்கமும் அங்குக் கிடையாது. மக்கள் தாங்கள் சாப்பிட்டதற்கான கணக்கைச் சொல்லிப் பணம் கொடுத்துவிட்டுப் போவார்கள். பிற்காலத்தில் வனத்துறையின் கெடுபிடியால் அந்தக் கடை எடுக்கப்பட்டு விட்டது. இதனால் அந்த இடமே வெறிச்சோடிவிட்டது.

காக்காச்சியில் குறைவான தொழிலாளர்கள் பணிபுரிந்தாலும் அங்கேயும் ஒரு பாத்திமா அன்னை ஆலயம் இப்போதும் மக்களால் வழிபடப்பட்டுவருகிறது. ஒரு தொடக்கப்பள்ளி உண்டு. (பிள்ளைப்பாடி) பாலர்வாடி உண்டு. அழகிய பங்களா ஒன்று அந்தக் காலத்திலேயே எஸ்டேட் நிர்வாகிக்காகக் கட்டப்பட்டுள்ளது. தற்போதைய துரித செய்தித் தொடர்பு, தொழில்நுட்பம் போல அன்றைய காலங்களில் கிடையாது. எனவே தேர்தல் காலங்களிலும் முதலமைச்சர், கவர்னர், பிரதமர், ஜனாதிபதி போன்ற பிரமுகர்கள் வருகையின்போதும் கம்பி இல்லா தந்தி மூலம் துரித செய்தி சேகரிப்புக்காகக் 'காக்காச்சி மலைப்பகுதி உயரமாக இருப்பதால்' அந்தத் துறையைச் சார்ந்தவர்கள் அங்குத் தற்காலிகக் கூடாரம் அடித்து முகாம் இட்டுக் கம்பி இல்லாத் தந்தி சேவைப் பணியை அடிக்கடி செய்வார்கள். அவ்வளவு முக்கியமான இடம் காக்காச்சி மலைப்பகுதி. இந்தக் கம்பி இல்லாத் தந்தி வசதி அங்கு இருந்ததால் தேர்தல் முடிவுகள் அங்குள்ள மக்களுக்கு உடனே கிடைத்துவிடும்.

மே மாதம் முதல் நாள் தொழிலாளர்களுக்கு விடுமுறை என்பதால் அந்த நாளில் மாஞ்சோலை, காக்காச்சி நாலுமுக்கு, ஊத்து, குதிரைவெட்டி எஸ்டேட் பகுதியைச் சேர்ந்த ஆயிரக் கணக்கான தொழிலாளர்களும் காக்காச்சியில் ஒன்று கூடுவார்கள்.

அவர்களுக்கு விளையாட்டுப் போட்டிகள் நடைபெறும். ஆண்களும் பெண்களும் கூடி வெற்றிக் களியாட்டத்தில் ஆடிப் பாடி மகிழ்வார்கள். அப்போது பல தற்காலிகக் கடைகள் அங்கு முளைத்து மறுநாள் மூடப்படும். எல்லா எஸ்டேட் மக்களிடையேயும் போட்டிகள் நடக்கும் பலரும் வெற்றிக் கோப்பையைத் தட்டிச் செல்வார்கள். அந்தநாள் எஸ்டேட் மக்களின் ஒற்றுமையின் கூடாரமாகக் கண்கவர் காக்காச்சி காட்சியளிக்கும்.

நவரசம் கொண்ட நாலுமுக்கு (மணிமுத்தாறு) எஸ்டேட்

21.10.1942இல் கட்டப்பட்ட நாலுமுக்கு எஸ்டேட் பாலம்

மாஞ்சோலைப் பகுதியில் உள்ள எஸ்டேட்களில் நாலுமுக்கு எஸ்டேட் தனித்தன்மை வாய்ந்தது. முதலில் இந்த எஸ்டேட்டின் பெயரே வித்தியாசமானது. கம்பெனி விதிமுறைப்படி இந்த எஸ்டேட் பெயர் மணிமுத்தாறு எஸ்டேட்தான். ஏனென்றால் இந்த நாலுமுக்குப் பகுதியில்தான் மணிமுத்தாறு என்ற ஆற்றின் ஆரம்ப நிலையிலான சின்னச் சின்ன ஆறுகள் உருவாகி வருகின்றன. நாலுமுக்கு எஸ்டேட் போவதற்கு ஒரு கிலோ மீட்டர் தூரத்திற்கு முன்பு ஒரு ஆற்றுப்பாலம் உள்ளது. அந்த ஆறுதான் மணிமுத்தாறு எனவேதான் 1929இல் கம்பெனி ஆரம்பிக்கப்பட்ட காலத்திலேயே இந்த எஸ்டேட்டுக்கு மணிமுத்தாறு எஸ்டேட் என்று ஆவணப் பதிவேட்டில் குறிப்பிடப்பட்டுள்ளது. பேச்சு வழக்கில் நாலுமுக்கு எஸ்டேட் என்று பெயர் வந்தது. ஏனென்றால் தற்போது இருக்கும் நாலுமுக்குப் பஸ் ஸ்டாண்டில் ஒரு நாலு முக்கு ரோடு சந்திப்பு இருந்தது. அந்தப் பஸ் ஸ்டாண்டிலிருந்து

கிழக்குப் பக்கமாகக் காக்காச்சி மாஞ்சோலை செல்லும் ரோடும், மேற்குப் பக்கமாக ஊத்து, குதிரைவெட்டி செல்லும் ரோடும், தென்மேற்குப் பக்கமாக நாலுமுக்குப் பப்பு கங்காணி முக்கு செல்லும் ரோடும், தென்கிழக்குப் பக்கமாக நாலுமுக்கு ஊருக்குள் அச்சாய கடை வழியாக சி.எஸ்.ஐ. ஆலயம் செல்லும் ரோடும் (இப்போது அது கோதையாறு செல்லும் ரோடு; அப்போது கோதையாறு உருவாகவில்லை) சந்திக்கும் இடத்திற்குப் பெயர்தான் நாலுமுக்கு ரோடு. அந்த நாலுமுக்கு ரோடு பின்னர் நாலுமுக்கு எஸ்டேட் என்று ஆகிவிட்டது. பிற்காலத்தில்தான் மாட்டுப்பட்டி முக்கு, 10ஆம் காடு முக்கு, 1ஆம் காடு முக்கு என்ற பகுதிகள் அந்த எஸ்டேட்டில் உருவாகின. பப்பு கங்காணி முக்கு மட்டும்தான் பழைய இடம். இந்த விவரத்தை அந்த நாலுமுக்கு எஸ்டேட்டில் 1947ஆம் ஆண்டு பிறந்து வளர்ந்த உமானந்தன் போன்ற மூத்த எஸ்டேட் குடிமக்கள் சொல்கிறார்கள். அதுவே பிற்காலத்தில் அரசாங்க ஆவணங்களில் நாலுமுக்கு என்றும் பதிவாகிவிட்டது. இங்கு எஸ்டேட் மேனேஜர் பங்களாவும் உதவி மேனேஜர் பங்களாவும் உள்ளது. 1947ஆம் ஆண்டில் துவக்கப்பட்ட BBTCஎய்டட் தொடக்கப் பள்ளி உள்ளது. மாஞ்சோலை பகுதியில் உள்ள 5 எஸ்டேட்களிலேயே சாலைச் சந்திப்பு உள்ள ஒரே எஸ்டேட் நாலுமுக்கு எஸ்டேட் மட்டும்தான். ஏனென்றால் ஏற்கனவே குறிப்பிட்டுள்ளபடி மாஞ்சோலை, காக்காச்சி சாலை, ஊத்து, குதிரைவெட்டி செல்லும் சாலை, கோதையாறு செல்லும் சாலை ஆகிய மூன்று சாலைகளும் சந்திக்கும் இடமாக நாலுமுக்கு எஸ்டேட் உள்ளது. காவல் நிலையம், அஞ்சல் அலுவலகம், வருவாய் அலுவலகம் தேர்தல் ஆணையம், பேருந்து என எல்லாவற்றிலும் நாலுமுக்கு என்றே பதிவாகியுள்ளது. எனவே அரசாங்க ஆவணப்படி நாலுமுக்கு எஸ்டேட் என்பதும், BBTCஆவணப்படி மணிமுத்தாறு எஸ்டேட் என்பதும் ஒன்றுதான். மாஞ்சோலையிலிருந்து சுமார் 9 கிலோ மீட்டர் தொலைவில் நாலுமுக்கு எஸ்டேட் உள்ளது.

நாலுமுக்கு எஸ்டேட்டில் மலைத்தோட்டப் பயிரான தேயிலைப்பயிர் செழித்து வளம் கொழிக்கும் பல தேயிலைக் காடுகள் உள்ளன. ஏலம், காப்பிப் பயிர்களும் பல ஏக்கர் கணக்கில் விளைச்சல் செய்து ஏலக்காய் ஸ்டோரில் ஏலக்காயும் காப்பி ஸ்டோரில் காப்பிக் கொட்டையும் பதப்படுத்தப்பட்டன. நாலுமுக்கு எஸ்டேட் பேருந்து நிலையத்தில் அஞ்சல் அலுவலகம் உண்டு. ஒரு சி.எஸ்.ஐ கிறிஸ்தவ ஆலயம், ரோமன் கத்தோலிக்க (கிறிஸ்து அரசர்) ஆலயம், நாராயண குரு கோயில், பிள்ளையார் கோயில், அம்மன் கோயில், கருப்பசாமி கோயில் உட்பட பல வழிபாட்டுத் தலங்கள் இருக்கின்றன. மக்கள் அந்தந்த தலங்களில் இப்போதும் வழிபட்டு வருகிறார்கள்.

நாலுமுக்கு கிறிஸ்து அரசர் ஆலயம்

அங்கு பழைய கடை, புதுக்கடை, ஜோஸ் டெய்லர் கடை, கணக்குப்பிள்ளை டீக்கடை (பின்னாளில் அச்சாய டீக்கடை), மாடமுத்து முடி திருத்தும் கடை, ஜோதி பலசரக்குக் கடை, துணிக் கடை, பீர் பாய் என்பவரின் கசாப்புக் கடை, பப்பு கங்காணி முக்கு பரமு கங்காணி கடை, கருப்பன் கடை, மணி கடை, பிச்சமுத்து கடை, நடராஜன் கங்காணி கடை, சசி கடை, மாட்டுப்பட்டி முக்கு, மாடசாமி டீக்கடை, அப்துல் கடை, சந்திரன் கடை, லட்சுமணன் கங்காணி கடை, ராமர் கடை, பொன்னப்பன் டீக்கடை, முத்தையா கடை, சுடலை மட்டன் கடை, ஜோர்ஜ் டீக்கடை, 10ஆம் காடு முக்கு மாகாளி கடை இப்படிப் பல கடைகள் இருந்தன. நாலுமுக்கு எஸ்டேட் நாட்டுப் புறத்தைப் போல எப்போதும் பரபரப்புடன் காணப்படும். இப்போது குஞ்சுமோன் டீக்கடையும் ரமேஷ் பேக்கரியும் மட்டும் செயல்பட்டுவருகின்றன. தங்கவேலு, சுப்பிரமணியன், முருகேசன் ஆகியோர் பலசரக்குக் கடை வைத்துள்ளார்கள். நாலுமுக்கு எஸ்டேட் மேலக்கடை என்று சொல்லப்படும் இடத்தில் ராஜகடை என்ற அச்சாயன் கடையை முன்பு வைத்திருந்த கணக்குப் பிள்ளை கடையில் மொறுமொறுவென்று பருப்பு வடை, எங்குமே கிடைக்காத உள்ளங்கை அளவிலான தோசை, மாட்டுப்பட்டி மாடசாமி கடை போண்டா, பொன்னப்பன் கடை பஜ்ஜி, சேட்டன் கடை புட்டு, பயிறு, பப்படம்... இதையெல்லாம் மறக்கவே முடியாது.

நாலுமுக்கு எஸ்டேட்டில் மொட்டச்சி மலை என்ற மலையில் அற்புதமான சிறிய ஆறு உற்பத்தியாகி அது 100 ஏக்கர், ரத்தினசாமி

கங்காணி குளிக்கும் இடம், 50 ஏக்கர், ஆடுபாலம், 1ஆம் காடு 3ஆம் காடு 7ஆம் காடு போன்ற இடங்கள் வழியாகச் சென்று நாலு முக்கில் உள்ள மணிமுத்தாறு பாலம் வழியாகப் பெரிய ஆறாக அழகிய தோற்றத்துடன் வடிவெடுத்து இறுதியில் மலைமுகடுகளில் நுழைந்து, வளைந்து மணிமுத்தாறு அணையில் கலக்கிறது. அந்த ஆறு நாலுமுக்குக் கருப்பசாமி கோயில் அருகில் கோதையாறு செல்லும் சாலையின் குறுக்கே செல்லும்போது மக்கள் அந்த ஆற்றைக் கடப்பதற்காக ஒரு தொங்கு பாலம் இருந்தது. அந்தத் தொங்கு பாலம் அழகிய தோற்றத்துடன் காணப்படும். சுமார் 200 அடி ஆற்றை மக்கள் கடந்து செல்வதற்காக அந்தப் பாலம் அமைக்கப்பட்டது. அழகிய மரச்சிராய்ப்புப் பட்டைகளை வைத்து ஒன்றை ஒன்று அடுத்தடுத்துப் பின்னப்பட்டு, தாங்கிப்பிடிக்கத் தூண்கள் இல்லாமல், கைப்பிடிக்க எதுவும் இல்லாமல் வித்தியாசமான தோற்றத்துடன் அந்தப் பாலம் காணப்படும். அந்தப் பாலத்தில் மக்கள் நடக்கும்போது அது ஆட்டம் காணும். எனவேதான் அந்தப் பாலத்தின் பெயர் ஆடுபாலம். பார்ப்பதற்கு விசித்திரமான தோற்றத்தோடு காணப்படும். இதேபோல 7ஆம் நம்பர் தேயிலைக்காடும் 4ஆம் நம்பர் தேயிலைக்காடும் உள்ள மலைச்சரிவான பக்கத்தில் அதே ஆறு ஓடுகிறது. சுமார் 150 அடி நீளத்தில் அங்கும் ஒரு ஆடுபாலம் உள்ளது. அதுவும் எழில் மிகு தோற்றத்தோடு பழமையாக இருக்கும். தற்போது இந்தியாவின் வடகிழக்கு மாநிலமான மேகாலயா மாநிலத்தில் அதேபோல மரங்களின் வேர்களால் பின்னப்பட்டுள்ள ஒரு தொங்குபாலம் உள்ளது. அதற்கு பெயர் Living roots என்பதாகும்.

நாலுமுக்கு எஸ்டேட்டில் பணிபுரிந்த தொழிலாளர்கள் போராட்ட குணம் படைத்தவர்கள். பல போராட்டங்களைச் சந்தித்தவர்கள். 1968ஆம் ஆண்டு தேவராஜ், ஜோதி, பெருமாள் ஆகிய தொழிற்சங்கத் தலைவர்களை B.B.T.C. நிர்வாகம் வேலை நீக்கம் செய்த போது 45 நாட்கள் அதிகாரிகளையும் வெள்ளைக் காரர்களையும் எதிர்த்துப் போராடினார்கள். அந்த மூவரும் ஒன்றரை ஆண்டுகள் கழித்து மீண்டும் வேலைக்கு அமர்த்தப் பட்டனர். அது இந்த நாலுமுக்கு எஸ்டேட் தொழிலாளர்களின் ஒற்றுமைக்குக் கிடைத்த மிகப்பெரிய வெற்றியாகும். அதேபோல மாஞ்சோலை, எஸ்டேட் பகுதிகளில் 1952ஆம் ஆண்டு தொழிற் சங்கம் வைக்க வேண்டும் என்று தொழிலாளர்கள் கடுமை யாகப் போராடிச் சிறை சென்றார்கள். ஒன்றரை ஆண்டுக் காலம் கழித்துத் தொழிற்சங்க அங்கீகாரம் பெற்று, காங்கிரஸ் கட்சியின் தொழிற்சங்க அமைப்பான ஐ.என்.டி.யு.சி. (Indian national Trade Union Congress) என்ற தொழிற்சங்கம் தொழிலாளர்களிடையே மிக வலுவாகக் காலூன்றி நின்றது. தொழிலாளர் சட்டப்படி தொழிலாளர்கள், நிர்வாகத்தினரிடையே நல்லுறவுக்காக

வேலைக்குழு என்ற அமைப்பு செயல்படும். அந்த அமைப்பிற்கு ஐந்து ஆண்டுக்கு ஒரு முறை தேர்தல் நடைபெறும். அந்தத் தேர்தலில் எல்லாத் தொழிற்சங்கங்களின் சார்பாகவும் போட்டியிடுவார்கள். தேர்தல் அனைத்திலுமே காங்கிரஸின் தொழிற்சங்கம் மட்டும்தான் எல்லா எஸ்டேட்களிலும் வெற்றி பெறும். ஆனால் அதை உடைத்தெறிந்து எல்லா எஸ்டேட்களிலுமே முதன்முறையாக ஐ.என்.டி.யு.சி. தொழிற்சங்கத்தை எதிர்த்து 1967ஆம் ஆண்டு நாலுமுக்கு எஸ்டேட்டில் நடந்த வேலைக் குழு தேர்தலில் நாலுமுக்குத் தேயிலைத் தொழிற்சாலைப் பகுதியில் திமுக தொழிற்சங்கமான தோட்டத் தொழிலாளர் முன்னேற்றச் சங்கம் மிகப்பெரிய வெற்றியைப் பெற்று ஒரு புதிய சகாப்தத்தை ஏற்படுத்தியது. ஆம்; அதுவரை அங்கொன்றும் இங்கொன்றுமாக இருந்த திமுக மாஞ்சோலைப் பகுதியிலேயே நாலுமுக்கில் அமோக வெற்றி பெற்றது.

மாஞ்சோலை எஸ்டேட்டில் ஐந்து சதவீத மக்கள் மட்டும்தான் கேரளப் பகுதியைச் சேர்ந்தவர்கள். நாலுமுக்கு எஸ்டேட்டில் கிட்டத்தட்டப் பாதிக்குப் பாதி தமிழ் – கேரள மக்கள் வாழ்ந்தார்கள். நாலுமுக்கு எஸ்டேட்டில் வாழ்ந்த கொச்சுப் பொடியன் போன்றவர்களெல்லாம் கேரளத்தை சேர்ந்தவர் என்றாலும் திமுகவில் தீவிரமாகப் பணியாற்றினார்கள். நாலுமுக்குத் தேயிலைத் தொழிற்சாலையில் அதில் திமுக தோட்டத் தொழிலாளர் முன்னேற்றச் சங்கம் சார்பாகப் போட்டி யிட்டு வெற்றி பெற்ற நாணு என்பவரே கேரளத்தைச் சேர்ந்தவர் தான். அவரை எதிர்த்து ஐ.என்.டி.யு.சி சார்பாகப் போட்டி யிட்டவர் ஜேக்கப் வாத்தியார். இவர் பின்னாளில் நாலுமுக்கு எஸ்டேட்டில் ஆசிரியராகப் பணிபுரிந்தார். அதேபோல 1968ஆம் ஆண்டு நாலுமுக்கு எஸ்டேட்டில் நடைபெற்ற மிகப்பெரிய வேலை நிறுத்தப் போராட்டத்தில் நிர்வாகம் தமிழ்நாடு, கேரளம், தமிழ் மக்கள், மலையாள மக்கள் என்ற பிரித்தாளும் கொள்கையைக் கையாண்டது. ஆனால் நாலுமுக்கு எஸ்டேட் தொழிலாளர்கள் மத்தியில் அது எடுபடவில்லை. எவ்வளவோ பிரச்சினைகள் தோன்றினாலும் மக்கள் மத்தியில் ஒற்றுமை குலையவில்லை. நாலுமுக்கு மக்கள் நட்போடும் பண்போடும் வாழ்ந்தார்கள்.

நாலுமுக்கு எஸ்டேட்டில் கிறிஸ்து அரசர் ஆலயம் உள்ளது. இந்த ஆலயத் திருவிழா ஒவ்வொரு ஆண்டும் மே மாதம் இரண்டாவது வாரம் நடைபெறும். அப்போது ஆலய சப்பரம் எஸ்டேட் முழுவதும் வலம் வரும். அனைத்து மக்களும் சாதி மத, பேதம் இல்லாமல் விழாவில் கலந்துகொள்வார்கள். இது அந்த மக்களின் ஒற்றுமையையும் நட்புறவையும் பறைசாற்றும். அந்த ஆலயத்தின் உபதேசியார் ஜான் கென்னடி மிக அற்புதமாக ஆலய

பணி செய்வார். அந்தக் காட்டுப் பகுதியில் விடாத அடை மழை பெய்தாலும், கடும் குளிர் அடித்தாலும் அதிகாலை 5 மணிக்கே இவர் ஆலயத்திற்கு வந்து ஜெபம் செய்வார். ஒருநாள் இவர் அதிகாலையில் ஆலயம் வரும்போது குடியிருப்புப் பகுதியில் யானை நின்றதைப் பார்த்துவிட்டார். உடனே ஆலயத்தின் மணியை ஓயாது அடித்து மக்களை எச்சரிக்கைப்படுத்தி ஆலயத்தில் உள்ள ஒலி பெருக்கியின் முலம் யானை நிற்பது பற்றி மக்களுக்கு அறிவிப்பு கொடுத்துவிட்டார். இப்படி அவர் அந்த ஆலயத்தின் உபதேசியாராக மட்டுமல்லாமல் அந்தப் பகுதியின் பாதுகாவலராகவும் செயலாற்றிவருகிறார்.

நாலுமுக்கு எஸ்டேட்டில் உள்ள ஸ்ரீநாராயண குரு கோவில்

அதேபோல நாலுமுக்கு எஸ்டேட்டில் ஸ்ரீமான் நாராயணகுரு கோயில் உள்ளது. அந்தக் கோயிலின் விழா நடக்கும்போது நாராயண குருவின் பல்லக்கு எஸ்டேட்டின் எல்லாப் பகுதிகளிலும் வலம் வரும். அது கேரள மக்களின் திருவிழா என்றாலும் தமிழ் மக்கள் முழுமையாகக் கலந்துகொள்வார்கள். இது அந்தப் பகுதி மக்களின் சமத்துவத்தை நிலை நாட்டும் விழாவாகக் காட்சி அளிக்கும். ஸ்ரீமான் நாராயண குரு கோயில் 1960களின் ஆரம்பத்தில் கட்டியது. தொழிலாளர்கள் எஸ்டேட் நிர்வாகத்திடம் அந்த மலங்காட்டில் இடம் வாங்கி அந்தப் பகுதி மக்களே வீட்டுக்கு ஒருவர் தினமும் வேலைக்கு வர வேண்டுமென்று கட்டுப்பாடு வைத்து அனைத்து மக்களும் ஸ்ரீமான் நாராயண குரு ஆலயத்தைக் கட்டினார்கள். அந்த ஆலயத்தைக் கட்டிய பெருமை அப்போது நாலுமுக்கு எஸ்டேட்டில் குடியிருந்த

கேரளத்தைச் சேர்ந்த நாராயண குரு பக்தர் சி.கே. கோபாலன் என்ற சி.கே. சார் என்பவருக்கும் கேரளத்தைச் சேர்ந்த வாசு என்ற தவரணை வாசு கங்காணிக்குமே சேரும். அவர்களோடு அந்தக் கால இளைஞர்கள் கொச்சுப் பொடியன், உமானந்தன், பத்மாகரன் போன்றவர்கள் மண் வெட்டி அடித்தளம் இட்டுக் கட்டடம் எழுப்பினார்கள். நாலுமுக்கு எஸ்டேட்டில் இருக்கும் சமய வழிபாட்டுத் தலங்களிலேயே மிகவும் உயரமான இடத்தில் இருக்கும் கோயில் ஸ்ரீமான் நாராயணகுரு கோயில்தான். இந்தக் கோயிலில் நகுலன் என்பவர் செயலாளராக இருந்து சமயப்பணி ஆற்றினார். அதன்பிறகு ரமேஷ் என்பவர் அந்தக் கோயிலில் பூசாரியாகப் பணியாற்றிவருகிறார்.

நாலுமுக்கில் உள்ள கருப்பசாமி கோயிலில் வருடா வருடம் மிகச் சிறப்பாகக் கோயில் கொடை விழா நடைபெறும். அந்த விழாவில் அனைத்துத் தரப்பு மக்களும் கலந்துகொள்வார்கள். அங்குள்ள பிள்ளையார் கோயிலிலும் அவ்வப்போது பூஜை நடைபெறும் அங்குள்ள கருப்பசாமி கோயில் கொடைவிழா மிகவும் பயபக்தியோடும் பரவசத்தோடும் நடைபெறும். அந்தக் கோயிலுக்குக் கோழி சுப்பையா என்பவர் பூசாரியாக இருந்தார். விழாவின்போது மேளம், கரகாட்டம் உட்பட அனைத்து நிகழ்ச்சி களும் நடைபெறும். அந்தக் கருப்பசாமி கோயிலில் பலர் நிர்வாகி களாக இருந்தாலும் குறிப்பாகப் பொருளாளர் தான் திறன் மிகுந்தவராக இருக்க வேண்டும். நாலுமுக்குக் கருப்பசாமி கோயிலில் உமானந்தன் என்பவர் அதிக காலம் பொருளாளராகச் செயல்பட்டார். அதன் பிறகு விஜயகுமார் என்பவர் பொருளாள ராகவும் சுந்தரராஜ் என்பவர் பூசாரியாகவும் இருக்கிறார்கள்.

நாலுமுக்கு எஸ்டேட்டில் தென்னிந்தியத் திருச்சபை ஆலயம்தான் மிகவும் பழமையானது. இந்த ஆலயத்தில் பல குருமார்கள் இறைப்பணி ஆற்றினார்கள். குறிப்பாக இந்தக் கோயில் குட்டியாராக மாரியப்பன் கங்காணி பணிபுரிந்த காலம் பசுமையான காலம் அதே மாதிரி பால் என்பவரும் இந்த ஆலயத்தில் இறைப்பணி ஆற்றி அற்புதமாகப் பிரசங்கம் செய்யக்கூடியவர். இஸ்லாமியருக்கென்று இங்கு பள்ளிவாசல் இல்லையென்றாலும் பெருநாட்களில் இங்குள்ள இஸ்லாமிய மக்கள் அவர்களாகவே கூடித் தொழுகை செய்து கொள்வார்கள். நாலுமுக்கு எஸ்டேட் திருநெல்வேலி மாவட்டத்தின் தென்பகுதி எல்லை.

எழில் மிகுந்த ஊத்து எஸ்டேட்

ஊத்து எஸ்டேட் மாஞ்சோலைப் பகுதி எஸ்டேட்களிலேயே அழகு நிறைந்த எஸ்டேட் ஆகும். மாஞ்சோலையிலிருந்து

சுமார் 12 கிலோமீட்டர் தொலைவில் இந்த எஸ்டேட் உள்ளது. இந்தப் பகுதியின் மலைப்பகுதியை, தேயிலை, காப்பி, ஏலம் பயிரிடுவதற்காகக் காடுகளை வெட்டித் திருத்தம் செய்யும்போது பல இடங்களில் நீரூற்றுகள் இருந்ததால் ஊத்து என்ற பெயர் வந்ததாகப் பெரியவர்கள் சொல்கிறார்கள். நாலுமுக்கு எஸ்டேட்டிலிருந்து ஊத்து எஸ்டேட் செல்லும் வழியில் ஊத்து எஸ்டேட் மேனேஜர் பங்களாவிற்கு முன்பு ஒரு பர்லாங் தூரம் ஏலக்காய் தோட்டம் இருந்தது. அந்த ஏலக்காய் தோட்டத்தின் நடுவில் யூகலிப்டஸ் மரங்கள் ஓங்கி உயர்ந்து வளர்ந்து நிற்கும். அப்போது அந்த இடத்திற்குப் பகலில் சென்றால்கூட இரவில் பயணம் செய்வதுபோல இருக்கும். இந்த ஊத்து எஸ்டேட்டில் மக்கள் வாழும் குடியிருப்புகளுக்கு அருகிலேயே அழகிய தெளிந்த பெரிய நீரோடை சலசலவென்ற சத்தத்துடன் ஓடுவது அந்தப் பகுதிக்கு அழகுக்கு மேல் அழகு சேர்க்கும்.

இந்த எஸ்டேட்டில் தேயிலை, காப்பி, ஏலக்காய் விளைச்சல் இருந்தது. தற்போது முழுக்க முழுக்கத் தேயிலை மட்டுமே பயிரிடப்படுகிறது. இங்கு 1963ஆம் ஆண்டு காப்பிக் கொட்டை பதனிடப்படும் ஒரு எந்திரக் கூடம் ஏற்படுத்தப்பட்டது. 1967இல் ஏலக்காய் பதப்படுத்தும் எந்திரக் கூடம் உருவாக்கப்பட்டது என்றாலும் பிற்காலத்தில் இரண்டும் மூடப்பட்டுவிட்டன. 1949ஆம் ஆண்டு ஊத்து எஸ்டேட்டில் ஒரு அழகிய பங்களா கட்டப்பட்டது. அதன் அழகை ரசித்து அந்தப் பங்களாவிற்கு அக்காலப் பிரிட்டிஷ் மேனேஜர்கள் Swiss Cottage என்ற பட்டப் பெயர் வைத்து மகிழ்ந்தார்கள். மாஞ்சோலையில் பணிபுரிந்த

மேனேஜர்கள் மேல் பகுதியில் உள்ள எஸ்டேட்களுக்கு ஆய்வுப் பணிக்காகச் செல்லும்போது அதில் தங்குவது வழக்கம். அந்தப் பங்களாவிற்கு ஆய்வு மாளிகை என்ற பெயரும் உண்டு. மாளிகையின் வெளிப்புறத்தில் அழகு மிகு தோற்றத்தோடு பசும்புல் தரை உள்ளது. செடிகளும் கொடிகளும் பூக்களும் மாளிகையின் சுவரில் ஒட்டியபடி பச்சைப் பசேலென்று படர்ந்திருக்கும். பூஞ்செடியுடன் கூடிய கண்ணாடி மாளிகை பார்ப்போரைச் சுண்டி இழுக்கும். சுமார் 5 ஏக்கர் நிலத்தில் சுந்தர பவனமாகச் சுற்றுப் புறத்தில் சோலைக் காடுகளுடன் இது காட்சி அளிக்கும். இந்தப் பங்களா 22 அறைகள் கொண்டது. இதுதான் மாஞ்சோலை எஸ்டேட் பகுதியிலேயே பெரிய இயற்கை எழில் மிக்க தோற்றம் கொண்ட பங்களா இந்த அற்புதமான பங்களாவில் வசித்தபடி ஊத்து எஸ்டேட் மேனேஜராகப் பணிபுரிந்த பிறிஸ்லி என்ற வெள்ளைக்காரர் 1966ஆம் ஆண்டு ஆகஸ்ட் மாதம் 12ஆம் நாள் துப்பாக்கியால் சுடப்பட்டு இறந்துவிட்டார். (அவர் இறப்பு பற்றிய செய்தி தனி அத்தியாயமாகக் குறிப்பிடப்பட்டுள்ளது.) அவரது கல்லறை இப்போதும் ஊத்து எஸ்டேட்டில் உள்ளது.

1971ஆம் ஆண்டு மாஞ்சோலை குரூப் மேனேஜராகப் பொறுப்பேற்றுக்கொண்ட ஜே.ஜே. பிளாண்ட் என்பவர் காலத்தில் ஊத்து எஸ்டேட்டில் ஜப்பானிய இயந்திர தொழில் நுட்பத்தோடு ஒரு பசுமைத் தேயிலைத் தொழிற்சாலை நிறுவப்பட்டது. ஆனால் எதிர்பாராத நிலையில் அந்தத் தொழிற்சாலை மூடப்பட்டுவிட்டது. அதன்பிறகு அதே ஊத்து எஸ்டேட்டில் மேலும் ஒரு பங்களாவும் வேறொரு தேயிலைத் தொழிற்சாலையும் கட்டப்பட்டன. ஊத்து எஸ்டேட்டிலும் கணிசமான அளவு கேரள மக்களும் தமிழ் மக்களும் உள்ளனர். அதேபோல் இஸ்லாமிய மக்களும் ஓரளவு உள்ளனர். இஸ்லாமியர்களின் அற்புதமான பள்ளி வாசல், ரோமன் கத்தோலிக்க புனித ஆரோக்கிய அன்னை ஆலயம், சி.எஸ்.ஐ. ஆலயம், ஊத்து போக்கர் பாலத்தில் அம்மன் கோயில் ஆகியவை உள்ளன. இங்கு மீரான் பாய் பலசரக்குக் கடை, பரதன் டீக்கடை, முகம்மது காக்கா கடை, பாலையா தங்கராஜ் பலசரக்குக்கடை, டேனியல் டீக்கடை, ஜேசு டீக்கடை, செல்லப்பன் கங்காணி கடை உள்பட பல கடைகள் இருந்தன. இங்குக் காக்கா கடையின் இனிப்புப் போண்டாவும் பஜ்ஜியும் பால் வெள்ளமும், கட்டஞ் சாயாவும் எப்போதுமே உதடுகளை உறுத்திக்கொண்டே இருக்கும். அந்தக் காக்கா கடையைத்தான் இப்போது ஆரோக்கிய சாமி மைனா ருசி கடையாக வைத்துள்ளார். நாலுமுக்கு குஞ்சுமோன் கடையும், ஊத்து மைனா ருசி கடையும், பரதன் கடையும்தான் இப்போது எஸ்டேட் சுற்றுலா மக்களுக்கு அன்னபூரணியாக இருக்கின்றன. முன்பு டீக்கடை வைத்திருந்த ஜேசு மகன்

பிலேந்திரனும் கடை நடத்துகிறார். ஊத்து எஸ்டேட்டில் சுமார் 2000 மக்கள் வாழ்ந்தார்கள். தற்போது சுமார் 200 பேர்தான் வாழ்கிறார்கள்.

ஊத்து எஸ்டேட்டில் உள்ள ஆரஞ்சுக் காடு இயற்கை எழில் கொஞ்சி விளையாடும் பகுதி இங்கே பச்சைப் பசேலென்ற புல்வெளிகளில் ஆரஞ்சு மரங்கள் அழகான தோற்றத்துடன் காட்சியளிக்கும். அருகே அற்புதமான பளிச்சென்ற நீரோட்டமுள்ள தூய்மையான நீர் நிறைந்த ஒரு ஆறு ஓடிக்கொண்டே இருக்கும். அந்த ஆறு ஓடும் இடத்தில் மற்ற சில கிளை ஆறுகளும் சேர்ந்து இணையும் ஜல சந்திப்பு என்ற அழகிய இடமும் உள்ளது. அந்தப் பகுதியில் யானைகள் கூட்டம் கூட்டமாகச் செல்லும். இப்படி அழகு மிகுந்த காட்டுப்பகுதிதான் ஊத்து எஸ்டேட் ஆகும்.

ஊத்து எஸ்டேட் 5ஆம் நம்பர் தேயிலைக் காட்டில் தற்போது அங்குள்ள அதிகாரிகளின் குடியிருப்புக்கு எதிரில் மேலே உள்ள தேயிலைக்காட்டு மொட்டையில் சுமார் 45 வருடங்களுக்கு முன்பு பொட்டுக் கடலை வடிவிலான தங்கம் அதிகமாகக் கண்டெடுக்கப்பட்டது. அது அங்குள்ள மக்களுக்கும் கிடைத்தது. அந்தச் செய்தி மாவட்ட ஆட்சித் தலைவரிடம் தெரிவிக்கப்பட்டு மாவட்ட நிர்வாகம் தலையிட்டது. திருவிதாங்கூர் சமஸ்தான ஆட்சிக்குட்பட்ட நேரத்தில் அந்தக் காடுகளில் தங்கம் பரிமாறப் பட்டிருக்கலாம் என்று நம்பப்படுகிறது. இப்படிப் பல சம்பவங்கள் கொண்டதாக எஸ்டேட் வரலாறு உள்ளது. ஊத்து எஸ்டேட் தொடக்கப் பள்ளியிலிருந்து சுமார் இரண்டு கிலோ மீட்டர் தொலைவில் ஒரு வியூ பாயிண்ட் உள்ளது. அந்த இடத்திலிருந்து

பார்த்தால் காடு மலைகள் தாண்டி வெகு தொலைவில் இருக்கும் காரையாறு அணை பார்வைக்கு மிக அருகாமையில் இருப்பது போன்ற காட்சி தெரியும். அங்கிருந்து அந்த மலையில் விழும் பால் அருவியும் தெரியும். ஊத்து எஸ்டேட்டில் கொய்யா மரங்கள் தோப்புபோலக் காட்சி அளிக்கும். வெள்ளைக் கொய்யா, சிவப்பு கொய்யா மரத்தில் பழங்கள் கொத்துக் கொத்தாய்ப் பழுத்துத் தொங்கும், தாட்டுப்புட்டான் பழங்கள் பழுத்துக் குலுங்கும். வெள்ளைக்காரர்கள் தங்கள் நாட்டிலிருந்து கொண்டு வந்து இங்கு பயிர் செய்த லக்கோட் பழங்களும் மல்பேரி பழங்களும் பங்களாக்களைச் சுற்றிப் பரவசமாய்க் காட்சி அளிக்கும்.

சரித்திரப் புகழ் வாய்ந்த குதிரைவெட்டி எஸ்டேட்

குதிரைவெட்டி எஸ்டேட் மாஞ்சோலை எஸ்டேட்டிலிருந்து சுமார் 18 கி.மீ. தூரத்தில் தென் மேற்கில் உள்ளது. காக்காச்சி, நாலு முக்கு, ஊத்து எஸ்டேட்கள் இருக்கும் உயரத்தை மாஞ்சோலை குதிரைவெட்டி எஸ்டேட்களோடு புவியியல் அடிப்படையில் ஒப்பிட்டுப் பார்க்கும்போது மாஞ்சோலை, குதிரைவெட்டி இரண்டு எஸ்டேட்களும் தாழ்வாகவும் காக்காச்சி, நாலுமுக்கு, ஊத்து மூன்று எஸ்டேட்களும் உயரமாகவும் இருக்கின்றன. மாஞ்சோலை, குதிரைவெட்டி ஆகிய எஸ்டேட்களில் மற்ற மூன்று எஸ்டேட்களை விடக் குளிர் குறைவாகவும் வெயில் அதிக மாகவும் இருக்கும். காக்காச்சி, நாலுமுக்கு, ஊத்து மூன்று எஸ்டேட் பகுதிகளிலும் தென்மேற்குப் பருவ மழைக் காலத்திலும் வடகிழக்குப் பருவமழைக் காலத்திலும் கேரளாவைப்போல நல்ல மழை பெய்யும். ஆனால் மாஞ்சோலை, குதிரை வெட்டிப் பகுதிகளில் தென்மேற்குப் பருவமழை மிகக்குறைவாகவும் வடகிழக்குப் பருவமழை ஓரளவும் பெய்யும். இந்தச் சூழலில்தான் அந்தப் பகுதியின் பூகோள அமைப்பு உள்ளது. குதிரை வெட்டி எஸ்டேட்டில் காப்பியும் ஏலமும் அதிகமாகவும் தேயிலை ஓரளவும் பயரிடப்பட்டன. ஓங்கி உயர்ந்த மரங்களும் நீர்ச் சுனைகளும் இந்தப் பகுதியில் அதிகமாக உள்ளன. தற்போது குதிரை வெட்டி என்ற எஸ்டேட் பகுதியே மூடப்பட்டுவிட்டது. அங்குள்ள காடுகளில் வேலை பார்ப்பதற்கு ஊத்து எஸ்டேட்டில் உள்ள தொழிலாளர்களே சென்று வருகிறார்கள். கள அதிகாரிகளும் ஊத்துப் பகுதியிலிருந்தே பணிக்காகச் சென்று வருகிறார்கள். குதிரை வெட்டி எஸ்டேட்டில் முன்பிருந்த பழைய களையும் பசுமை ஈர்ப்பும் இப்போது இல்லை.

அந்தக் காலத்தில் குதிரைவெட்டி, ஊத்து இரண்டு எஸ்டேட்களும் சேர்த்து கவ்பட்டி என்ற பெயரில்தான் இருந் துள்ளன. குதிரைவெட்டி என்றால் குதிரை கட்டும் இடம். குதிரை

கட்டி என்பது மருவிதான் குதிரைவெட்டி என்று மாறியது. பாண்டிய மன்னன் குதிரைவெட்டிக்கு வந்ததாகவும் குதிரைகளோடு அங்கு தங்கி இருந்ததாகவும் கூறப்படுகிறது. அந்தக் காலங்களில் மன்னர்கள் வந்து சென்றதற்கான தடயங்கள் கிடைத்ததாகவும் செவிவழிச் செய்திகள் உள்ளன. குதிரைவெட்டி மொட்டையில் பொட்டுக் கடலை வடிவில் தங்கம் பல இடங்களில் கிடைத்ததற்கு ஆதாரம் உள்ளது. அந்தக் காலத்தில் திருடர்களும் கொள்ளையர்களும் தாங்கள் பதுங்கிக்கொள்ளும் மறைவிடமாக அந்தப் பகுதியைப் பயன்படுத்தியிருக்கிறார்கள். எனவே குதிரைகட்டி என்று அந்த இடம் அழைக்கப்பட்டதாகவும் சொல்லப்படுகிறது. தற்போது எல்லாப் பெயர்களும் மறைந்து குதிரைவெட்டி என்ற பெயர் மட்டுமே நிலைத்து நிற்கிறது. தற்போது மாஞ்சோலை பகுதி இருக்கும் மலைப்பகுதியைத் திருவிதாங்கூர் சமஸ்தானம் 400 வருடங்களுக்கு முன்பு சிங்கம்பட்டி ஜமீனுக்குத் தானமாகக் கொடுத்தது. 1929ஆம் ஆண்டு சிங்கம்பட்டி ஜமீன் மாஞ்சோலை BBTC கம்பெனிக்குக் குத்தகைக்காகக் கொடுத்தது. அதெற்கெல்லாம் முன்பு திருவிதாங்கூர் சமஸ்தானத்தைச் சேர்ந்த ராஜா மார்த்தாண்ட வர்மனுக்கும் எதிரிகளுக்கும் போர் நடைபெற்றபோது ராஜா மார்த்தாண்ட வர்மன் தலைமறைவு வாழ்க்கை வாழ்ந்து வந்ததாகவும் அப்போது மாஞ்சோலைப் பகுதியின் நாலுமுக்கு எஸ்டேட் அருகிலுள்ள கோதையாறு முத்துக்குழி பகுதியில் தன் படைகளோடு பாசறை நடத்தியதாகவும் தன் குதிரைப் படைகளைக் குதிரைவெட்டியில் குதிரை லாயம் ஏற்படுத்தி முத்துக்குழியிலிருந்து குதிரைவெட்டி பகுதிக்கு அடிக்கடி குதிரை படைகளோடு சென்று வந்ததாகவும் இவருக்குப் பாதுகாப்புச் சேனையாக அப்போது சிங்கம்பட்டி ஜமீன் இருந்ததாகவும் வரலாறு சொல்கிறது.

அந்த மன்னனுடைய கோட்டை கொத்தளங்களின் எச்சங்கள் இருந்ததற்கான சான்றுகளும் உள்ளதாக அங்கு வாழ்ந்துவரும் காணி மக்கள் கூறுகிறார்கள்.

குதிரைவெட்டியில் இயற்கையின் கொள்ளை அழகு எப்போதுமே பசுமையாக இருக்கும். இங்குள்ள வியூ பாயிண்டிலிருந்து பார்த்தால் மலைப்பகுதியின் அடிவாரத்தில் காரையாறு அணையின் எழில் மிகு தோற்றமும் மணிமுத்தாறு அணையின் ரம்மியமான அழகும் கண்கொள்ளாக் காட்சியாக இருக்கும். அது சுற்றுலாத் தலமாகவும் விளங்கிவருகிறது. அந்த மலைகளுக்கிடையேயான இரண்டு அணைகளையும் காணும் காட்சி மிக மிக அரிதான இடங்களில் தான் காணக் கிடைக்கும். இங்கு வனத்துறையைச் சேர்ந்த அரசு சுற்றுலா மாளிகை ஒன்றும் உள்ளது.

குதிரைவெட்டி புல்லுமொட்டை

குதிரைவெட்டியில் பரந்த மைதானமாக இருக்கும் புல்லுமொட்டை என்ற இடத்திலிருந்து பார்த்தால் பெரிய பெரிய பள்ளத்தாக்குகளாக மலைகள் அடுக்கடுக்காகத் தெரியும். அந்தக் காலத்தில் மன்னர்கள் போர்க் காலத்தில் காட்டு வழியாகச் சென்று போரிடும்போது எதிரி படைகளைப் பற்றித் தெரிந்துகொள்வதற்காக ஒரு மலைத்தொடரிலிருந்து அடுத்த மலைத்தொடருக்கு முரசு அறைந்து அதன் எதிரொலி அடுத்த மலைத்தொடரில் உள்ள முரசு அறையும் வீரர்களுக்குக் கேட்டு சுதாரித்துக்கொண்டு அடுத்தடுத்த மலைத்தொடர்களிலிருந்து மீண்டும் முரசு அடித்து ஒலி எழுப்பிப் போர்க்களத்தில் போர் புரிந்ததாகச் சொல்லப்படுகிறது.

குதிரைவெட்டியிலிருந்து பெரிய மலைப் பள்ளத்தாக்கு வழியாகக் காரையார் பகுதிக்கு ஒத்தையடிப் பாதை உள்ளது. அவ்வப்போது எஸ்டேட் தொழிலாளர்கள் அந்த அடர்ந்த காட்டுக்குள் உள்ள ஒத்தையடிப் பாதையைப் பயன்படுத்துவார்கள். அந்தப் பகுதியில் மலைவாழ் மக்கள், குறிப்பாகக் காணி மக்கள் வாழ்ந்துவருகிறார்கள். அங்குச் சுத்தமான மலைத் தேன், கப்பைக் கிழங்கு, மருந்து மூலிகைகள் சாதாரணமாகக் கிடைக்கும். 1975 – 1976ஆம் ஆண்டு தமிழ்நாட்டில் கடும் பஞ்சம் தலைவிரித்து ஆடிய நேரத்தில் எஸ்டேட் மக்கள் அந்தக் குதிரைவெட்டி மலைப்பகுதி வழியாகக் காணி பகுதிக்குச் சென்று அங்குள்ள

மக்களோடு தொடர்புகொண்டு கப்பைக்கிழங்கு, பழ வகைகளை வாங்கி உண்டார்கள். அந்தப் பஞ்ச காலத்தில் நாட்டுப்புற வாழ்க்கையைவிடக் காட்டுப்புற வாழ்க்கையில் எஸ்டேட் மக்கள் மகிழ்வாகவே வாழ்ந்துள்ளார்கள்.

1998ஆம் ஆண்டு மாஞ்சோலைப் பகுதியில் தொழிலாளர்கள் கூலி உயர்வு கேட்டு மிகப்பெரிய போராட்டம் நடத்தினார்கள். அப்போது போலீசார் தடியடி நடத்தி தொழிலாளர்களைக் கைது செய்தார்கள். அந்த நேரத்தில் தொழிலாளர்கள் காவல்துறை பிடியிலிருந்து தப்புவதற்காக இந்தக் குதிரைவெட்டி மலைப்பகுதி வழியாக அத்துவான காட்டிற்குள் புகுந்து சென்று அங்குள்ள ஒத்தையடிப் பாதை வழியாகக் காரையார் சென்று அங்கிருந்து தங்களது சொந்த ஊர்களுக்குச் சென்றார்கள். இப்படி அந்தக் குதிரைவெட்டியின் அடர்ந்த காட்டுக்குள்ளே உள்ள ஒத்தையடிப் பாதை பல வரலாறுகளைச் சொல்லிக்கொண்டே இருக்கிறது, எஸ்டேட்டிற்குப் பஸ் வசதி எப்போதாவது இல்லையென்றால் மாஞ்சோலைக்கும் குதிரைவெட்டிக்கும் இடையே காட்டுப் பகுதியில் தன்னந்தனியாகக்கூட மக்கள் நடந்து செல்வது வழக்கம். இது எஸ்டேட் பகுதியில் மிகச் சாதாரணமான ஒன்று.

இப்படிப் பல சரித்திரப் புகழுக்குச் சொந்தமான குதிரை வெட்டி எஸ்டேட் கடந்த 2020ஆம் ஆண்டு முதல் அடைக்கப் பட்டுவிட்டது. இது மாஞ்சோலை எஸ்டேட் பகுதி மக்களுக்குச் சோதனையான காலகட்டம் ஆரம்பமாகிவிட்டது என்பதன் அடையாளமோ என்று அஞ்சப்படுகிறது.

9

கோதையாறு

மாஞ்சோலை சரித்திரத்தை எழுதும்போது கோதையாறு பற்றிய வரலாறும் தவிர்க்க முடியாதது. மாஞ்சோலையிலிருந்து மேலே காக்காச்சி, நாலு முக்குப் பாதையாகச் செல்லும்போது நாலுமுக்கு எஸ்டேட்டிலிருந்து மேற்கு திசையில் ஊத்து, குதிரைவெட்டி எஸ்டேட்களுக்கும் தெற்கு திசையில் கோதையாறு பகுதிக்கும் சாலைகள் பிரிந்து செல்லும். எனவே அந்த மலைப் பகுதியில் நாலுமுக்கு எஸ்டேட் சந்திப்புப் பகுதியாகும். மேலும் நாலுமுக்கு எஸ்டேட் திருநெல்வேலி மாவட்டத்தின் ஓர் எல்லை. ஏனென்றால் கோதையாறு அமைந்திருக்கும் பகுதி யானது கன்னியாகுமரி மாவட்டம் ஆகும். நாலு முக்கு எஸ்டேட்டின் தெற்குத் திசையில் காட்டுப் பகுதியிலிருந்து சுமார் ஒன்றரை கிலோ மீட்டர் தொலைவிலேயே BBTC கம்பெனியின் 11ஆம் நம்பர் தேயிலைக் காட்டுப் பக்கம் கன்னியாகுமரி மாவட்ட எல்லை தொடங்கினாலும் அதிலிருந்து சுமார் இரண்டரை கிலோ மீட்டர் தாண்டித் தான் கோதையாறு அமைந்துள்ளது. அதாவது நாலுமுக்கு

எஸ்டேட்டிலிருந்து கோதையாறு சுமார் நாலு கிலோ மீட்டர் தொலைவில் உள்ளது. அதே மேற்குத் தொடர்ச்சி மலையின் படுபயங்கரமான, ஆனால் காணக் கண் கொள்ளாத எழில்மிகு பெரிய பள்ளத்தாக்கு பகுதியில்தான் கோதையாறு அமைந்துள்ளது. அது களக்காடு முண்டந்துறை சரணாலயப் பகுதிக்கு உட்பட்ட வனச்சரகமாகும். சுமார் 30 கிலோ மீட்டர் சுற்றளவு கொண்ட அடர்ந்த காட்டுப் பகுதியில்தான் பொறியாளர்களின் அறிவுக் கூர்மையாலும், சிந்தனையாலும், தளராத முயற்சியாலும் கோதையாறு மேல் அணை, கோதையாறு கீழ் அணை, குட்டி யாறு அணை, சின்னக் குட்டியாறு அணை போன்ற பார்க்கப் பயங்கரமான, ஆனால் அழகு மிக்க அணைகள் கட்டப்பட்டுள்ளன. அந்த மலையில் உற்பத்தியாகிக் காட்டுப் பாதையாக ஓடி வீணாகும் தண்ணீரை மின் உற்பத்திக்கும் நீர்ப்பாசனத்திற்கும் பயன்படுத்துவதற்காகக் கோதையாறு ஆற்றின் குறுக்கே அந்த அணைகள் கட்டப்பட்டுள்ளன. அந்த அணைகளைக் கட்ட 1962ஆம் ஆண்டிலிருந்து 1970ஆம் ஆண்டு வரை ஏறத்தாழ 8 ஆண்டுகள் ஆகியுள்ளன. மேல் கோதையாறு கீழ்க் கோதையாறு என்ற இரண்டு அணைகளுமே கன்னியாகுமரி மாவட்டத்தில்தான் உள்ளன.

அந்த அணைகள் கட்டும் வேலைகள் மாஞ்சோலை வழிப் பாதையாகத்தான் நடந்தன. கல்லிடைக்குறிச்சி, மணிமுத்தாறு, மாஞ்சோலை, காக்காச்சி, நாலுமுக்கு வழியாகத்தான் கோதையாறு பகுதிக்குச் செல்ல வேண்டும். மணிமுத்தாறு பகுதியிலிருந்து சுமார் 35 கிலோ மீட்டர் தொலைவிலிருக்கும் கோதையாறு பகுதிக்கு அணை கட்டுவதற்காகக் கச்சாப் பொருட்களான சிமெண்ட், மணல், இரும்புக் கம்பிகள், மலையில் சுரங்கப் பாதைகள் ஏற்படுத்தி தண்ணீர் கொண்டு செல்வதற்காகப் பெரிய பெரிய (ஓர் ஆள் அளவு உயரம்) இரும்புக் குழாய்கள் ஆகியவற்றை ஏற்றிச் செல்ல வாகனப் போக்குவரத்திற்காக முதலில் சாலை வசதி ஏற்படுத்தப்பட்டது. ஏற்கனவே அந்த மலைப் பகுதிகளில் சாதாரண வாகனங்கள், பேருந்து ஆகியவை செல்லக் கூடிய அளவில் குறுகிய சாலை வசதிதான் இருந்தது. அந்த மலைப் பாதையில் ஏறத்தாழ 25க்கும் மேற்பட்ட கொண்டை ஊசி வளைவுகள் இருந்தன. மலைச் சாலையின் குறுக்கே ஆங்காங்கே சிறு சிறு ஓடைகள் ஓடியதால் சின்னச் சின்னப் பாலங்கள் இருந்தன. முதன்முதலாக அந்த கான்கிரீட் பாலங்களாக மாற்றப்பட்டு அகலப்படுத்தப்பட்டன. கொண்டை ஊசி வளைவுகள் அத்தனையும் இடித்துப் பெரிய நீளமான கனரக வாகனங்கள் செல்லக் கூடிய அளவுக்குச் சாலைகள் விரிவுபடுத்தப்பட்டன. மலைச்சாலையின் ஒவ்வொரு

வளைவிலும் வாகனங்கள் சாதாரணமாக வளைந்து திரும்பிச் செல்ல வசதிகள் செய்யப்பட்டன. குறிப்பாக அந்த மலைப் பாதையின் சாலையிலேயே நாலுமுக்கு எஸ்டேட் அருகில் பெரிய ஆறாக ஓடுகின்ற மணிமுத்தாறு ஆற்றில் 1942ஆம் ஆண்டு BBTC கம்பெனி கட்டிய மரப்பாலம் இரும்புப் பாலமாக மாற்றி அமைக்கப்பட்டது.

நாலுமுக்கு எஸ்டேட்டிலிருந்து கோதையாறு செல்ல அப்போது சாலை வசதியே கிடையாது. 1962ஆம் ஆண்டில்தான் சாலை வசதியே ஏற்படுத்தப்பட்டது. அந்தக் காலத்தில் அந்த ரோடு போடுவதற்கு முன்பு நாலுமுக்கிலிருந்து ஒன்றரை கி.மீ. தொலைவில் கோதையாறு செல்லும் பாதையில் உள்ள BBTCகம்பெனியின் 11ஆம் நம்பர் தேயிலைக் காட்டிற்குச் செல்ல சின்ன ஒத்தையடிப் பாதையான கைரோடுதான் இருந்துள்ளது. அந்தக் கோதையாறு சாலைப் பணியில் வேலை செய்த நாலுமுக்கு எஸ்டேட்டைச் சேர்ந்த உமானந்தன், கரையிருப்பு ஊரைச் சேர்ந்த கருப்பன் போன்றவர்கள் அந்தச் சாலைப் பணியைச் செய்துள்ளார்கள். அப்படிக் கோதையாறு வேலைக்காகச் சாலை வசதி ஏற்படுத்தியபோது நாலுமுக்கு எஸ்டேட்டில் தற்போதும் ஓடுகின்ற ஆடுபாலம் என்ற ஆற்றில் பாலம் கிடையாது. அந்த ஆறு சுமார் 200 அடி தூரம் அகலம் இருக்கும். அதில் எப்போதும் தண்ணீர் ஓடிக்கொண்டே இருக்கும். அதில் தரை தட்டிய கல்பாலம் மட்டும்தான் முதலில் இருந்தது. மழைக் காலத்தில் தண்ணீர் காட்டாற்று வெள்ளமாகப் பாய்ந்து வரும். அப்போது அதில் எந்த வாகனமுமே போக முடியாது. மக்கள் அந்த ஆற்றைக் கடக்க ஒரு ஆடுபாலம் மட்டும் இருந்தது. அந்த ஆற்றில் வாகனப் போக்குவரத்திற்காகக் கோதையாறு அணை கட்டும் காலத்தில் ஒரு பாலம் கட்டப்பட்டது. பாலம் கட்டப்பட்டாலும் அந்த இடத்திற்கு ஆடுபாலம் என்ற பெயர் மாறவே இல்லை. அந்த மலைப் பாதையில் ஆறுகளின் குறுக்கே பாலங்கள் கட்டுவது, கொண்டை ஊசி வளைவுகளைக் கூடுதலாக்குவது முதலான சாலை விரிவாக்கப் பணிகள் அனைத்தையும் தமிழ்நாடு அரசாங்கமே செய்தது.

நாலுமுக்கு எஸ்டேட் முதல் கோதையாறு வரை நான்கு கிலோ மீட்டர் தூரத்திற்குக் கனரக வாகனங்கள், பெரிய பெரிய லாரிகள் செல்ல வசதியாக மலைச்சாலையை விரிவுபடுத்தும் எல்லாப் பணிகளும் படுவேகமாக நடந்து முடிந்தவுடன் கோதையாறு அணை கட்டும் பணி தீவிரமாகத் தொடங்கியது. மாஞ்சோலை மலைச் சாலையில் அதுவரையில் இரண்டு பஸ்கள், BBTCயின் ஏஜென்டான நடேச ஐயரின் லாரிகள், எஸ்டேட்டின் சில வாகனங்கள் மட்டுமே சென்றுகொண்டிருந்த காலம் மாறி,

தினந்தோறும் சுமார் 100க்கும் மேற்பட்ட வாகனங்கள் கோதையாறுவரை சென்றுவந்தன. காட்டுப் பகுதிக்குள் ஒரு சிறிய இடமாக இருந்த கோதையாறு அந்த மலைப் பகுதியின் மிகப் பெரிய பட்டணமாக மாறியது. ஏனென்றால் கோதையாறு அணை கட்டுவதற்காக மட்டும் பல நிறுவனங்கள் அங்கு வருகை தந்தன. 20,000க்கும் மேற்பட்ட மக்கள் அங்கு பணிபுரிந்தார்கள்.

ஓம் முருகா, பி.எஸ்.ஜி. பிரதர்ஸ், பழனி மலை முருகன் துணை, திரு. முருகன் துணை போன்ற பல பெரிய பெரிய நிறுவனங்கள் கோதையாறு அணையைக் கட்டின. கூட்டம் கூட்டமாக மக்கள் வருவது கண்கொள்ளாத காட்சியாக இருக்கும். இப்போதுபோல வனத்துறையின் பெரிய கட்டுப்பாடுகள் எல்லாம் அன்று கிடையாது. அப்போது கோதையாறு சொர்க்க பூமியாகவே காட்சி அளிக்கும். ஆனால் அதே கோதையாறு பகுதியில் அணை கட்டும் பணி முடிந்தவுடன் இப்போது 10 குடும்பங்கள்கூடக் குடியிருக்கவில்லை. அதற்கான அவசியமும் இப்போது இல்லை.

கோதையாறு மாஞ்சோலை மலைப் பகுதியின் அருகில் அழகு மிகுந்த அணைகள் கொண்ட அற்புதமான இடமாக விளங்கினாலும் தற்போது கோதையாறு பகுதிக்குப் பொது மக்கள் செல்லத் தடைவிதிக்கப்பட்டுள்ளது.

10

கோதையாறு அணையின் கட்டமைப்பு

கோதையாறு பகுதியில் கோதையாறு மேல் அணை கோதையாறு கீழ் அணை என்ற இரண்டு அணைகள் உண்டு. கோதையாறு மேல் அணைதான் திருநெல்வேலி மாவட்ட எல்லையான நாலுமுக்கு எஸ்டேட் பக்கத்தில் உள்ளது. ஆனால் கோதையாறு கீழ் அணை என்பது கன்னியாகுமரி மாவட்டம் பேச்சிப்பாறையிலிருந்து சுமார் 13 கி.மீ. தொலைவில் உள்ள மைலாறு என்ற இடத்துக்குப் பக்கத்தில் உள்ளது. கோதையாறு கீழ் அணைக்குச் செல்ல வேண்டுமென்றால் நாகர்கோவில், மார்த்தாண்டம் வழியாகத்தான் செல்ல வேண்டும். அந்த மலை அமைப்பு அப்படி. கோதையாறு மேல் அணையிலிருந்து கோதையாறு கீழ் அணை செல்லச் சாலை வசதி கிடையாது. ஒத்தையடிப் பாதை தான் உள்ளது. அந்த வழியாகச் செல்வது கடினமானது. இரண்டு அணைகள் இருப்பதும் மேற்குத் தொடர்ச்சி மலைதான் என்றாலும் இரண்டும் வெவ்வேறு மலைத் தொடர்களில் அமைந்துள்ளன. அந்த மலைத் தொடர்கள் அற்புதமாகக் காட்சியளிக்கின்றன. கோதையாறு மேல் அணையில் மின்சார உற்பத்திக் காகத் தண்ணீர் தேக்கப்பட்டிருப்பதோடு அதற்குப் பக்கத்தில் சுமார் ஒரு கிலோ மீட்டர் தொலைவில் உள்ள சின்னக் குட்டியாறு, பெரிய குட்டியாறு ஆகிய அணைகளிலும் தண்ணீர் தேக்கப்பட்டு அந்த அணைகளிலுள்ள தண்ணீர் அங்குள்ள நீரேற்று நிலை யத்தின் மூலமாகக் கோதையாறு மேல் அணைக்குக்

கொண்டு வரப்படுகிறது. அதன் மூலம் அதிகமாகக் கிடைக்கும் அந்தத் தண்ணீரையும் அதே மேல் அணையில் தேக்கி வைக்கப் படுகிறது. கோதையாறு அணையின் அடிவாரத்திலிருந்து மலையைக் குடைந்து ஒரு ஆள் உள்ளே நடந்து செல்லக் கூடிய அளவிலான பெரிய ராட்சத குழாய்களைப் பதிக்கச் செய்து சுரங்கப்பாதை ஏற்படுத்தி அதன் மூலமாக அந்த நீர், அங்கிருந்து சுமார் மூன்றரை கிலோ மீட்டர் தூரமுள்ள வால்வ் ஹவுஸ் என்ற இடத்திற்குக் கொண்டுசெல்லப்படுகிறது. அந்த இடத்திலிருந்து சுமார் இரண்டரை கிலோ மீட்டர் அளவுக்குச் செங்குத்தாக இறங்கும் மலைப் பகுதியில் பெரிய ராட்சதக் குழாய் மூலம் தண்ணீர் கொண்டு செல்லப்படுகிறது. அங்குள்ள மின் உற்பத்தி நிலையத்தில் 60 மெகாவாட் மின் உற்பத்தி செய்யப்படுகிறது. கீழ் கோதையாறு அணையில் அந்தத் தண்ணீர் தேக்கப்படுகிறது. அதன்பின் கோதையாறு கீழ் அணையிலிருந்து சுமார் ஒன்றரைக் கிலோ மீட்டர் தொலைவில் உள்ள இரண்டாவது மின் உற்பத்தி நிலையத்திற்குச் செங்குத்தான குழாய் மூலம் தண்ணீர் கொண்டு செல்லப்படுகிறது. அங்கு 40 மெகாவாட் மின் உற்பத்தி செய்யப் படுகிறது. அதன் பிறகு அந்தத் தண்ணீர் அங்கிருந்து சுமார் 13 கிலோ மீட்டர் தொலைவில் உள்ள பேச்சிப்பாறை அணையில் தேக்கப்பட்டு நீர்ப்பாசனத்திற்காகப் பயன்படுகிறது. இப்படி மிக நுணுக்கமாக அற்புதமாகத் திட்டமிட்டு இரண்டு இடங்களில் மின்சாரம் உற்பத்தி செய்யவும் மீதமுள்ள தண்ணீரை விவசாயத் திற்குப் பயன்படுத்தவும் உதவும் அணையாகக் கோதையாறு விளங்குகிறது.

கோதையாறு அணை வெறும் நீர்த்தேக்கம் மட்டுமல்ல. நல்ல சுற்றுலா இடமாகவும் திகழ்கிறது. அழகு மிகுந்த மலை சார்ந்த அந்த அணைப் பகுதிகளில் பல சினிமா திரைப்படங்களின் படப்பிடிப்பும் நடைபெற்றுள்ளது. தமிழக முன்னாள் முதல்வர் களான மு. கருணாநிதி, எம்.ஜி.ஆர் ஆகியோரின் அமைச்சரவை களில் மின்சாரத்துறை அமைச்சராக இருந்த பண்ருட்டி இராமச்சந்திரன் ஒரு பொறியாளர். அவர் ஆரம்ப காலத்தில் அரசாங்கப் பொறியாளராகப் பணிபுரிந்தபோது இந்தக் கோதையாறு அணையில் பணிபுரிந்தார் என்பதும் மாஞ்சோலை வழியாகத்தான் அப்போது பேருந்தில் சென்று வந்தார் என்பதும் குறிப்பிடத்தக்கது.

11

பள்ளத்தாக்கில் பள்ளிக்கூடங்கள்

தொடக்கப் பள்ளி

தொழிலாளர்களின் குழந்தைகள் படிப்ப தற்காக முதன்முதலாக மாஞ்சோலையில் 22.1.1944 அன்று ஒரு தொடக்கப் பள்ளி மட்டும் ஆரம்பிக்கப்பட்டது. மாஞ்சோலை அந்தோணியார் கோயிலுக்கு இடது பக்கத்தில் வளைவான ரோட்டுக்கு மேலே உள்ள ஜோசப் மேஸ்திரி குடியிருந்த கொட்டகையில்தான் அந்தப் பள்ளி கூடம் ஆரம்பிக்கப்பட்டது. பின் மாஞ்சோலை யிலிருந்து ரிஷி ஓடைக்குப் போகும் வழியில் உள்ள மைதானத்திற்கு அருகில் இப்போது இருக்கும் பள்ளிக் கட்டடம் கட்டப்பட்டது. அதற்கு அருகில் தொழிலாளர்கள் மனமகிழ் மன்றம் ஒன்று தமிழக முதல்வர் காமராஜரால் 1955ஆம் ஆண்டு திறக்கப்பட்டது. அந்தக் காலத்தில் போக்குவரத்து,

வாகன வசதி, செய்தித் தொடர்பு வசதி, பொருளாதார வசதி எல்லாம் இந்தக் காலத்தைவிட மிகக் குறைவாக இருந்த நேரத்தில் முதல்வர் காமராஜர் மாஞ்சோலைக்கு வருகை தந்தார் மாஞ்சோலையில் தொடக்கப் பள்ளி தொடங்கப்பட்டது போலக் காக்காச்சி, நாலுமுக்கு, ஊத்து, குதிரைவெட்டி எஸ்டேட்களிலும் தொடக்கப் பள்ளிகள் தொடங்கப்பட்டு இப்போது வரையிலும் செயல்பட்டுவருகின்றன.

அந்தப் பள்ளிகளில் ஆசிரியர்களாக வில்லியம் சிரோன் மணி, ஜெபமணி, செல்லத்துரை, ஞானமுத்து, பழனி, தங்கமணி, ஸ்டீபன் பால்ராஜ், அருள்ராஜ். அவர் மனைவி எபநேசர் பிச்சம்மாள், போவாஸ், குருசாமி, ஜான் அவர் மனைவிஜான், முத்தையா அவர் மனைவி அன்பு முத்தையா, ராஜம்மாள், மைக்கேல் அந்தோணி அவர் மனைவி லில்லி புஷ்பம், துரைராஜ், லாசர், குரூஸ் அந்தோணி அவர் மனைவி தேவகனி, திரு. இருதய மைக்கேல், செல்லத்தாய், சண்முகவேல் ஜெபராஜ், லட்சுமி ஆகியோர் பணிபுரிந்தார்கள். தற்போது மாஞ்சோலையில்காந்தி, பேச்சியம்மாள், காக்காச்சியில் ஜான் ஜெயகீதன், நாலுமுக்கு எஸ்டேட்டில் அமராவதி பிரதீபா ஹெலன், ஊத்து எஸ்டேட்டில் காந்திமேரி, சுந்தரி ஆகியோர் ஆசிரியர்களாகப் பணிபுரிந்துவருகிறார்கள்.

உயர்நிலைப் பள்ளி

மாஞ்சோலை, காக்காச்சி, நாலுமுக்கு, ஊத்து, குதிரைவெட்டி எஸ்டேட் தொடக்கப் பள்ளிகளில் படித்த மாணவ மாணவிகள் 5ஆம் வகுப்புவரை படித்துவிட்டு உயர் கல்வி படிப்பதற்காக மாஞ்சோலையைத் தலைமையிடமாகக் கொண்டு ஓர் உயர் நிலைப் பள்ளி வேண்டுமென்று தொழிலாளர்களும் தொழிற்சங்கத் தலைவர்களும் வேண்டுகோள் வைத்த நேரத்தில் எஸ்டேட் நிர்வாகமான B.B.T.C. உயர்கல்விக்காகக் கட்டிடம் கட்டித்தர முடியாது என்று மறுத்துவிட்டது. ஒருவேளை தொழிலாளர்களின் குழந்தைகள் உயர்கல்வி படித்தால் எஸ்டேட் வேலைக்கு ஆட்கள் கிடைக்க மாட்டார்கள் என்றுகூட அந்த நிறுவனம் கருதி யிருக்கலாம். எல்லா எஸ்டேட்களிலும் தொடக்கப் பள்ளி கட்டிக் கொடுத்த நிர்வாகம் உயர்நிலைப் பள்ளிக்கு மாஞ்சோலையில் வசதி செய்ய மறுத்ததோடு எஸ்டேட் நிர்வாகத்திற்கு உட்பட்ட நிலப்பகுதியில் கட்டிடம் கட்ட இடம் கொடுக்கவும் மறுத்துவிட்டது. எனவே அப்போதைய மாஞ்சோலை பஞ்சாயத்து தலைவரும் ஐ.என்.டி.யு.சி. தொழிற்சங்கத் தலைவருமான என். ஆறுமுகத்தின் தளராத முயற்சியால் 1962ஆம் ஆண்டு அன்றைய தமிழக முதல்வர் காமராஜர் அவர்களை அணுகி மாஞ்சோலை தொழிலாளர்

குடியிருப்பின் கடைசிப் பகுதியை ஒட்டியிருந்த வனத்துறைக்குச் சொந்தமான இடத்தில் சுமார் ஒரு ஏக்கர் இடத்தைப் போராடிப் பெற்று அந்த இடத்தில் முதன்முதலாக ஒரு நடுநிலைப் பள்ளியைத் தொடங்கினார்கள்.

1964ஆம் ஆண்டு அந்த நடுநிலைப் பள்ளி உயர்நிலைப் பள்ளியாகத் தரம் உயர்ந்தது. அந்த உயர்நிலைப் பள்ளியின் முதல் தலைமை ஆசிரியராக அரசு என்பவர் பொறுப்பேற்றார். அவருக்குப் பின் எர்னஸ்ட் சாமுவேல் என்பவரும் அவரது மனைவியும் ஆசிரியர்களாகப் பணிபுரிந்தார்கள். அவர்களுக்குப் பிறகு செல்லையா பணிபுரிந்தார். அந்தப் பள்ளியில் பயின்ற பல மாணவர்கள் இன்று உயர் பதவி வகித்து அந்தப் பள்ளிக்கும் மாஞ்சோலைக்கும் பெருமை சேர்த்துள்ளனர். மாஞ்சோலை தவிர, காக்காச்சி, நாலுமுக்கு, ஊத்து, குதிரைவெட்டி போன்ற எஸ்டேட்களிலிருந்து மாஞ்சோலை அரசுப் பள்ளியில் படிக்கும் மாணவர்களுக்கு அங்கேயே தங்கிப் படிப்பதற்காக ஒரு அரசு மாணவர் விடுதியும் ஆரம்பிக்கப்பட்டு அங்கு வெளியூர் மாணவர் களும் தங்கிப் படித்தார்கள். சிலபல காரணங்களுக்காகத் தற்போது அந்த விடுதி செயல்படவில்லை. காட்டுக்குள் பல கஷ்டங்களைக் கடந்துதான் மாணவர்கள் அங்கு படித்தார்கள். நிர்வாகம் உயர் நிலைப் பள்ளிக்கு இடம் கொடுக்காத காரணத்தால்தான் ஊருக்கு ஒதுக்குப்புறமாக அமைந்துள்ளது.

பிள்ளைப்பாடி என்ற பாலர்வாடி

எஸ்டேட் தொழிலாளர்கள் வேலைக்குச் செல்லும்போது அவர்களுடைய குழந்தைகளை, எங்கு விட்டுச் செல்வது? அதற்காக BBTC நிர்வாகம் மனித நேயத்தோடு நாட்டுப்புறத்திலுள்ள பாலர்வாடியைப்போல ஓர் இடத்தை ஏற்படுத்தியது. அந்த இடத்திற்குப் பெயர்தான் எஸ்டேட் வார்த்தைகளில் பிள்ளைப் பாடி என்பதாகும். அந்தப் பிள்ளைப்பாடியில் பல வயதான தாய்மார்கள், பாட்டிகள் பச்சிளம் குழந்தைகளைப் பராமரிப்பதற் காகப் பணிக்கப்படுவார்கள். காலையில் தொழிலாளர்கள் வேலைக்குச் செல்லும்போது குழந்தைகளை அங்கு விட்டுச் செல்வார்கள். மாலையில் வேலை முடித்து வரும்போது வீட்டுக்கு அழைத்துச் சென்றுவிடுவார்கள். குழந்தைகளை எப்படிப் பராமரிக்கிறார்கள் என்பதை மேற்பார்வையிட ஓர் அதிகாரி தினமும் பிள்ளைப்பாடிக்குச் சென்று கண்காணிப்பு செய்வார்.

அந்தப் பிள்ளைப்பாடியில் நாலுமுக்கு எஸ்டேட்டில் பார்வதி பாட்டி, கிரேஸ் பாட்டி, ராமு பாட்டி, ராஜம்மாள் பாட்டி ஆகியோரும் மாஞ்சோலை எஸ்டேட்டில் ஆறுமுகம்

நாலுமுக்கு எஸ்டேட் BBTC துவக்கப் பள்ளி

பாட்டி, கடுக்கம் பாட்டி, பங்களா பாட்டி, பொட்டையம் பாட்டி, முத்தம்மா பாட்டி, பேச்சி பாட்டி, பாலம்மா பாட்டி, கஸ்தூரி பாட்டி, மாணிக்கம் பாட்டி, திருமலை பாட்டி, ஆபிராம் பாட்டி ஆகியோரும் ஊத்து எஸ்டேட்டில் சோராள் பாட்டி, பாப்பா பாட்டி, சுலேகா பாட்டி, வள்ளியம்மாள் பாட்டி போன்றவர்களும் பணிபுரிந்தார்கள். தற்போது நாலுமுக்கு எஸ்டேட்டில் மரிய ரோகினி, டெய்சி மாஞ்சோலையில் அல்லி ஊத்து எஸ்டேட்டில் கிரேஸ் ஆகியோரும் பிள்ளைப்பாடியில் (பாலர்வாடி) குழந்தை களின் பாதுகாவலராகப் பணிபுரிந்துவருகிறார்கள்.

12

மனம் மகிழும் மாஞ்சோலை மருத்துவமனை

மாஞ்சோலை மருத்துவமனை வெறும் மருத்துவமனை அல்ல; மனோகர மாளிகை. சுகமான வாழ்வு தரும் சொர்க்க பூமி. மன அமைதிக்கும் உடல் நலத்திற்கும் மகிழ்வு தரும் மறுவாழ்வு மையம். ஆம் ஐந்து எஸ்டேட் தொழிலாளர்களின் உடல் நலனுக்காக 1948ஆம் ஆண்டு BBTC கட்டியெழுப்பிய கண்கவர் கண்ணாடி மாளிகை அது. மாஞ்சோலை பேருந்து நிலையத்திலிருந்து மிகவும் அருகில் அற்புதமாகக் காட்சியளிக்கும் அழகுமிகு அரங்கம் அது. சுமார் 5 ஏக்கர் நிலப்பரப்பில் அந்தத் தேயிலைத் தோட்டத்தின் மத்தியிலேயே சுற்றி முள் கம்பி வேலி போட்டு அந்த மருத்துவ மாளிகை பெரிய பெரிய அறைகளாகச் சுத்தமாகவும் சுகாதாரமாகவும் இருக்கும். சுற்றி மருத்துவமனையின் எழில் மிக்க கட்டடம். அதன் மத்தியில் பச்சைப் பசேலென்ற பசும்புல் வெளிகள். இடையிடையே பூக்களின்

அரசன் ரோஜா. வெள்ளை ரோஜா, மஞ்சள் ரோஜா இளம் சிவப்பு ரோஜா ஆகியவை பளிச்சென்று பூத்துக் குலுங்கும். பூக்களின் ராணி செவ்வந்திப் பூ ஜோராகக் காண்போரைப் பார்த்துக் கண் சிமிட்டும். இங்கிலீஷ் பூவான டேலியா பூ ரோஜாவுக்குப் போட்டியாகப் பல வண்ணங்களில் அழகுக்கு அழகு சேர்க்கும் வகையில் அணிவகுத்து பூத்து நிற்கும் காட்சி மனதைக் கொள்ளை கொள்ளும். மருத்துவமனை வளாகத் தோட்டத்தில் சூரியகாந்திப் பூ அங்கு வருவோரைப் பார்த்துச் சிரித்துக்கொண்டே இருக்கும். தன் பங்கிற்குக் கேந்தி பூ கெட்டியாக மஞ்சள் பூக்களாக மலர்ந்து நிற்கும். கல்வாழை என்ற பச்சைச் செடி இடுப்பு உயரத்திற்கு வளர்ந்து அதில் எழில் நிறைந்த பெரிய இதழ்கள் மஞ்சள் நிறத்தில் செழிப்போடும் எடுப்போடும் காட்சி அளிக்கும். செழுமையான செம்பருத்திப் பூக்கள் கருஞ்சிவப்பு, இளம் சிவப்பு, சிவப்பு போன்ற பல நிறங்களில் நிறம் மாறாத பூக்களாகக் காட்சி அளிக்கும். அழகுக்கு அழகூட்டும் பல வகையான குரோட்டன்ஸ் செடிகள் அந்த இடத்தை அலங்கரிக்கும். சுற்றியுள்ள முள்வேலியில் கொடியுடன் படர்ந்த பச்சைப் பசேலென்ற செடிகள் அந்தக் கட்டிடத்தைச் சுற்றி அழகிய வண்ணமாக இருக்கும். இந்த அழகு பூஞ்சோலை நிறைந்த மாஞ்சோலை மருத்துவமனையில்தான் உள்நோயாளிகள் தங்கி சிகிச்சை பெறுகிறார்கள்.

மருத்துவமனையில் பெண்களுக்கு ஆண்களுக்கும் தனித் தனியாக 20 படுக்கைகள் கொண்ட வார்டுகள் உள்ளன. மகப்பேறு மருத்துவத்திற்காகத் தனி வார்டும் எஸ்டேட் அதிகாரி களுக்குத் தனியாக 5 படுக்கைகள் கொண்ட சிறப்பு வார்டும் எஸ்டேட் நிர்வாகிகளுக்காக இரண்டு படுக்கை கொண்ட ஒரு சிறப்பு வார்டும் ஒவ்வொரு கட்டிலிலும் வெள்ளைத்துணி விரிக்கப்பட்டிருக்கும். ஒவ்வொரு கட்டிலிலும் சிவப்பு நிறக் கம்பளி மடித்து விரிக்கப்பட்டிருக்கும். தினம்தோறும் படுக்கை விரிப்பு மாற்றப்படும். கட்டிடத்தின் கதவு ஜன்னல்களில் சிறு சிறு சதுரக் கண்ணாடிகள் கட்டம் கட்டமாக மாட்டப்பட்டு அவை கண்ணாடி மாளிகையாகக் காட்சியளிக்கிறது. மருத்துவமனையின் தரையையும் கழிவறையையும் ஊழியர்கள் தினமும் காலையில் சுத்தம் சொல்கிறார்கள். தொற்று நோய்கள் பரவாமல் இருக்கத் தொற்று நோயாளிகள் தனிமை வார்டில் அனுமதிக்கப்படு கிறார்கள். மருத்துவமனை கட்டிடத்தின் கதவுகளில் உள்ள உருண்டை வடிவப் பித்தளையிலான கைப்பிடிகள் தினந்தோறும் போட்டுத் துடைத்துப் பளபளப்பாக இருக்கும். ஒரு சிறு காகிதத் துண்டுகூடத் தரையில் கிடக்காது. மகப்பேறு வார்டில் இருக்கும் தாய்மார்களுக்கும் குழந்தை பெற்ற தாய்மார்களுக்கும் தனிக் கவனத்தோடு சிகிச்சை அளிக்கப்படுகிறது.

அறுவை சிகிச்சைக் கூடமும் மருத்துவமனையில் உண்டு. கிட்டத்தட்ட எல்லா நோய்களுக்கும் அங்கு முடியாத சூழ்நிலை யில்தான் உயர்தர மருத்துவமனைக்கு நோயாளிகள் வெளியே அனுப்பி வைக்கப்படுவார்கள். முதலில் அந்த மருத்துவமனை கட்டப்பட்டவுடன் சுகுமாரன் என்ற கம்பவுண்டர் பணியாற்றி வந்தார். அவருக்கு இன்னொரு பெயர் சுக்கு காப்பி டாக்டர். காரணம் அவர் அதிகமாகத் தன் கைப்பக்குவத்தையே மருந்தாகச் சொல்வார். அக்காலத்தில் மாஞ்சோலை ஆபீஸில் கண்காணிப் பாளராகப் பணியாற்றிய மேற்பார்வையாளர் ராகவனின் அக்கா கணவர்தான் சுகுமாரன். தேயிலைத் தொழிற்சாலையில் பணிபுரிந்த ஹேமச்சந்திரன் என்ற ஹேமன் ஐயா என்பவரின் தகப்பனார். அந்த மருத்துவமனையில் முதல் டாக்டராக ஆங்கிலேசரியா *(Anklesaria)* என்பவர் பணிபுரிந்தார். அவர் சிறிது காலம் பணிபுரிந்துவிட்டுச் சென்றுவிட்டார்.

தொழிலாளர்களின் தோழர் டாக்டர் கிருஷ்ணமூர்த்தி

மாஞ்சோலைத் தொழிலாளர்களால் மறக்க முடியாத மனிதர் டாக்டர் கிருஷ்ணமூர்த்தி. இவருக்குச் சொந்த ஊர் கொங்கு மண்டலம் கோயம்புத்தூர். இவர் ஒரு பிராமணர். இவரை எல்லோரும் டாக்டர் என்று அழைப்பதைவிட சாமி, சாமி என்று தான் அழைப்பார்கள். அவ்வளவு அற்புதமான மருத்துவச் சேவையைத் தொழிலாளர்களுக்கு அவர் செய்துள்ளார். அந்த டாக்டரின் முழுமையான கட்டுப்பாட்டில்தான் மருத்துவமனை நிர்வாகம் இருந்தது. அவருக்குப் பின்னால் டாக்டர் ஆத்மேராம், டாக்டர், பத்மநாபன், டாக்டர் அன்னபூரணி உட்பட பல டாக்டர்கள் அங்குப் பணிபுரிந்தார்கள். டாக்டர் பங்களா மருத்துவ மனைக்குப் பக்கத்திலேயே கூப்பிடும் தொலைவில்தான் உள்ளது. எந்த இரவில் எந்த நோயாளி வந்தாலும் முக்கியமான சூழ்நிலையில் டாக்டர் கிருஷ்ணமூர்த்தி ஓடிவந்து சிகிச்சை அளிப்பார். டாக்டர் கிருஷ்ணமூர்த்திக்கு உதவியாக தங்கம்மா என்ற தலைமை நர்ஸ் பணிபுரிந்தார் பெல்பி, மஸ்கர் என்ற சட்டக் காரியம்மா, ரூத், பொட்டையம்மா, நேசம் மண்ணின் மைந்தர், மாதா, ஜெமி, ஜெசி, விக்டோரியா, ஸ்டெல்லா போன்ற நர்ஸ்களும் சிறந்த முறையில் பணியாற்றித் தொழிலாளர் தோழர்களின் மனங்களில் நீங்கா இடம் பெற்றார்கள். கம்பவுண்டர்களான சங்கர நாராயணன், நம்பியார், கிறிஸ்டோபர், மனுவேல், சக்கரபாணி ஆகியோரும் தங்கள் பணியின் மூலம் தொழிலாளர்களின் அளவற்ற அன்பைப் பெற்றார்கள்.

மருத்துவமனையில் சமையல் வேலையைக் கவனித்துக் கொண்ட ஈஸ்வரி பாட்டி, தெய்வானை, கருப்பம்மா அக்கா

ஆகியோரை நோயாளிகளால் மறக்கவே முடியாது. அந்த அளவுக்கு அவர்கள் சமையலும் அன்பான கவனிப்பும் இருந்தன. காய்ச்சல் உள்ளவர்களுக்குக் காலையில் கஞ்சியும் துவையலும் மதியம் அதற்குத் தகுந்த உணவும். இரவு ரசம் சாப்பாடு, வயிறு சம்மந்தமாக நோய் உள்ளவர்களுக்குப் பத்தியச் சாப்பாடு. விபத்து ஏற்பட்டவர்களுக்குச் சத்தான சாப்பாடு. மகப்பேறு சிகிச்சை பெண்களுக்கு அதற்குத் தகுந்த உணவு. இப்படித் தினமும் பல வகை உணவுகள் தயாரிக்க வேண்டும். காலையில் இட்லி. வாரத்திற்கு ஒருநாள் முட்டை. ஞாயிற்றுகிழமை மட்டன் குழம்பு. இப்படி அந்தச் சமையல் கலைஞர்கள் தளராமல், பணி புரிந்தார்கள். குறிப்பிட்ட நேரத்திற்குப் பிறகு யாரும் மருத்துவ மனைக்கு உள்ளே செல்லவும் முடியாது, வெளியே வரவும் முடியாது. மருத்துவமனை பூட்டப்பட்டுவிடும். இப்போது 108 ஆம்புலன்ஸ் நோயாளிகளை அழைத்துச் செல்ல வருகிறது. ஆனால் 1960களின் ஆரம்பத்திலேயே, மாஞ்சோலை மருந்துவமனையில் இலவச ஆம்புலன்ஸ் சேவை இருந்தது. இன்றளவிலும் அது தொடர்கிறது.

மாஞ்சோலை தலைமை மருத்துவமனையிலிருந்து வாரத் திற்கு இரண்டு முறை தலைமை டாக்டர் மற்ற எஸ்டேட்களில் உள்ள மருத்துவமனைகளுக்கு வருகைதந்து நோயாளிகளுக்குச் சிகிச்சை அளிப்பார். நாலுமுக்கு எஸ்டேட்டிலும் ஊத்து எஸ்டேட் டிலும் சிறிய மருத்துவமனைகள் உள்ளன. அந்த மருத்துவமனை களில் உள்ள நோயாளிகளில் தீவிர சிகிச்சை தேவைப்படு பவர்கள் மாஞ்சோலை மருத்துவமனையில் சேர்க்கப்படுவார்கள். தேவையான உயர்தரமான மருத்துவ சிகிச்சை அந்த மக்களுக்கு அளிக்கப்படுகிறது. டாக்டர் கிருஷ்ணமூர்த்தி அங்குள்ள தொழிலாளர்களின் தோழனாகவே செயல்பட்டார்.

13

1952இல் மாஞ்சோலையில் தொழிற்சங்கப் போராட்டம்

"போராட்டம் தோற்றதில்லை; போராடாமல் வென்றதில்லை. இதுவே உழைக்கும் வர்க்கத்தின் உணர்வுகள் சொல்லும் கீதம்" என்பதைப்போல 1867ஆம் ஆண்டு மே மாதம் 1ஆம் தேதி அமெரிக்காவின் சிகாகோ மாநகர வீதியில் இலட்சக்கணக்கான தொழிலாளர் தோழர்கள் ஒன்று கூடி 8 மணி நேர வேலை; 8 மணி நேர ஓய்வு; 8 மணி நேரத் தூக்கம் என்ற கோரிக்கையை விண்ணதிர முழங்கினார்கள். அப்படித்தான் தொழிலாளர்களின் ஒரு நாள் வேலை 8 மணிநேரம் என்று வறையறை செய்யப்பட்டது. அதுவரைக்கும் ஒரு நாளைக்கு 12 மணிநேரத்திலிருந்து 14 மணி நேரம்வரை தொழிலாளர்கள் வேலை செய்து வெதும்பியிருந்தார்கள். அந்தக் காலத்தில் முதலாளிகள் மக்களைப் பிழிந்து கசக்கி எடுத்து எந்த உரிமையும் கொடுக்காமல் தொழிலாளர் தோழர் களை வேலை வாங்கியிருக்கிறார்கள். வேலை நேரம் சரியான மணிக்கணக்கு இல்லாமல் கொடுமைப் படுத்தினார்கள். தொழிலாளர்களின் நிலை மிகவும் பரிதாபமாக இருந்தது.

எனவே தொழிலாளர்களின் குறைகளைப் போக்கவும், உரிமைகளைக் கேட்கவும் தொழிற்சங்கம் ஆரம்பிக்க உரிமை கேட்டு 1952ஆம் ஆண்டு மாஞ்சோலை தொழிலாளர்கள் BBTC கம்பெனியை எதிர்த்துப் போராடினார்கள். முதன்முதலில் உலகில் இங்கிலாந்தின் தொழில் மாநகரமான மான்செஸ்டர் மாநகரில் 1818ஆம் ஆண்டு வியாபாரிகள் பொது சங்கம்

என்று ஒரு தொழிற்சங்கம் ஆரம்பிக்கப்பட்டது. இதைத் தழுவி உலகம் முழுவதும் ஆங்காங்கே தொழிற்சங்கங்கள் தொடங்கப் பட்டன. ஆனால் முதலாளி வர்க்கம் தொழிற்சங்கம் ஏற்படுத்த விடாமல் பல தடைகளைச் செய்துவந்தது. 1952ஆம் ஆண்டு மாஞ்சோலையில் ஐ.என்.டி.யு.சி என்ற தொழிற்சங்கத்தை மாஞ்சோலையைச் சேர்ந்த என். ஆறுமுகம் ராமசாமி கங்காணி ஆகியோர் ஆரம்பிக்க முயற்சித்தபோது BBTC கடுமையாக எதிர்த்தது. தொழிற்சங்கத்தை ஆரம்பிக்கவிடவில்லை. அப்போதைய மாஞ்சோலை எஸ்டேட் குரூப் மேனேஜராக ஸ்டோன் இருந்தார்.

தொழிற்சங்கம் கண்டிப்பாக வேண்டும் என்று தொழி லாளர்கள் கடுமையாகப் போராடியிருக்கிறார்கள். நிர்வாகம் அப்படிப் போராடிய தொழிலாளர்களையும் தொழிலாளர் தலைவர்களையும் மாஞ்சோலை பகுதிக்குள் இருக்கக் கூடாது என்று கட்டளையிட்டு மாஞ்சோலையின் நுழைவு வாயிலுக்கு வெளியே அனுப்பி மாஞ்சோலைக்குள் வரக் கூடாது என்ற உத்தரவைக் காவல்துறை உதவியோடு பிறப்பித்தது. அப்போது தமிழக முதல் அமைச்சராக இருந்த ராஜாஜியிடம் இதுபற்றி முறையிடப்பட்டது. மாஞ்சோலை தொழிற்சங்கப் பிரச்சினை சட்டமன்றம் வரை எடுத்துச் செல்லப்பட்டது. அது தொழி லாளிக்கும் முதலாளிக்குமான பிரச்சினை என்று கைவிடப் பட்டது. தொழிலாளர்கள். நெல்லை மாவட்டத்தில் போராடி னார்கள். போராடிக்கொண்டே இருந்தார்கள். மாஞ்சோலை யிலிருந்து வெளியேற்றப்பட்ட தலைவர்களும் தொழிலாளர்களும் ஒவ்வொரு ஞாயிற்றுக் கிழமைகளிலும் மாஞ்சோலை நுழைவு வாயிலுக்கு வெளியே வந்து நிற்பதும் அவர்களுக்கு ஆதரவாகத் தொழிலாளர்கள் அங்கு சென்று சந்திப்பதுமாக இருந்தது. தங்கள் போராட்டத்தைத் தொடர்ந்து நடத்திக்கொண்டே இருந்துள்ளார்கள். அப்போதுதான் எம்.எஸ்.ஆர் என்று அழைக்கப்படும் நாடாளுமன்ற உறுப்பினர் எம்.எஸ்.ராமச்சந்திரன், பின்னாளில் அஸ்ஸாம் மாநில கவர்னராக இருந்த ராமானுஜமும் அந்தப் போராட்டத்தில் பங்கு பெற்றார்கள். பிரச்சினையைத் தொழிலாளர் நீதிமன்றம் வரை கொண்டு சென்றார்கள். நுழைவு வாயிலுக்கு வெளியே நிறுத்தப்பட்ட தொழிற்சங்கத் தலைவர்கள் உள்ளிட்ட பலரை மாஞ்சோலைக்குள் வர வைத்து தொழிலாளர்கள் நெஞ்சில் நீங்கா இடம் பெற்றார்கள்.

அந்தத் தலைவர்கள் உள்ளிட்ட பலர் மாஞ்சோலைக்குள் வர அனுமதிக்கப்பட்டார்களே தவிரத் தொழிற்சங்கம் வைக்க அனுமதி கொடுக்கவில்லை. என்றாலும் தொழிலாளர்கள் போராட்டத்தைத் தொடர்ந்து நடத்திக்கொண்டிருந்தார்கள். BBTC

நிர்வாகம் தொழிலாளர்கள் மத்தியில் தொழிற்சங்கம் தேவையா, தேவையில்லையா என்பதற்கு ஒரு தேர்தல் நடத்தி அதன் முடிவை ஏற்றுக்கொள்வதாகச் சொன்னது. தேர்தலும் நடைபெற்றது. மாஞ்சோலை BBTC நிர்வாகம் எந்தச் சூழ்நிலையிலும் தொழிற் சங்கத்தை அமைத்து விடக் கூடாது என்று கங்கணம் கட்டியது. பிரித்தாளும் கொள்கையை எப்படி ஆங்கிலேயர்கள் பின்பற்றி னார்களோ அதேபோலத் தொழிலாளர்களுக்கிடையே பெரிய பிளவை ஏற்படுத்தி, தொழிற்சங்கம் ஆரம்பிக்க முடியாத சூழ்நிலையை உருவாக்க வேண்டுமென்று நிர்வாகம் முயன்றது. மாஞ்சோலை எஸ்டேட்டில் மட்டும் நிர்வாகத்திற்கு ஆதரவாக ஓரளவு வாக்குகள் கிடைத்தன. நாலுமுக்கு எஸ்டேட்டில் ஒரே ஒரு வாக்கு மட்டும் நிர்வாகத்திற்குச் சாதகமாகக் கிடைத்தது. அந்த வாக்கு நாலுமுக்கு எஸ்டேட்டைச் சேர்ந்த சுட்டியான் என்ப வரின் அம்மா கருப்பி என்பவருடைய வாக்கு ஊத்து எஸ்டேட் போன்ற பகுதிகளெல்லாம் தொழிற்சங்கத் தலைவர்களுக்குச் சாதகமாகவே இருந்தன. தொழிற்சங்கம் அமைக்கலாம் என்று பெருவாரியான தொழிலாளர்கள் முடிவு செய்ததால் தொழிற்சங்க உரிமைக்கான போர்க்களம் சூடுபிடித்தது. தொழிற்சங்கத்திற்கான அங்கீகாரம் கிடைத்தது. ஐ.என்.டி.யு.சி தொழிற்சங்கம் ஐந்து எஸ்டேட் பகுதிகளிலும் வலுவாகக் கால் ஊன்றியது. மாஞ்சோலையில் ஆறுமுகம் அவர்கள் தலைமையில், ராமசாமி கங்காணி, குட்டி தேவர் போன்ற தலைவர்களும் நாலுமுக்கு எஸ்டேட்டில் பிச்சமுத்து, லட்சுமணன், ஊத்து எஸ்டேட்டில் இசக்கி ஆசாரி போன்றவர்களும் கிளைத் தலைவர்களாகத் தோன்றினார்கள். காங்கிரஸ் கட்சியின் தொழிற்சங்கப் பிரிவான ஐ.என்.டி.யு.சி கொடி கட்டிப் பறந்தது. தொழிலாளர்களின் உரிமைப் போராட்டம் வெற்றி பெற்றது.

என்றாலும் BBTC நிர்வாகம் ஒரு சிறு பிரிவு தொழிலாளர் களைத் தன் பக்கம் வைத்துக்கொண்டது. உலக வரலாற்றில் 1789 பிரெஞ்சுப் புரட்சி, 1911 ரஷ்ய புரட்சி, இந்திய சுதந்திரப் போர், 1949 செஞ்சீன புரட்சி போன்ற எல்லாப் புரட்சிகளிலும் ஒரு சாரார் ஆளும் வர்க்கத்திற்குத் துணை போனார்கள் என்பது தான் சரித்திரம் சொல்லும் உண்மை. அதேபோல BBTC நிர்வாகமே தனக்குச் சாதகமாகப் போட்டித் தொழிற்சங்கத்தை உருவாக்கி வைத்துக்கொண்டது. அவர்கள் நிர்வாகத்திற்கு விசுவாச மானவர்கள். நிர்வாகம் அவர்களுக்குத் தேவையான உதவிகளைச் செய்து அவர்களைத் தன் பக்கம் வசப்படுத்தி பத்திரமாகப் பார்த்துக்கொண்டது. தேவைப்படும்போதெல்லாம் அந்த ஏவு கணையைத் தொழிலாளர்களின் தொழிற்சங்கத்திற்கு எதிராகப் பயன்படுத்தியது. அந்தப் போட்டித் தொழிற்சங்கத்திற்குப் பெயர்

குரூப் காங்கிரஸ். அந்தத் தொழிற்சங்கத்திற்கு மாஞ்சோலையைச் சேர்ந்த செல்வராஜ் கங்காணி தலைவர். நாலுமுக்கு எஸ்டேட் பாக்கியநாதன் கங்காணி, தேவராஜ் கங்காணி ஆகியோர் தீவிர தொண்டர்களாகச் செயல்பட்டார்கள். ஐ.என்.டி.யு.சி தொழிற்சங்கத்திற்கு ராமச்சந்திரன், ராமானுஜம் போன்றவர்கள் எப்படி உயர்மட்ட தலைவர்களாகச் செயல்பட்டார்களோ அதேபோல முன்னாள் குடியரசுத் தலைவர் எம்.வெங்கட்ராமன் போன்ற சிலர் குரூப் காங்கிரஸ் தொழிற்சங்கத்தின் உயர்மட்டத் தலைவர்களாகச் செயல்பட்டார்கள். அப்போது ஒருமுறை வெங்கட்ராமன் அவர்கள் குரூப் காங்கிரஸ் வளர்ச்சிக்காக மாஞ்சோலைப் பகுதிக்கு வருகை தந்து நாலுமுக்கு எஸ்டேட்டிற்கு வந்தபோது அன்றைய நாலுமுக்குப் பகுதி ஐ.என்.டி.யு.சியின் முக்கியத் தலைவராக இருந்த பிச்சமுத்து என்பவர் வெங்கட்ராமனுக்கு எதிராகக் கோஷம் எழுப்பியதோடு அவருக்கு எதிரான வாசகங்கள் கொண்ட சுவரொட்டியை அவர் நின்ற இடத்தில் அவர் தலைக்கு மேலே ஒட்டித் தன் கடுமையான எதிர்ப்பைத் தெரிவித்துள்ளார் என்று அன்றைய எஸ்டேட் தொழிற்சங்க வரலாறு சொல்கிறது.

14

திருவிதாங்கூர் சமஸ்தானத்தின் சங்கு சக்கர முத்திரை

மாஞ்சோலை மலைப் பகுதி திருநெல்வேலி மாவட்ட எல்லைக்கு உட்பட்டது. அதில் திருநெல்வேலி மாவட்டத்தின் கடைசிப் பகுதியாக நாலுமுக்கு எஸ்டேட் உள்ளது. அந்தக் காலத்தில் நாலுமுக்கு எஸ்டேட்தான் தமிழ்நாட்டின் தென் பகுதியில் ஓர் எல்லையாகவும் இருந்துள்ளது. அதற்கு அடுத்து திருவிதாங்கூர் சமஸ்தான எல்லைப்பகுதி இருந்துள்ளது. 1956ஆம் ஆண்டு மொழிவாரி மாநிலங்கள் பிரிக்கப்பட்டபோது கன்னியாகுமரி மாவட்டம் கேரளத்திலிருந்து தமிழ்நாட்டுடன் இணைந்த பிறகுதான் நாலுமுக்கு எஸ்டேட் என்பது மாநில எல்லையிலிருந்து மாவட்ட எல்லையாக மாறியுள்ளது. நாலுமுக்கு எஸ்டேட் பகுதியிலிருந்து சுமார் ஒன்றரைக் கிலோ மீட்டர் தொலைவில் உள்ள கன்னியாகுமரி மாவட்ட எல்லையின் ஆரம்பப் பகுதி வரலாற்றுச் சிறப்பு மிக்க முக்கியவத்துவம் வாய்ந்தயாகும். 12.2.1929அன்று மாஞ்சோலை BBTC கம்பெனிக்கும் சிங்கம்பட்டி ஜமீனுக்கும் ஒரு குத்தகை ஒப்பந்தம் ஏற்படுத்துவதற்காகக் குறிப்பிடப்பட்ட எல்லை வறையறைதான் இந்தப் பகுதியாகும். அந்தக் குத்தகை ஒப்பந்தப்படி 8374 ஏக்கர் மலைப் பகுதியை அளப்பது என்பது சாதாரணமாக முடியாது என்பதால் அந்தக் குத்தகை ஒப்பந்தம் போடுவதற்கு 2 ஆண்டுகளுக்கு முன்பே BBTC கம்பெனி சார்பாக எஸ்.ஆர். அர்மிடேஜ் என்பவர் தலைமையிலான நில அளவைக் குழுவினர் 1927ஆம் ஆண்டே

இந்த மாஞ்சோலை மலைப் பகுதியை அளந்து முடித்தனர். அந்த அளவை நேரத்தில் இந்த மலைப் பகுதி சிங்கம்பட்டி ஜமீன்தாரிடம் இருந்தாலும் அதற்கு முன்பு திருவிதாங்கூர் சமஸ்தானத்துக்குச் சொந்த மானதாக இருந்தது. திருவிதாங்கூர் சமஸ்தான மகாராஜா அந்த மலைப்பகுதியை 400 வருடங்களுக்கு முன்னர் சிங்கம்பட்டி ஜமீனுக்கு நன்கொடையாகக் கொடுத்தார்.

இந்தியா சுதந்திரம் அடைந்த பிறகு மன்னராட்சி அகற்றப் பட்டது. அந்தக் காலகட்டத்தில் திருவிதாங்கூர் சமஸ்தானம் அன்றைய கேரள மாநிலத்தோடு இணைக்கப்பட்டது. அப்போது கன்னியாகுமரி மாவட்டம் கேரள மாநிலத்தில்தான் இருந்தது. பின்னர் மார்ஷல் நேசமணி அவர்கள் தலைமையில் போராடித்தான் கன்னியாகுமரி மாவட்டம் 1956ஆம் ஆண்டு நவம்பர் மாதம் 1ஆம் தேதி தமிழகத்தின் மாவட்டமாக இணைந்தது. கன்னியாகுமரி மாவட்டத்தில்தான் கோதையாறு உள்ளது. 1927ஆம் ஆண்டு நில அளவை செய்யப்பட்டபோது அப்போதைய திருவிதாங்கூர் சமஸ்தானத்தின் எல்லைப் பகுதி, சிங்கம்பட்டி ஜமீன் எல்லைப் பகுதி இரண்டையும் தனித்தனியே பிரித்துக் காட்ட வேண்டும் என்பதற்காக அந்த எல்லைப் பகுதியின் (மலைப் பகுதிகள்) பல இடங்களில் திருவிதாங்கூர் சமஸ்தானத்தின் சங்குச் சக்கர முத்திரை அடையாளம் அந்த மலைக்காட்டுக்குள் பாறைகளில் குறியிட்டு வைக்கப்பட்டுள்ளது. இப்போதும் அந்த முத்திரை அடையாளங்கள் நாலுமுக்கு எஸ்டேட்டிலிருந்து கோதையாறு செல்லும் பாதையில் கன்னியாகுமரி மாவட்டம் ஆரம்பிக்கும் இடமான நாலுமுக்கு எஸ்டேட் 11ஆம் நம்பர் தேயிலைக்காடு அருகிலும் அங்கிருந்து சுமார் 2 கி.மீ. தொலைவில் உள்ள அதே நாலுமுக்கு எஸ்டேட்டில் உள்ள யானைக்காடு, மொட்டச்சி மலை உட்பட பல பகுதிகளிலும் உள்ளது.

முத்துக்குழி

மாஞ்சோலை BBTC கம்பெனிக்கும் சிங்கம்பட்டி ஜமீனுக்கும் 1929ஆம் ஆண்டு குத்தகை ஒப்பந்தம் ஏற்படுத்தப்படுவதற்கு சுமார் 400 ஆண்டுகளுக்கு முன்பு அந்த மாஞ்சோலை மலைப்பகுதி திருவிதாங்கூர் சமஸ்தானத்திற்குச் சொந்தமாக இருந்தபோது திருவிதாங்கூர் சமஸ்தானத்தை மார்த்தாண்ட வர்மன் ஆட்சி செய்துள்ளார். அப்போது எதிரிப் படைகளை முறியடிப்பதற் காகத் தலைமறைவு வாழ்க்கை வாழ்ந்துள்ளார். எதிரிகளை மறைந்திருந்து தாக்குவதற்காக நாலுமுக்கு எஸ்டேட் பக்கத்தில் உள்ள கோதையாறு அருகில் சுமார் 3 கிலோ மீட்டர் தூரத்தில் இருக்கும் முத்துக்குழி என்ற இடத்தில் தன் சேனைகளோடு தங்கி இருந்து போர் புரிந்ததாகச் சரித்திரம் சொல்கிறது. முத்துக்குழி பகுதியில் அதிகமான வயல் காடுகள் அமைந்து அந்தப் பகுதி செழிப்பாக இருந்துள்ளது. முத்துக்குழியில் தங்கியிருந்த மன்னன் மார்த்தாண்ட வர்மன் அங்கிருந்து மலைப்பாதை வழியாகக் குதிரைவெட்டி சென்று தற்போதுள்ள குதிரைவெட்டி புல்லுமொட்டையில் குதிரை லாயத்தை ஏற்படுத்தியிருந்ததோடு அந்தக் குதிரைவெட்டியில்தான் ஒரு குதிரைப் படையையே வைத்திருந்தார் பாண்டிய மன்னர்களும் குதிரைவெட்டி பகுதியில் உலவியதாகவும் வரலாற்றுச் சான்றுகள் கூறுகின்றன.

மாஞ்சோலைப் பகுதியில் 1929ஆம் ஆண்டு BBTC கம்பெனி எஸ்டேட்களை உருவாக்குவதற்கு முன்னரே அந்தப் பகுதியில் மன்னர்கள் உலவியுள்ளார்கள். அதற்குச் சான்றாகத்தான் 1970களின் ஆரம்பத்தில் மாஞ்சோலை எஸ்டேட் 18ஆம் நம்பர் தேயிலைக் காட்டிலும் ஊத்து எஸ்டேட் 5 ஆம் நம்பர் தேயிலைக் காட்டிலும் தங்கம் கிடைத்துள்ளது. அங்குத் தேயிலை பயிரிடுவதற்கு முன்பே அந்த மலைக் காடுகளில் மன்னர்களின் நடமாட்டம் இருந்துள்ளது. மேலும் நாலுமுக்கு எஸ்டேட்டில் திருவிதாங்கூர் சமஸ்தான முத்திரையான சங்குச் சக்கர அடையாளம் உள்ளது; குதிரைவெட்டியில் ஆயுத தளவாடங்களும் கிடைத்துள்ளன என்பதை ஆய்வு செய்து பார்க்கும்போது இன்றைய மாஞ்சோலை மலைப்பகுதி முழுவதும் அன்றைய கேரள நாடாகவே இருந்துள்ளது. தெரியவருகிறது[1].

---

1. திருவிதாங்கூர் சமஸ்தானத்தின் சங்கு சக்கர முத்திரை பற்றி நாலுமுக்கு எஸ்டேட்டில் வாழ்ந்த உமானந்தனும் அவர்களும் முத்துக்குழி வரலாறு பற்றி ஊத்து எஸ்டேட்டில் வாழ்ந்த தலைமை ஆசிரியர் குருசாமியும் சுஜாதனும் கூறினார்கள்.

15

1957இல் மாஞ்சோலையில் இரட்டைக் கொலை

கொலை செய்யப்பட்ட ஜோசப் கங்காணி கல்லறை

மாஞ்சோலை எஸ்டேட் பரப்பளவில் பெரிய பகுதி என்பதால் அங்குத் தொழிலாளர்களுக்கான வேலை குறித்து நிர்வாகம் செய்ய மாஞ்சோலை டிவிஷன் சுண்ணாம்பில் டிவிஷன் காப்பி டிவிஷன் என மூன்று பகுதிகளாகப் பிரித்துத் தொழிலாளர்கள் பணியமர்த்தப்பட்டிருந்தார்கள். பிற்காலத்தில் சுண்ணாம்பில் டிவிஷனும் காப்பி டிவிஷனும் ஒன்றாக இணைக்கப்பட்டன. காப்பி டிவிஷனுக்கு மற்றொரு பெயர் ரிஷி ஓடை டிவிஷன் ரிஷி ஓடை என்பது இயற்கை அழகு மிகுந்த அடர்ந்த வனப் பகுதி. அங்கு எழில் மிகு சிறிய அருவி உள்ளது. அதற்கு அருகில் அற்புதமான தெளிந்த நீரோடையில் எந்தக் கலங்கலும் இல்லாமல் தண்ணீர் பளிச்சென்று

ஓடிக்கொண்டே இருக்கும். அதில் அழகிய புல்வெளி. அதை ஒட்டி மஞ்சள், இளஞ்சிவப்பு, சிவப்பு வண்ணங்களில் மலர்கள் பூத்துக் குலுங்கும் பசுமையான பகுதி. ஆம் அந்த இடத்தில்தான் 1957ஆம் ஆண்டு டிசம்பர் மாதம் 22ஆம் நாள், ஞாயிற்றுக்கிழமை அந்த ஆஜானுபாகுவான தோற்றம் கொண்ட ஜோசப் கங்காணி என்பவரை முத்தையா என்பவர் கண்மூடித்தனமாகக் கண்டம் துண்டமாக வெட்டிச் சாய்த்தார். கீழே விழுந்த கங்காணி துடிதுடித்துச் செத்துப் போனார். அவர் 13 பிள்ளைகளின் தகப்பன். அவர் அன்றைய மாஞ்சோலை ஐ.என்.டி.யு.சி தொழிற் சங்கத்தின் தீவிர பற்றுகொண்ட தன்னகரில்லாத் தலைவர்களில் ஒருவர். தொழிலாளர்களுக்காகத் தோள் கொடுத்தவர். உழைப்பாளிகளுக்காக உழைத்தவர். பாட்டாளியின் கூட்டாளி யாக வாழ்ந்தவர். அன்று விடுமுறைதான் என்றாலும் தான் வளர்த்த பசுமாடுகளைப் பராமரித்துக்கொண்டு அந்த ஓடையின் அருகில்தான் நின்றுகொண்டிருந்தார், கொலை செய்யப்பட்ட இந்த ஜோசப் கங்காணி. தொழிற்சங்கம் வேண்டுமென்று போராடி யவர். அந்தக் காலத்தில் அமைதி வேண்டி யோகா செய்த ரிஷிகள் வாழ்ந்த அந்த ஓடைக்கு அருகில்தான் அந்தக் கொடூர சம்பவம் நடந்தது.

கொலை செய்துவிட்டு நடந்ததைச் சொல்வதற்காக அந்தக் கொலையாளி அரிவாளோடு மாஞ்சோலை கோஆப்ரேட்டிவ் ஸ்டோர் கூட்டுறவு பண்டகச் சாலை பின்புறம் உள்ள கடைக்கு ஓடினார். கொலை செய்ய ஏவிவிட்ட செல்வராஜ் கங்காணி அப்போது அங்குதான் இருந்தார். அங்கு அவரைப் பார்த்த வுடன் அந்தக் கொலையாளி, "முடித்துவிட்டேன்; கதையை முடித்துவிட்டேன்" என்றவுடன் செல்வராஜுக்கு ஒன்றும் புரிய வில்லை. அந்தக் கொலையாளி "நீங்கள்தானே சொன்னீர்கள்... ஜோசப் கங்காணி கதையை முடித்துவிட்டேன்" என்றார். உடனே செல்வராஜ் கங்காணி பதற்றமாக, "அடப்பாவி! கொன்று விட்டாயா? நான் இரண்டு தட்டுதானே தட்டச் சொன்னேன் கொலையே செய்து விட்டாயா? செத்தே போனாரா? நான் அப்படியா சொன்னேன்" என்று கேட்டார்.

அவ்வளவுதான். படபடப்போடு இருந்த கொலையாளி முத்தையா ஒரு நொடிப்பொழுதுகூடத் தாமதிக்காமல் செல்வராஜ் கங்காணியின் தலையையும் அரிவாளால் சீவினார். பக்கத்தில் நின்றுகொண்டிருந்த இக்பால், செல்வராஜ் கங்காணி யின் உற்ற நண்பர் மட்டுமல்ல; குரூப் காங்கிரஸ் தீவிர தொண்டர். அவர் அதைத் தடுக்க முற்பட்ட போது அவரது தலையையும் நோக்கி அரிவாளைச் சுழற்றினார், அந்தக் கொலையாளி. ஆனால் நல்ல வேளையாக அவர் குனிந்து கொண்டதால்

ஜோசப் கங்காணி கொலை செய்யப்பட்ட இடம். மெழுகுவர்த்தி கூடம்

முகத்தின் தாடைப் பக்கத்தில் காயம் ஏற்பட்டதோடு தப்பித்துக் கொண்டார். கொடூரமாக இரண்டு கொலைகள் செய்த முத்தையா மாஞ்சோலை காவல் நிலையத்தில் உடனே சரணாகதி ஆகி விட்டார். பின்னாளில் அவருக்கு நீதிமன்றம் தூக்குத் தண்டனை விதித்ததாகச் செய்தி.

இரட்டைக் கொலை பற்றிய செய்தி ஊரெல்லாம் பரவிய வுடன் அன்றாடம் உழைத்து வாழ்கின்ற அந்த மாஞ்சோலை மக்கள் மத்தியில் பீதி ஏற்பட்டு பயத்தில் உறைந்தே போனார்கள். அன்றிலிருந்து ஒரு வாரம் பள்ளிக்கூடம் அடைக்கப்பட்டது. வேலை நிறுத்தப்பட்டது. போக்குவரத்து முடக்கப்பட்டது மக்கள் சகஜ நிலைக்கு வருவதற்கே ஒரு மாதம் ஆனது. மக்கள் இந்த இரட்டைக் கொலையால் நிலைகுலைந்து போனார்கள். தொழிற்சங்கப் போட்டியால் இரட்டைக் கொலைக்குப் பின் குரூப் காங்கிரஸ் வளர்ச்சி படிப்படியாக வீழ்ந்தது. 1960க்குப் பிறகு குரூப் காங்கிரஸ் முழுவதும் இல்லாமல் போனதாக மாஞ்சோலை தொழிற்சங்க வரலாறு சொல்கிறது.

16

தேயிலை பயிர் விளைச்சல்

உலகில் முதன்முதலில் சீன நாட்டில்தான் தேயிலை பயிரிடப்பட்டதாக வரலாறு சொல்கிறது. இந்தியாவில் அஸ்ஸாம், கர்நாடகா, தமிழ்நாடு, கேரளா மலைப் பகுதிகளில் அதிகமாகத் தேயிலை பயிரிடப்பட்டுள்ளது. தமிழ்நாட்டில் பழைய கோயம்புத்தூர், நீலகிரி மாவட்டத்தில் தேயிலை செழிப்பாகப் பயிரிடப்பட்டுள்ளது. ஆரம்ப காலத்தில் தேயிலைப் பயிர் செய்யும்போது தேயிலைக் கொட்டைகளை முளைக்க வைத்துத் தான் பயிர் செய்ய ஆரம்பித்திருக்கிறார்கள். BBTC கம்பெனி மாஞ்சோலையில் தேயிலை பயிர் விளைவிக்கும் போது பாத்திகட்டித் தேயிலைக் கொட்டைகளைத் தான் முதலில் முளைக்கச் செய்துள்ளார்கள். பின்னர்தான் படிப்படியாகத் தவாரணை என்று அழைக்கப்படும் நர்சரித் தோட்டம் அமைத்துச் சிறு சிறு செடிகளை நிழற்பகுதியில் பக்குவமாக நாற்றங்கால் மூலம் வளர்த்துப் பின்னர் அவற்றை

எடுத்து, மரம் செடிகொடிகள் எடுக்கப்பட்டு அந்த இடத்தில் சோலைக்காடுகளில் தேயிலைச் செடிகள் வளர்க்கப்பட்டன. ஏற்ற இறக்கமான மலைப் பகுதிகளில் நல்ல மழை பெய்யக் கூடிய பகுதியாக இருக்க வேண்டும். மழை பெய்யும்போது தண்ணீர் தேங்காமல் ஓட வேண்டும். அப்படிப்பட்ட நிலப்பரப்பில்தான் தேயிலை பயிர் செய்ய முடியும். தேயிலைச் செடியிலிருந்து சிறிய நாற்றாக எடுத்து அதைச் சுற்றிக் குச்சிகளை நட்டு வைத்துப் பாதுகாத்து அது பெரிய செடியாக வளர்ந்தவுடன் ஒரு குறிப் பிட்ட காலத்தில் அந்தச் செடிகள் தேயிலைக் கொழுந்து பறிப் பதற்காகச் சுற்றி வெட்டி விடப்படும். ஒவ்வொரு செடியையும் ரோஜாப் பூ இதழ்கள் போல மலைப்பகுதியில் வரிசைப்படி சுற்றிச் சுற்றி நடப்படும். அதற்குப் பெயர் நிறை அல்லது சால். நாட்டுப்புறத்தில் வயல் காடுகளைப் பற்றிச் சொல்லும்போது அந்தக் குளத்துப் பத்திக்காடு, இந்தக் குளத்துப் பத்திக்காடு, ஆற்றங்கரை பத்திக்காடு, வாய்க்காங்கரை பத்திக்காடு என்று சொல்லப்படுவது போலப் பல ஏக்கர் கணக்கில் உள்ள ஒவ்வொரு தேயிலைக் காட்டுக்கும் தனித்தனி நம்பர் உண்டு. ஒவ்வொரு தேயிலைச் செடியும் சாதாரணமாக ஒரு ஆள் இடுப்பு அளவு உயரத்திற்கு வளர்க்கப்படும். அதற்கு மேல் வளரவிட்டால் தேயிலை கொழுந்து முற்றிவிடும். அது தேயிலைத் தூள் தயாரிப்பதற்குப் பக்குவமாக இருக்காது. தேயிலைச் செடி இடுப்பளவு உயரத்திற்கு வந்தவுடன் அதை அளவாக அழகாக வெட்டி விடுவார்கள். இதற்குப் பெயர் கவாத். இது இரண்டு வகைப்படும்: மேசை கவாத், அடிக் கவாத். மேசை கவாத் என்பது வருடத்திற்கு ஒருமுறை தேயிலைச் செடியை மேலோட்டமாக வெட்டி விடுவதாகும். ஏழு வருடங்களுக்கு ஒரு முறை அதே தேயிலைச் செடியின் அடிப் பகுதியிலிருந்து வெட்டுவது அடி கவாத் என்பதாகும். அடி கவாத் என்பது தேயிலைச் செடியின் அடிப்பகுதியான மூட்டை மட்டும் வைத்துவிட்டு மற்ற மேல் பகுதி முழுவதையும் வெட்டிவிடு வதாகும்.

கவாத் என்பது ஒவ்வொரு தேயிலைக் காடுகளுக்கும் சுழற்சி முறையில் வரும். அதாவது ஒவ்வொரு தேயிலைக் காட்டிற்கும் ஒரு நம்பர் இருக்கும் அல்லது ஒரு பெயர் இருக்கும். குறிப்பிட்டுச் சொல்ல வேண்டுமென்றால் 1ஆம் நம்பர் தேயிலைக் காடுமுதல் 25ஆம் நம்பர் தேயிலைக் காடுவரை பல தேயிலைக் காடுகள் இருக்கும். அல்லது ஒரு சில தேயிலைக் காடுகளுக்குப் பெயர் இருக்கும். அதாவது யானைக்காடு, 50 ஏக்கர் காடு, 100 ஏக்கர் காடு, 25 ஏக்கர் காடு, பாத்திக்காடு, ஆரஞ்சுகாடு என்று பல பெயர்கள் உள்ளன. ஒவ்வொரு தேயிலைக் காடும் பல ஏக்கர் கொண்டதாக இருக்கும். எல்லாத் தேயிலைக் காடுகளிலும் ஆண் பெண் இருபால் தொழிலாளர்களும் தேயிலை கொழுந்து பறிப்பார்கள்.

ஒவ்வொரு காட்டிலும் ஒவ்வொரு தொழிலாளருக்கும் வரிசைப்படி தேயிலை நிறைகள் இருக்கும். அந்தந்தக் காடுகளில் அவரவருக்குக் குறிப்பிட்டுக்கொடுக்கப்பட்டுள்ள நிறைகளில்தான் தேயிலைக் கொழுந்து பறிப்பார்கள். ஒவ்வொரு நம்பர் உள்ள தேயிலைக் காட்டிலும் வேலை பார்க்கும் தொழிலாளர்களுக்குத் தனித்தனி நிறைகள் ஒதுக்கப்பட்டிருக்கும். இது பொது விதி. ஒரு நாள் வேலைக்கு ஒரு ஆள் வரவில்லை என்றால் அது அந்தந்தச் சூழ்நிலைக்கேற்பப் பகிர்ந்தளிக்கப்படும்.

ஒவ்வொரு காட்டிலும் சுழற்சி முறையில் தேயிலைக் கொழுந்து பறிப்பார்கள். எடுத்துக்காட்டாக ஏற்கனவே குறிப்பிட்டதுபோல 1ஆம் நம்பர் தேயிலைக்காடு முதல் 25ஆம் நம்பர் தேயிலைக்காடு வரை வரிசைப்படுத்தித் தேயிலைக் கொழுந்து பறிப்பார்கள். காட்டில் பறித்த பின் அடுத்த காட்டில் பறிப்பதற்குப் பக்குவமாகக் கொழுந்து வளர்ந்து விடும். தேயிலைப் பறிக்கும் தொழிலாளர்களைக் கண்காணிப்பதற்காகக் குறிப்பிட்ட அளவு தொழிலாளிகளுக்கு ஒருவர் பணி செய்வார். அந்தப் பணியைக் கண்காணிப்பதால் அவருக்குப் பெயர் கங்காணி ஆகும். கண்காணி என்பது மருவி கங்காணி என்று ஆனது. இப்படி வேலைத்தளத்திற்குத் தகுந்தபடி கங்காணிகள் பலர் இருப்பார்கள். இந்தத் தொழிலாளர்களையும் கங்காணிகளையும் மேற்பார்வை செய்ய ஒரு கள அதிகாரி இருப்பார். தொழிலாளர்கள், கங்காணிகள், கள அதிகாரிகள் அனைவரையும் மேற்பார்வையிட ஒரு மேனேஜர் இருப்பார்.

தேயிலைக் கொழுந்து பறித்தாகிவிட்டது. அதைத் தேயிலை தொழிற்சாலைக்குக்கொண்டு செல்ல வேண்டும். எப்படிக் கொண்டு செல்வது? யார் யார் எவ்வளவு கொழுந்து பறித்தார்கள்? கணக்கு வேண்டும் அல்லவா? அதற்காக அந்தந்தக் காடுகளில் ஒரு நிறுவைக் களம் இருக்கும். அந்த நிறுவைக் களத்தில் ஒவ்வொருவரும் எடுத்த தேயிலைக் கொழுந்துகள் அந்தக் காலத்தில் பெரிய தராசு மூலமாகவும் இந்தக் காலத்தில் டிஜிட்டல் நவீன தராசு மூலமாகவும் நிறுத்து அந்தத் தேயிலைக் கொழுந்துகளை வலைச் சாக்குப் பைகள் மூலம் கட்டி அந்தந்தக் காடுகளுக்கே டிராக்டர் அல்லது லாரிகள் மூலம் உடனே தேயிலைத் தொழிற்சாலைக்குக் கொண்டுசெல்லப்படும்.

காடுகளில் வேலை பார்க்கும் தொழிலாளர்களுக்குத் தேநீர் கொடுக்கப்படும். அது கம்பெனி செலவுதான். பகல்பொழுது வரை பறிக்கப்பட்ட தேயிலைக் கொழுந்துகள் பகலில் ஒருமுறை நிறுவை செய்தும் பகலுக்குப் பின் மாலைவரை பறிக்கப்பட்ட கொழுந்துகள் மாலையில் பார்க்கப்படும். கொழுந்துகள் மாலையில் நிறுவை செய்யப்படும். மதியம் சாப்பிட்ட பின் அந்தக் காட்டுப்

தொழிலாளர்கள் தேயிலை பறித்தபின் நிறுத்தல் செய்யும் நிறுவை களம்

பகுதியிலேயே தொழிலாளர்கள் ஒரு மணி நேரம் ஓய்வெடுத்துக் கொள்வார்கள். ஒவ்வொரு நம்பர் கொண்ட தேயிலைக் காட்டிலும் நிறுவைக் களம் என்ற இடம் முன்பு உண்டு. இப்போது அது கிடையாது குடியிருப்புப் பகுதிகளிலிருந்து ஒவ்வொரு தேயிலைக் காடுகளும் எவ்வளவு தொலைவில் இருந்தாலும் அந்தக் காடுகளுக்குத் தொழிலாளர்கள் நடந்தே செல்ல வேண்டும் பின் வீட்டுக்கும் நடந்தே வர வேண்டும். எந்த வாகன வசதியும் கிடையாது. அது மட்டுமல்ல அந்தத் தேயிலைச் செடிகள் குச்சி குச்சியாக வளர்ந்து மனித உடல்களில், சிராய்ப்புக் காயம் ஏற்படுத்தும். எனவே அங்குத் தேயிலைப் பறிக்கும் தொழிலாளிகள் முட்டுக்கு மேல் உடைகளை மடக்கி வைத்துக் கட்டி அதற்கு மேல் இடுப்புப் பகுதியிலிருந்து முட்டுக்கால்வரை சாக்குக் கட்டிக்கொண்டுதான் தேயிலைக் காட்டில் கொழுந்து பறிப் பார்கள். அவ்வளவு அவலப்பட்டு – கருமாயப்பட்டு – கஷ்டப் பட்டுதான் அந்தக் காடுகளில் அந்த மக்கள் தங்களின் ஜீவாதார உரிமையை நிலை நாட்டுவார்கள். வெயில்காலம் சரி. மழைக்காலம் என்ன செய்வார்கள்? மழை என்றால் கொடும் மழை பெய்யும். நிற்கவே முடியாது. முகத்தில் கல் விழுவதுபோலப் பெரிய பெரிய மழைத் தூறல் விழும், உடம்பு நனையும், உடைகளுக்கு மேல் பிளாஸ்டிக் தாள்களைக் கட்டிக்கொண்டுதான் வேலை பார்ப்பார்கள்.

மழை என்றால் அது பெய்யும், ஓயும் என்றில்லை. அது பெய்து கொண்டே இருக்கும். பல நாட்கள் சூரியனையே பார்க்க

முடியாது. மழைக்காலத்தில் பெரிய கொடுமை அட்டைப் பூச்சி அது உடலில் ஏறுவதும் தெரியாது, இறங்குவதும் தெரியாது. அந்தக் கொடுமையையும் தாங்கிக்கொண்டுதான் அந்தத் தொழிலாளர்கள் பாடுபட்டார்கள். பல ஆண்டுகளுக்கு முன்பு ஒரு நாள் தேயிலைக் காட்டில் பெண் தொழிலாளர்கள் கொழுந்து பறித்துக்கொண்டிருந்தபோது தேனீயைப் போலப் பல மடங்கு விஷத்தன்மை உள்ள கடந்தை என்று சொல்லப்படும் ஒரு தேனீ வகை பூச்சிக் கூட்டம் பறந்து வந்து மக்களைக் கொட்டி விட்டது. பலருக்கு உடலின் பல பகுதிகளிலும் காயம் ஏற்பட்டது. அப்படிக் கடுமையாகக் காயம்பட்ட ஒரு பெண் விஷத்தின் கடுமையால் துடிதுடித்து இறந்து போனார். அந்தக் காலத்தில் ஊரில் யாருமே செருப்பு போட மாட்டார்கள். ஆனால் இந்தக் காலத்தில் காட்டில் கொழுந்து பறிக்கும் பெண்கள் சாக்ஸும் ஷுவும் அணிந்து தங்களைப் பாதுகாத்துக்கொள்கிறார்கள். நாட்டுப்புறத்தில் வயல்காட்டில் எப்படிக் களை எடுக்கிறார்களோ, எப்படி மருந்து அடிக்கிறார்களோ அதைப்போலத் தேயிலைச் செடிகளுக்கும் களை எடுத்து மருந்து அடித்துப் பாதுகாக்கிறார்கள். தேயிலைச் செடியில் கொழுந்து பறித்த பிறகு அந்தக் கொழுந்தைக் கங்காணிகளும் கள அதிகாரிகளும் பரிசோதனை செய்வார்கள். முற்றிய கொழுந்து இலைகளாக இருந்தால் தேயிலை தயாரிக்கும் போது தரம் வராது. எனவே முற்றிய கொழுந்து இலைகள் இருக்கிறதா என்று பரிசோதனை செய்த பிறகுதான் அந்தக் கொழுந்து நிறுக்கப்படும்.

தேயிலைத் தொழிற்சாலை

தேயிலைக் காடுகளில் பறிக்கப்படும் தேயிலைக் கொழுந்து களை வாகனங்கள் மூலமாகத் தேயிலைத் தொழிற்சாலைக்குக் கொண்டு வந்து அங்குள்ள மாடியில் காற்றாடிகள் மூலமாக உலரவைத்துப் பதப்படுத்தப்படும். அப்படிப் பதப்படுத்தப்பட்ட உலர்ந்த தேயிலைக் கொழுந்துகள் தேயிலைத் தொழிற்சாலையின் கீழ்த் தளத்திலுள்ள அரவை இயந்திரங்கள் மூலம் தூளாக அரைக்கப்படும். அப்படி அரைக்கப்படும் தேயிலைத் தூள் அரவை அறை முழுவதும் குளிரூட்டப்பட்டிருக்கும். அரைக்கப் பட்ட ஈரப்பதமான தேயிலைத் தூள்கள் பெரிய பெரிய ராட்சத அடுப்புகள் மூலம் வறுத்து உலரவைக்கப்படும். உலர வைத்த பின் பச்சை ஈரப்பதமான தேயிலைத் தூள்கள் ஐந்தே நிமிடங்களில் வறுக்கப்பட்டு, கருஞ்சிவப்பு நிறத்தில் மாறிவிடும். அதன்பின் அது அப்போதைய சந்தை நிலவர தேவையின்படி தொழிற்சாலையின் அடுத்த பகுதியில் வைத்துப் பிரித்து எடுக்கப்படும். பிரித்து எடுக்கப்பட்ட தேயிலைத் தூள்கள் பல வகைகளில் தரவரிசைப்படுத்தப்படும். இந்தத் தேயிலைத் தூள்களை

1000 கிலோ, 500 கிலோ எடை அளவில் பிளைவுட் அட்டைப் பெட்டிகளில் வைத்துப் பார்சல் செய்து அனுப்புவார்கள். தற்போது சாக்குப் பைகளிலேயே பார்சல் செய்து அனுப்புவார்கள். தேயிலைத் தூள்களைத் தேவைக்கு ஏற்பக் கோயம்புத்தூருக்கும், கொச்சி துறைமுகத்துக்கும் அனுப்புவார்கள். அங்குப் பெரிய பெரிய கம்பெனிகள் மொத்தமாக ஏலம் எடுத்து, பின் வெளிநாட்டிற்கோ அல்லது சில்லறை விற்பனைக்கோ அனுப்புகிறார்கள். இயற்கை உரமிட்டுத் தயாரிக்கப்படும் இயற்கை தேயிலை மட்டும் ஏற்கனவே ஒப்பந்தம் செய்யப்பட்ட அமெரிக்க நாடுகளுக்கு மட்டும் அனுப்பப்படும். BBTC கம்பெனி மாஞ்சோலை, நாலுமுக்கு, ஊத்து எஸ்டேட் தேயிலைத் தொழிற்சாலைகளில் தயாரிக்கும் தேயிலைக்கு நல்ல கிராக்கி உண்டு.

இங்குத் தயாரிக்கப்படும் தேயிலைத் தூள் BBTCகம்பெனியின் கல்லிடைக்குறிச்சியிலுள்ள நடேசன் ஏஜென்ஸிஸ் லாரிகள் மூலம் அந்தந்தச் சந்தைகளுக்கு அனுப்பப்படும். மாஞ்சோலைப் பகுதியின் BBTC கம்பெனியும் கல்லிடைக்குறிச்சியிலுள்ள நடேசன் ஏஜென்ஸீஸ் நிறுவனமும் நெருங்கிய தொழில் நிறுவனங்களாகும். BBTCயின் கம்பெனியின் மாஞ்சோலை எஸ்டேட் பணிகள் தவிர மற்ற எல்லாப் பணிகளையும் நடேசன் ஏஜென்ஸீஸ் நிறுவனமே செய்து கொடுக்கும். உற்பத்தி செய்யப் பட்ட தேயிலைத் தூள் தேநீராக அருந்துவதற்கு மட்டும் பயன் படுத்தப்படவில்லை. பெரிய பெரிய ஐவுளி உற்பத்தி நிறுவனங் களுக்குத் துணிகளுக்கான நிறம் மாற்றம் செய்வதற்கும் பயன்படுத்தப்படுகிறது.

மாஞ்சோலை எஸ்டேட் செல்லும் நுழைவு வாயிலிலும் கல்லிடைக்குறிச்சி நடேசன் ஏஜென்ட் நிறுவனத்திலும் மாஞ்சோலைத் தேயிலை மொத்தமாகவும் சில்லறையாகவும் கிடைக்கும், தற்போது ஆங்காங்கே சில்லறைக் கடைகளிலும் மாஞ்சோலைத் தேயிலை விற்பனை செய்யப்படுகிறது. மற்ற தேயிலைத் தூள்களைவிட மாஞ்சோலை தேயிலைத் தூள் நல்ல சுவையாக இருக்கும். தேயிலைச் செடியிலிருந்து நேராகக் கொழுந்து பறித்து அந்தக் கொழுந்தை எஸ்டேட் குடியிருப்பிலுள்ள மக்கள் சாதாரண அடுப்புகளில் காயப்போட்டு அதில் தேநீர் தயார் செய்து கருப்பட்டியைக் கடித்துக்கொண்டு குடிக்கும் போது ஏற்படும் சுவை முறையாகத் தயாரிக்கப்பட்ட எந்தத் தேயிலைத் தூளிலும் கிடைக்காது. அதற்குப் பெயர்தான் கட்டஞ்சாயா. அது எஸ்டேட் மக்களின் தேவாமிர்தம்.

தேயிலைப் பயிரைப்போலவே ஏலம், காப்பி போன்ற மலைப்பயிர்கள் மாஞ்சோலை எஸ்டேட் பகுதிகளில் விளை விக்கப்பட்டன. மாஞ்சோலையின் ஒரு பகுதியில் ரிஷி ஓடை

என்ற பகுதி முழுவதும் காப்பிதான் பயிரிடப்பட்டிருந்தது. அங்குக் காப்பிச் செடியிலிருந்து காப்பிக் கொட்டைகள் எடுத்து அதைப் பதனிடும் ஒரு தொழிற்கூடமே இருந்தது. நாலுமுக்கு, ஊத்து, குதிரைவெட்டி எஸ்டேட் பகுதிகளிலும் காப்பி, ஏலக்காய் அதிகமாக விளைச்சல் செய்யப்பட்டு அவை பதனிடப் படுவதற்காகத் தொழிற்கூடமும் இருந்தது. ஏலக்காய், காப்பி அமோக விற்பனையும் செய்யப்பட்டுவந்தது. ஆனால் நாளடையில் காப்பி, ஏலக்காய் விளைச்சல் குறைந்துவிட்டது. விற்பனையும் இல்லை. தற்போது தேயிலைப் பயிர் மட்டுமே விளைச்சலில் உள்ளது. அதுவும் முன்புபோல இல்லை.

கொங்காணி

மாஞ்சோலைப் பகுதி மக்கள் மலங்காட்டில் வாழ்ந்தாலும் கட்டுப்பாடும் கண்ணியமும் கொண்ட மக்களாகவே வாழ்ந்தார்கள். தற்போதும் வாழ்கிறார்கள். தமிழ் மலையாள இரண்டு கலாச்சாரங்களைப் பின்பற்றும் மக்களாக வாழ்ந்தார்கள். காட்டில் வேலைக்குச் செல்லும்போது காட்டுக்குத் தகுந்த உடையும் வீட்டுக்கு வந்து விட்டால் நவீன உடைகளையும் அணிவார்கள். தேயிலைத் தொழிற்சாலையில் பணிபுரியும் ஆண்கள் கரும்பச்சை நிறம் பேண்ட் சட்டை அணிந்தும் பெண்கள் அதே நிறத்தில் சேலை அணிந்தும் வேலைக்குச் செல்வார்கள். நகரங்களிலும் மாநகரங்களிலும் சென்னை, மும்பை போன்ற பெரிய பட்டணங்களிலும் இன்று பெண்கள் தலையைச் சுற்றிக் கண்கள் மட்டும் தெரியக் கூடிய அளவில் ஒரு துணியைக் கட்டிக்கொண்டு இருசக்கர வாகனங்களை ஓட்டுகிறார்கள். 50 அல்லது 60 ஆண்டுகளுக்கு முன்பிருந்தே எஸ்டேட் பெண் தொழிலாளர்கள் ஒரு பெரிய துணியை நான்காக மடித்து அதைத் தலையில் போட்டுக்கொள்வார்கள். எந்தக் கட்டும் எந்தத் தையலும் போடாமல் அணிந்து கொள்வார்கள். எவ்வளவு நேரமானாலும் அது தலையை விட்டு விலகாது. அதற்குப் பெயர் கொங்காணி.

17

மாஞ்சோலை பஞ்சாயத்து தலைவர் ஆறுமுகம்

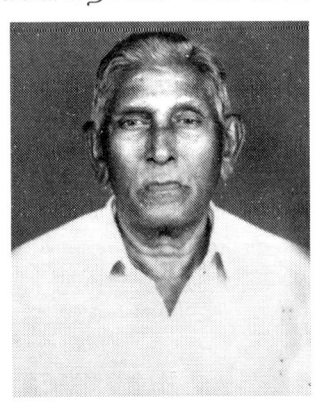

ஐந்து எஸ்டேட்களைச் சேர்ந்த 8000 (தொழிலாளர்கள்) மக்கள்தொகை கொண்ட பகுதிக்கு வருவாய் நிர்வாக வசதிக்காக மாஞ்சோலையைத் தலைமையிடமாகக் கொண்டு ஒரு ஊராட்சி (பஞ்சாயத்து) 1962ஆம் ஆண்டு உருவாக்கப்பட்டது. அந்தக் காலக்கட்டத்தில் தற்போதைய தூத்துக்குடி மாவட்டம் வாஞ்சி மணியாச்சி அருகில் உள்ள மருதன் வாழ்வு என்ற கிராமத்தைச் சேர்ந்த பலர் மாஞ்சோலை எஸ்டேட்டில் குடியிருந்துவந்தார்கள். அந்த ஊரைச் சேர்ந்த என். ஆறுமுகம் அவர்கள் அந்த மாஞ்சோலை மக்களிடையே நல்ல செல்வாக்குப் பெற்றவராகவும் ஐ.என்.டி.யு.சி தொழிற்சங்கத் தலைவராகவும் இருந்தார். 1952ஆம் ஆண்டு மாஞ்சோலையில் தொழிற்சங்கம் உரிமை கேட்டுப் போராடியபோது அதில் முன்னின்று நின்று போராடிய தலைவர்களில் இவரும் ஒருவர். எனவே இவரை மாஞ்சோலை எஸ்டேட் எல்லைக்குள்

மாஞ்சோலையின் முதல் பஞ்சாயத்து தலைவர் ஆறுமுகம்

இருக்கக் கூடாது என்று மாஞ்சோலை நுழைவு வாயிலுக்கு வெளியே நிறுவனம் அனுப்பிவிட்டது.தொழிற்சங்கப் போராட்டம் காரணமாக அவர் கைது செய்யப்பட்டு மேற்கு வங்கத்திலுள்ள சிறைச்சாலையில் அடைக்கப்பட்டார். ஐ.என்.டி.யு.சி தொழிற் சங்கச் தலைவர்களான எம்.எஸ். ராமசந்திரன், ராமானுஜம் போன்ற தலைவர்களுடன் நெருக்கமான தொடர்பு கொண்டி ருந்தார்.இப்படிப் பல செல்வாக்குகள் இருந்ததால் மாஞ்சோலை பஞ்சாயத்தின் முதல் தலைவராக இவர் தேர்ந்தெடுக்கப்பட்டு சிறப்பாகச் செயல்பட்டு வந்தார். அந்தப் பஞ்சாயத்து எழுத்தராக ஏசுராஜன் பணிபுரிந்தார்.மாஞ்சோலை பஞ்சாயத்து தலைவராக ஆறுமுகம் செயல்பட்ட காலத்தில்தான் மிகப் பெரிய நலத்திட்டப் பணிகள் நடைமுறைப் படுத்தப்பட்டன. அப்போதைய முதல்வர் காமராஜர் 1955இல் மாஞ்சோலைக்கு வருகை தந்து பல திட்டப் பணிகளைத் தொடங்கி வைத்தார். மாஞ்சோலையில் தொழிலாளர்களுக்கான மனமகிழ் மன்றத்தையும் திறந்து வைத்தார்.

மாஞ்சோலையில் செயல்பட்டு வந்த நடுநிலைப் பள்ளி உயர்நிலைப் பள்ளியாகத் தரம் உயர்ந்தது. மாஞ்சோலையில் கூட்டுறவு பண்டகசாலை திறக்கப்பட்டது. அதன் தலைவராக மாஞ்சோலையைச் சேர்ந்த ராமசாமி கங்காணி செயல்பட்டார். அன்றைய தமிழ்நாடு அரசு சார்பில் பல பணிகள் மாஞ்சோலை பஞ்சாயத்து அலுவலகம் மூலமாகவே செயல்படுத்தப்பட்டன. ஏற்கனவே தொழிற்சங்கத் தலைவராகவும், அரசின் பஞ்சாயத்து தலைவராகவும் மிகச் சிறப்பாக மக்கள் பணி செய்த தலைவர் ஆறுமுகம் தொழிலாளர்கள் மனதில் உயர்ந்த இடம் பிடித்தார். மாஞ்சோலை எஸ்டேட் ஆரம்பித்த காலத்திலிருந்து தனிக்காட்டு ராஜாவாக BBTC நிர்வாகம் மாஞ்சோலையில் செயல்பட்டு வந்தது. அந்தக் காலத்தில் எஸ்டேட் மேனேஜர்களாக இருந்த வெள்ளைக்காரர்களை யாருமே கேள்வி கேட்க முடியாது. மாஞ்சோலை எஸ்டேட்டிற்குத் தேவையான அத்தனை தேவை களையும் அரசாங்கத்திடம் நேரடியாகத் தொடர்புகொண்டு அவ்வப்போது பெற்றுக்கொண்டார்கள். ஆனால் மாஞ்சோலை பஞ்சாயத்து தலைவராக ஆறுமுகம் பொறுப்பேற்ற பிறகு ஒவ்வொரு தேவைகளுக்கும் பி.பி.டி.யு கம்பெனி பஞ்சாயத்துத் தலைவரை நம்பியே இருக்க வேண்டியிருந்தது. தன்னிடம் தொழிலாளியாக வேலைக்கு வந்த ஆறுமுகம் மாஞ்சோலை பஞ்சாயத்து தலைவர் ஆன பிறகு அவரிடம் தலைகுனிந்து நிற்பதற்கு BBTCகம்பெனி தயங்கியது. மாஞ்சோலையில் BBTC மூலம் குட்டி ராஜ்ஜியம் நடத்தி வந்த வெள்ளைக்காரர்களுக்கு அந்தத் தலைவரை ஏற்றுக்கொள்ள முடியவில்லை. எப்படி

யாவது அவரது அதிகாரத்தைப் பறிக்க வேண்டுமென்று நினைத்தார்கள். மேலும் BBTCகம்பெனி மூலம் மாஞ்சோலை பஞ்சாயத்திற்குக் கணிசமான வருமானம் வந்துகொண்டிருந்தது. அதுவும் நிர்வாகத்தின் கண்ணை உறுத்திக்கொண்டே இருந்தது. அதே காலங்களில் திருநெல்வேலி மாவட்டம் விக்கிரமசிங்கபுரத்தில் 4,000 தொழிலாளர்கள் வேலை செய்துவந்த ஹார்வி மில்ஸ், தற்போதைய மதுரா கோட்ஸ் நிறுவனம் மணிமுத்தாறு நகரியமாக மாவட்ட வருவாய் நிர்வாகத்தின் கீழ் செயல்பட்டுவந்தது. அதேபோலத் திருநெல்வேலி மாவட்டம் சங்கர் நகர் பகுதியில் செயல்பட்டு வந்த இந்தியா சிமின்ட்ஸ் நிறுவனம் சங்கர் நகர் நகரியமாக மாவட்ட வருவாய் நிர்வாகத்தின் கீழ் செயல்பட்டுவந்தது. இதை மனதில் கொண்ட மாஞ்சோலை BBTCநிர்வாகம் அரசாங்கத்திடம் தன் தனி செல்வாக்கைப் பயன்படுத்தி 1971ஆம் ஆண்டு மாஞ்சோலை பஞ்சாயத்தைக் கலைக்கச் செய்து மணிமுத்தாறு நகரியத்தின் (ஒரு அங்கமாக மாஞ்சோலை இணைக்கப்பட்டது. பஞ்சாயத்துத் தலைவர் பொறுப்பிலிருந்து ஆறுமுகம் பதவி விலக நேர்ந்தது. அதற்குப் பிறகும் அவர் எப்போதும் போல மக்கள் பணி செய்துவந்தார். "என் கடன் பணி செய்து கிடப்பதே" என்ற வரிகளை மெய்ப்பித்து கடைசிவரை பொதுநலவாதியாகவே வாழ்ந்தார்.

18

பிறிஸ்லி துரை கொலை

1966ஆம் ஆண்டு ஊத்து எஸ்டேட்டில் சுட்டுக்கொல்லப்பட்ட பிறிஸ்லி துரையின் கல்லறை

அந்தக் காலத்தில் எஸ்டேட் பகுதிகளை வெள்ளைக்காரர்கள் நிர்வாகம் செய்துவந்தார்கள். அவர்களை எஸ்டேட்டில் துரைகள் என்றே அழைப்பது வழக்கம். ஊத்து எஸ்டேட் மேனேஜராக ஆஸ்திரேலியாவை சேர்ந்த பிறிஸ்லி நிர்வாகம் செய்துவந்தார். இவரது முழுப்பெயர் தி மத்தேயு பிறிஸ்லி. அவர் காலத்தில் ஊத்து எஸ்டேட்டில் அதிகமாக ஏலம் பயிர் செய்யப்பட்டிருந்தது. குதிரை வெட்டிப் பகுதியில் கூடுதல் காப்பி பயிர் பயரிடப் பட்டிருந்தது. குதிரைவெட்டி இவர் நிர்வாகத்திற் குட்பட்டிருந்தது. ஏலம், காப்பி இரண்டும் முதிர்ந்து அறுவடைக்கு தயாரான காலத்தில் மலைப்பாதை வழியாகத் திருடர்கள் வந்து காப்பியையும் ஏலக்காயையும் திருடிச் சென்றுகொண்டிருந்தார்கள். அதை எப்படியாவது தடுத்தாக வேண்டுமென்ற

முனைப்போடு தீவிரம் காட்டிவந்தார் பிறிஸ்லி. இவர் ஏலக்காட்டுக்குள்ளும் காப்பிக் காட்டுக்குள்ளும் செல்லும்போது உதவியாளர் ஒருவரையும் வேறு சிலரையும் துணையாக அழைத்துச் செல்வது வழக்கம். அந்தப் பகுதி முழுக்க முழுக்க அடர்ந்த காட்டுப் பகுதி. திருடர்கள் திருடி விட்டுத் காட்டுப் பகுதியில் மறைந்துவிட அதிகமான வாய்ப்புள்ள பகுதி. பிறிஸ்லி கள்வர்களைப் பிடிக்க முடியாமல் பலமுறை ஏமாற்றத்தோடு திரும்பியுள்ளார். எப்படியாவது திருடர்களைக் கையும் களவு மாகப் பிடிக்க வேண்டுமென்ற வெறி அவருக்கு இருந்தது. காவல் துறையில் புகார் கொடுத்தாலும் எந்தப் பயனும் இல்லை. அந்த இடம் பகல் நேரத்தில்கூடக் கும்மிருட்டாக இருக்கும் காட்டுப் பகுதி. அங்கு காவல்துறை பணி என்பதே பெரிய சவால்தான். கொத்துக் கொத்தாக ஏலக்காயும் காப்பி பழங்களும் பறிக்கப்பட்டுவதைக் கண்டு பிறிஸ்லி வருந்தினார். உயர் நிர்வாகத்திற்குப் பதில் சொல்லவும் அவர் கடமைப்பட்டிருந்தார்.

எப்படியாவது அந்தக் கொள்ளையர்களைப் பிடித்துவிட வேண்டும் என்ற வைராக்கியத்துடன் ஒருநாள் கிளம்பினார். தன் உயிரையும் வெறுத்துப் புறப்பட்டார் அந்த அத்துவான காட்டுக்குள். அந்தி வேளையில் தன் உதவியாளர் ஒருவருடன் செல்கிறார். அந்த உதவியாளர் கையில் துப்பாக்கியும் வைத்திருந் தார். மாலைப்பொழுதில் அந்த ஏலக்காட்டுக்கு அருகில் உள்ள இருட்டாக இருக்கும் வனத்திற்குள் அவரது உதவியாளரும் பிறிஸ்லியும் பதுங்கியபடி கள்வர்கள் வருவார்கள் என்று காத்திருந்தார்கள். எந்த ஆள் நடமாட்டமும் இல்லை. காட்டு எருமை ஒன்று மட்டும் அங்கு இங்கும் அலைகிறது. சிறிது நேரத்தில் நான்கு செந்நாய்கள் ஒரு மானைத் துரத்திக்கொண்டு ஓடு கின்றன. இருட்ட ஆரம்பித்ததும் இனி இங்கே இருப்பதில் பயனில்லை என்று கிளம்பும்போது நான்கு கள்வர்கள் ஏலக்காய் தோட்டத்திற்குள் புகுந்துவிட்டார்கள். அது பல ஏக்கர் காடு என்பதால் அதில் வேலியோ பாதுகாப்பு வளையமோ கிடையாது. தன் உதவியாளர் வைத்திருந்த துப்பாக்கியைத் தயார் நிலையில் வைத்திருக்கச் சொன்னார். பிறிஸ்லியின் கையில் ஒரு தடி இருந்தது. அந்தத் தடியின் நுனியில் பட்டன் கத்தி இருந்தது. கள்வரை உயிரோடு பிடிக்க வேண்டுமென்பதுதான் அவர் எண்ணம்.

திருடர்கள் இவர்கள் இருவரையும் கவனிக்கவில்லை. எனவே முதிர்ந்த ஏலக்காய்களைப் பறித்துச் சாக்குப் பையில் போட்டுக்கொண்டிருந்தார்கள். ஐந்து நிமிடம் பத்து நிமிடம் ஆகிறது. பிறிஸ்லி தன் உதவியாளரிடம், நாம் இருவரும் திடீரென்று சத்தம் போட்டுக்கொண்டே அவர்கள் அருகில் ஓடுவோம். நான் அவர்களில் ஒருவனைக் குத்தி வீழ்த்திவிடுகிறேன். விபரீத

சூழ்நிலை ஏற்பட்டால் நீ சுடு என்று சொன்னார். இருவரும் பயங்கரமாகச் சத்தம் போட்டுக்கொண்டு ஓடினார்கள். ஒருவன் பெரிய வீச்சரிவாளைக் கொண்டு எதிர்த்து வருகிறான். ஒருவன் ஓடி விட்டான். மற்றொருவன் சத்தம் போடுகிறான். பிறிஸ்லி ஒருவனைக் குத்தப் போகிறார். பதறிப்போன அந்த உதவியாளர் துப்பாக்கியால் சுடுகிறார். குறி தவறி துரை மீதே சுட்டுவிட்டார். கள்வர்கள் தப்பித்து ஓடிவிட்டார்கள். அந்த உதவியாளர் எஸ்டேட் பகுதிக்குள் ஓடோடி வந்து மக்களிடம் சொல்கிறார். செய்தி அறிந்த தொழிலாளர்கள் கூட்டம் கூட்டமாக ஓடிச்சென்று துரையின் உடலைத் தூக்கிச் சுமந்து ஒரு ஜீப்பில் வைத்து மாஞ்சோலை மருத்துவமனைக்குக்கொண்டு செல்கிறார்கள். அங்கிருந்த டாக்டர் பரிசோதித்துவிட்டு அவர் ஏற்கனவே இறந்துவிட்டதாகத் தெரிவிக்கிறார்.

தொழிலாளர் கூட்டம் துரையின் உடலைக் கட்டி அணைத்து அழுதது. அவர் மரணத்திற்குக் கண்டிப்பாக அந்த உதவியாளர் மீது வழக்கு போடப்பட்டிருக்க வேண்டும். ஆனால் அறியாமல் செய்த பிழை என்பதால் அந்த வழக்கு பெரிதுபடுத்தாமல் முடிக்கப்பட்டது. கம்பெனியின் பெயர் பாழாகிவிடக் கூடாது அந்த உதவியாளரும் பாதுகாக்கப்பட வேண்டும் என்பதற்காக இதில் முழுவதும் உழைத்தவர் மாஞ்சோலை கம்பெனியில் பணிபுரிந்த கார்டோசா என்னும் ஆங்கிலோ இந்தியர். அவர் அரசு அதிகாரிகளையும் காவல்துறை அதிகாரிகளையும் வளைத்துப் போடுவதில் வல்லவர். பிறிஸ்லி மரணத்தில் அவர் தன் பணியைக் கச்சிதமாகச் செய்து முடித்தார். BBTC நிர்வாகம் அவரைப் பாராட்டி எஸ்டேட்டில் துணை நிர்வாகியாக அவருக்குப் பதவி உயர்வு கொடுத்தது. பிறிஸ்லியின் மனைவி தன் கணவரின் உடலைச் சொந்த மண்ணுக்குக் கொண்டு போக வேண்டாம் என்று சொல்லிவிட்டார். எஸ்டேட் தொழிலாளர்களும் நிர்வாகிகளும் ஊத்து எஸ்டேட் பகுதியிலேயே பிறிஸ்லியை 12.8.1966அன்று அடக்கம் செய்தார்கள்.

அவர் அடக்கம் செய்யப்பட்ட இடத்தில் அவர் நினைவாக கல்லறை கட்டப்பட்டுள்ளது. அவர் இறக்கும்போது அவருக்கு வயது 32தான். அவர் இறந்த அன்று மாஞ்சோலை மருத்துவ மனையில் பிறந்த பல குழந்தைகளுக்கு அவர் நினைவாகப் பிறிஸ்லி என்று பெயரிட்டு அந்தத் துரை இறப்பின் துயரத்தை அந்த மக்கள் தங்கள் இதயத்தில் சுமந்துகொண்டார்கள். சமீபத்தில் அவரது உறவினர்கள் அவர் நாட்டிலிருந்து ஊத்து எஸ்டேட் வந்து அந்த அற்புத மனிதரின் கல்லறையை வணங்கிச் சென்றார்கள்.

ஓர்மைகள் மறக்குமோ!

19

குறும்பில் விளைந்த குருவிக்காரனின் மரணம்

அது நடந்தது 1960களின் ஆரம்ப காலம். நாலுமுக்கு எஸ்டேட்டில் இலட்சுமணன் சுடலை மாடி என்ற தம்பதியினருக்கு ஆறு பிள்ளைகள். எஸ்டேட் வாழ்க்கை என்பது அப்போது வசந்தமான காலம். மக்கள் வாழ்வாங்கு வாழ்ந்த காலம். இலட்சுமணன் என்பவர் குடும்பத்தில் மரியதாஸ் என்ற இளைஞனும் ஒருவன். காடுகளில் சுற்றித் திரிந்து வானம்பாடிகளையும் குருவிகளையும் பிடிப்பது அவனுக்கு மகிழ்ச்சியான ஒரு பொழுதுபோக்கு. அப்போது காடுகளில் மைனா, வாலாட்டங்குருவி, சிட்டுக்குருவி போன்ற குருவிகள் அழகான தோற்றத் துடன் பறந்து உல்லாசமாய் திரியும். அந்தக் குருவிகள் எங்கெல்லாம் கூடுகள் கட்டுகிறதோ அந்த இடங்களையெல்லாம் தேடிக் கண்டுபிடித்து அந்தக் குருவி கூட்டிலுள்ள முட்டைகளை எடுத்து அதை வீட்டிற்குக் கொண்டு வந்து பொறிக்க வைத்து அந்தக் குஞ்சுகளை வளர்ப்பதும், குருவிகளைப் பிடித்து விளையாடுவதும் அடிக்கடி நண்பர்களுடன் புடை சூழக் காடுகளில் சுற்றித் திரிவதும் மரியதாஸின் வழக்கம்.

நாலுமுக்கு எஸ்டேட்டில் உள்ள 50 ஏக்கர் என்ற பெயருள்ள தேயிலைக் காட்டிற்கும் 100 ஏக்கர் என்ற பெயருள்ள தேயிலைக் காட்டிற்கும் இடையே இரட்டை மரம் என்ற இடம் உண்டு. அதாவது இரண்டு பெரிய மரங்கள் அடுத்தடுத்து நிற்கும். இரண்டு மரங்களுக்கும் இடையில் சுமார் ஐந்து

அடிதான் இடைவெளி இருக்கும். மரத்தின் கீழே ஐந்து அடி இடைவெளி என்றாலும் மேலே இரண்டு மரங்களின் கிளைகளும் பின்னிப் பிணைந்துதான் இருக்கும். மரியதாஸ் அந்தப் பக்கம் போகும்போது அதில் ஒரு மரத்தில் குருவி அழகாகக் கூடு கட்டியிருந்ததைப் பார்த்துவிட்டான். எப்படியாவது அந்தக் குருவிக்கூட்டில் உள்ள முட்டைகளையும் குருவிகளையும் பிடித்துவிட வேண்டுமென்று நினைத்தான்.

ஒருநாள் தன் நண்பர்களோடு அந்த இடத்திற்குச் சென்ற அவன் மரத்தின் கீழே நின்று நோட்டமிட்டுக்கொண்டே இருந்தான். அந்தக் குருவி இரை தேடச் சென்றபோது கூட்டில் அது இல்லாத நேரம் பார்த்து மெதுவாக மரத்தில் ஏறிவிட்டான். கூட்டிலிருந்த முட்டைகளைப் பத்திரமாக எடுத்துத் தன் இடுப்பில் கட்டியிருந்த குருவிக் கூண்டில் வைத்துக் கீழே இறங்கி கொண்டிருந்தபோது அந்தத் தாய்க்குருவி வந்து விட்டது. இவனுக்கு அந்தத் தாய்க்குருவியையும் பிடித்துவிடலாமென்ற ஆசை. தன் வீட்டிலேயே அந்தக் குஞ்சு முட்டைகளையும் தாய்க் குருவியையும் வளர்த்தால் முட்டைகள் குஞ்சு பொறித்தவுடன் தாய்க்குருவியே பாதுகாத்துக் வளர்க்குமே என்ற எண்ணம். இவன் அந்தக் குருவியை பிடிக்க முயற்சி செய்தபோது அந்த மரத்திலிருந்து தாய்க் குருவி பறந்து போய் விட்டது. உடனே அவன் மரத்திலிருந்து இறங்கியிருக்கலாம். ஆனால் இவன் குருவி பிடிப்பதில் கைதேர்ந்த வல்லவன் என்பதால் அந்த மரத்திலேயே அடர்த்தியான கிளைகளுக்குள் மறைந்து உட்கார்ந்துகொண்டான். எப்படியும் தாய்க்குருவி குஞ்சு முட்டைகளைத் தேடி மீண்டும் வருமென்று அவனுக்குத் தெரியும். அவனுடன் வந்த அவனின் இளம் நண்பர்கள் அந்த மரத்துக்குப் பின்னால் சத்தம் போடாமல் ஒளிந்துகொண்டார்கள்.

அந்தத் தாய்ப் பறவை வந்தது. ஆனால் குஞ்சு முட்டைகள் கூடு இருந்த மரத்திற்கு வரவில்லை. அதை ஒட்டியிருந்த மரத்தில் வந்து அதன் கிளையில் உட்கார்ந்துகொண்டு கரைந்துகொண்டே இருந்தது. அந்தக் குருவியைப் பார்த்த மரியதாஸ் அதைப் பிடிப்பதற்காக இந்த மரத்திலிருந்து அந்த மரத்திற்குத் தாவினான். அவ்வளவுதான். அந்தத் தாய்க் குருவி எப்படிக் கரைந்ததோ அதைப்போல மரியதாஸின் தாயார் கதறி அழக் கூடிய சூழ்நிலை நேர்ந்துவிட்டது. மரம் விட்டு மரம் தாவிய மரியதாஸ் பிடித்த மரக்கிளை ஒடிந்து கீழே விழுந்தது. அவனும் கீழே விழுந்து மாண்டுபோனான்.

ஓர்மைகள் மறக்குமோ!

20

மெக்நாட்டன் காலம் பொற்காலம்

மாஞ்சோலை எஸ்டேட் மேனேஜராக ஏ.டி.ஹெச். மெக். நாட்டன் (A.D.H. Mc Naughton) என்பவர் பணியாற்றினார். இவர் BBTC கம்பெனியின் இயக்குனர்களில் ஒருவர். இவர் இரண்டாம் உலகப்போரில் பிரிட்டிஷ் ராணுவம் சார்பாக நேரடியாகக் களம் இறங்கிப் போரிட்டபோது இவருடைய ஒரு காலில் குண்டடிபட்டுக் காலை இழந்தார். இழந்துபோன காலுக்குப் பதிலாகச் செயற்கைக் கால் பொருத்தியிருந்தார். இவரது பெற்றோர் தங்களுக்குச் சொந்தமான BBTC கம்பெனியில் தன் மகன் பணியாற்றி அனுபவம் பெற வேண்டுமென்றும் அதன் மூலம் கம்பெனி நடவடிக்கைகள் பற்றி நன்கு தெரிந்து கம்பெனியை முன்னேற்ற வேண்டுமென்றும் கருதி இவரை மாஞ்சோலைக்கு அனுப்பினார்கள். அவர் மாஞ்சோலை எஸ்டேட் மேனேஜராகப் பணிபுரியும்போது தொழிலாளர்களோடு நல்ல தோழமை கொண்டு பணியாற்றினார். முதலாளி தொழிலாளி என்ற வேற்றுமை இல்லாமல் செயல்பட்டார். இவரது காலம் மாஞ்சோலைத் தொழிலாளர்களின் பொற்காலமாக இருந்தது.

மாஞ்சோலையில் எத்தனையோ மேலாளர்கள் நிர்வாகம் செய்தாலும் அதில் மேனேஜர் மெக் நாட்டன் காலம் பொற்காலம். அவர்தான் தொழிலாளர்களிடையே ஒற்றுமை உணர்வை

ஊக்குவித்தார். எஸ்டேட் மக்களிடையே நல்லுறவு என்ற பண்பாட்டை வளர்த்தார். தொழிலாளர்களிடையே நல்ல நட்புறவு வேண்டுமென்பதற்காக உழைப்பு, உழைப்பு என்ற ஒரே தளத்தில் இருந்த தொழிலாளர்களை விளையாட்டுத் துறையில் ஈடுபடச் செய்தார். அதற்காக ஒவ்வொரு எஸ்டேட்களிலும் ஒரு விளையாட்டு மைதானத்தை உருவாக்கினார். எல்லா எஸ்டேட்களிலும் இன்னும் அந்தப் பந்தடிக் களம் உள்ளது.

எல்லா எஸ்டேட்களிலும் கைப்பந்து (Volley ball) விளையாட ஊக்கம் கொடுத்தார். நல்ல பயிற்சியாளர்கள் மூலம் பயிற்சி அளித்து நல்ல விளையாட்டு வீரர்களை உருவாக்கினார். தினமும் வேலைக்குப் போய்விட்டு வந்ததும் மாலையில் பந்தடிக் களத்தில் விளையாடச் செய்தார். விளையாட்டு வீரர்களுக்குச் சத்து நிறைந்த உணவுகள் வழங்கி உற்சாகப்படுத்தினார். ஒவ்வொரு எஸ்டேட்டிலும் நல்ல விளையாட்டு வீரர்களைத் தேர்ந்தெடுத்து, நல்ல ஒரு அணியை உருவாக்கி, அந்த அணிகளுக்கிடையே போட்டிகளை நடத்தினார். ஒரு வெள்ளிக் கோப்பையைச் சுழற்சி முறையில் வைத்து வெற்றி பெற்ற அணிக்குக் கொடுத்தார். ஒவ்வொரு ஆண்டும் அந்த வெள்ளிக் கோப்பையை நோக்கி, விளையாட்டு வீரர்களை வேகப்படுத்திக்கொண்டே இருந்தார். ஒவ்வொரு ஆண்டும் நடைபெறும் போட்டியில் வெற்றி பெறும் எஸ்டேட் மக்கள் வீர ஆவேசமாக வெள்ளிக்கப்பு எங்களுக்கே. வீரக்கப்பு எங்களுக்கே என்று கோஷமிட்டு ஆடிப்பாடி மகிழ்வார்கள்.

ஓர்மைகள் மறக்குமோ!

கைப்பந்து விளையாட்டிற்காக இவர் ஏற்றி வைத்த விளக்கு பிற்காலத்தில் திருநெல்வேலி மாவட்டத்தில் பலம் பொருந்திய கைப்பந்து அணிகளாகத் திகழ்ந்த சன் பேப்பர் மில் கம்பெனி அணி கட்டபொம்மன் போக்குவரத்துக் கழக அணிகள் கூட மாஞ்சோலையில் நடந்த விளையாட்டுப் போட்டிகளில் வந்து விளையாடக் கூடிய அளவில் எரிந்துகொண்டிருந்தது. கைப்பந்து மட்டுமல்ல; நல்ல ஹாக்கி விளையாட்டு வீரர்களும் மாஞ்சோலையில் உருவாகி, அந்த வீரர்கள் மாவட்ட அளவிலும் வெற்றிகளைக் குவித்தார்கள். பெண்களையும் ஊக்கப்படுத்த விளையாட்டுப் போட்டிகளில் கலந்துகொள்ளச் செய்தார்.

விளையாட்டுத் துறையில் மட்டுமல்லாமல் மக்கள் நலம் நாடும் நிர்வாகியாகவும் அவர் செயல்பட்டார். காலையில் வேலைக்குச் சென்று மாலையில் வீடு திரும்பும் தொழிலாளர்கள் தேயிலைக்காடு, காப்பிக்காடு, ஏலக்காடு தவிர வேறு ஏதாவது பயன்பெற வேண்டும் என்பதற்காக அந்தந்தப் பகுதியில் குடியிருப்புகளுக்கு அருகில் தோட்டம் அமைத்து வீட்டு உபயோகத் திற்கான காய்கறிகள், பழ வகைகள், வாழை போன்ற பயிர்களைப் பயிர் செய்து கொள்ளலாம் என்ற பரந்த மனப்பான்மையுடன் தொழிலாளர்களுக்கு உதவி செய்துள்ளார். எஸ்டேட் பகுதி மக்களின் அன்றாடத் தேவையான வீட்டுப் பொருள்களை வெளியில் சென்று வாங்குவது கஷ்டம் என்பதற்காக எஸ்டேட் பகுதியிலேயே கடைகள் வைத்து வியாபாரம் செய்துகொள்ள உதவி செய்தார். தொழிலாளர்கள் பால் மாடுகளை எஸ்டேட் பகுதியிலேயே வளர்த்துக்கொள்ளலாம் என்று அனுமதியளித்தார். இவர் காலத்தில் எஸ்டேட் மக்களின் வாழ்வு மறுமலர்ச்சி கண்டது. இவருக்கு மிகவும் நெருக்கமாக மாஞ்சோலையைச் சேர்ந்த ஆக்னஸ் என்ற அம்மாவும், வடிவேலு என்ற பெரியவரும் பணியாற்றிவந்தார்கள்.

மெக்நாட்டன் துரை மக்கள் நாட்டனாக இன்றும் மாஞ்சோலைப் பகுதி மக்கள் மனதில் வாழ்ந்து வருகிறார்.

மெக்நாட்டனின் காலத்திற்குப் பிறகும் மாஞ்சோலையில் வாலிபால் விளையாட்டுப் போட்டிகள் தொடர்ந்தன. விளை யாட்டுப் போட்டி நடைபெறும்போது ஒவ்வொரு எஸ்டேட்டி லிருந்தும் விளையாட்டு வீரர்களும் விளையாட்டுப் பார்வை யாளர்களும் விளையாட்டு நடைபெறும் இடத்திற்குச் சென்று வர வாகன வசதிகளை BBTC கம்பெனி ஏற்பாடு செய்து கொடுக்கும். பயிற்சியின்போதும் விளையாட்டுப் போட்டியின்போதும்

விளையாட்டு வீரர்களுக்குச் சம்பளத்துடன் கூடிய விடுமுறை உண்டு. வாலிபால் விளையாடிய சிறந்த வீரர்கள் பலர் எஸ்டேட்டில் இருந்தார்கள்.

கேப்டன் அந்தோணி, டேனியல், முகம்மது, மாணிக்கம், சிலுவை அந்தோணி, ஜெயபால், குஞ்சு முகம்மது, மனோகரன், ராஜையா, அழகப்பன், சாலமன், சந்திரசேகர், சந்தோஷ்குமார், முருகையா, வெற்றிச் செல்வன், ஸ்பிக் மணி, இஸ்ரேல், பொன் அந்தோணி, டாக்டர் சந்திரசேகர், லெட்சுமணன், கடற்கரை பாலகிருஷ்ணன், ஆறுமுக நயினார், பாண்டி, வாட்சன் போன்றவர்கள் மாஞ்சோலையிலும் டிரைவர் கருப்பையா, எட்டடி சசி, ஜெகதன், சந்திரன், குட்டி அந்தோணி, பாஸ்கரன், நகுலன், அந்தோணி டெய்லர், மோகன், மகாலிங்கம், விஸ்வநாதன், ராமமூர்த்தி போன்றவர்கள் நாலுமுக்கு எஸ்டேட்டிலும், பாலார், விஜயன், கதிரேசன், கோபால், முருகையா, கருப்பையா, முகம்மது கனி, மரிய மைக்கேல், ஞான முத்து, கட்ட காசி போன்றவர்கள் ஊத்து எஸ்டேட்டிலும் மிகச் சிறந்த வாலிபால் விளையாட்டு வீரர்களாக இருந்தார்கள். அந்தக் காலத்தில் வாலிபால் விளையாட்டில் மிகச் சிறந்த அணிகளாக இருந்த சன் பேப்பர் மில் அணியோடும் கட்டபொம்மன் போக்குவரத்துக் கழக அணியோடும் போட்டியிட்டு விளையாடிய பெருமையைப் பெற்றுள்ளார்கள்.

21

1968இல் மகத்தான மக்கள் போராட்டம்

ஐந்து எஸ்டேட்களிலும் நாலுமுக்கு எஸ்டேட் தனித்தன்மை வாய்ந்தது.

மாஞ்சோலையில் 1952 ஆம் ஆண்டு நடைபெற்ற தொழிற்சங்கப் போராட்டத்தைப் போல வேறு எந்த ஒரு போராட்டமும் நடந்துவிடக் கூடாது என்று BBTC நிர்வாகம் மிகவும் கவனமாகவும் கண்டிப்பாகவும் இருந்தது. ஆங்கில ஏகாதிபத்தியம் இந்தியாவை அடிமையாக்கி ஆண்டுகொண்டிருந்த போது பிரிட்டிஷார் பிரித்தாளும் கொள்கையை கடைப்பிடித்தார்கள். இந்தியாவிற்கு வியாபாரம் செய்ய வந்த கிழக்கிந்திய கம்பெனியைப்போல மாஞ்சோலைக்குத் தொழில் செய்ய வந்த BBTC கம்பெனியும் தொழிலாளர்களிடையே பிரித்தாளும் சூழ்ச்சியை எப்போதுமே பின்பற்றி வந்தது. அதற்காகவே போட்டித் தொழிற்சங்கத்தையும் உருவாக்கியது. இந்தப் போட்டி தொழிலாளர் களுக்கிடையே இரண்டு கொலைகள் நடக்கக் காரணமாக இருந்தது.

தொழிலாளர்களுக்கிடையே ஒற்றுமை இருக்கக் கூடாது என்பதில் BBTC நிர்வாகம் கண்ணும் கருத்து மாய் இருந்தது. நாலுமுக்கு, ஊத்து பகுதிகளில் திட்டமிட்டுப் பாதி தமிழ்த் தொழிலாளர்கள் மீதி பாதி மலையாளத் தொழிலாளர்களை வேலைக்கு அமர்த்தியது. ஆனால் 1952இல் தொழிற்சங்கம் வேண்டுமா வேண்டாமா என்ற வாக்கெடுப்பு மாஞ்சோலை, காக்காச்சி, நாலுமுக்கு, ஊத்து,

குதிரைவெட்டி எஸ்டேட் பகுதிகளில் நடந்த போது அதே *BBTC* நிர்வாகத்திற்கு மிகப் பெரிய சம்மட்டி அடியாக நாலுமுக்கு எஸ்டேட்டில் நிர்வாகத்திற்குச் சார்பாக ஒரே ஒரு வாக்கு மட்டும்தான் விழுந்தது. ஊத்து எஸ்டேட்டில் நிர்வாகத்திற்குச் சாதகமாக ஓரளவு வாக்குகள் விழுந்தாலும் பெருவாரியான வாக்குகள் தொழிற்சங்கம் வைக்க ஆதரவாகவே விழுந்தன. தொழிலாளர்கள் எந்தவிதமான மத, இன, மொழி வேறுபாடு இல்லாமல் வாழ்ந்துவந்தார்கள். பல தொழிற்சங்கங்கள் இருந்தாலும் எல்லா இன, மத, மொழியைச் சார்ந்த மக்களும் பரவலாக எல்லாத் தொழிற்சங்கத்திலும் இருந்தார்கள். நாலுமுக்கு எஸ்டேட் தேயிலை தொழிற்சாலையில் கேரளத்தைச் சேர்ந்த நாணு என்பவர் வேலை பார்த்தார். 1960 களில் தேயிலைத் தொழிற்சாலையில் நடைபெற்ற வேலைக்குழு தேர்தலில் மிகப்பெரிய வெற்றியை தோட்டத் தொழிலாளர் முன்னேற்றச் சங்கத்தின் சார்பாகப் (திமுகவின் தொழிற்சங்கப் பிரிவு) பெற்றார். இது அந்தத் தொழிலாளர்களின் மத்தியில் இருந்த ஒற்றுமையைக் காட்டியது.

நாலுமுக்குத் தொழிலாளர்களின் ஒற்றுமைக்கு ஊறு விளைவிக்கும் நோக்கில் *BBTC* நிர்வாகம் செயல்பட்டது. எஸ்டேட்டில் உதவி மேலாளராகப் பணிபுரிந்த கார்டோஸா என்ற ஆங்கிலோ இந்தியரை *BBTC* கம்பெனி பயன்படுத்தியது. நாலுமுக்கு எஸ்டேட்டில் சரிசமமாக வாழும் தமிழ், மலையாள மக்களிடையே பிரிவினை ஏற்படுத்த வேண்டும் என்ற எண்ணத்தில் அவர் செயல்பட்டுவந்தார் என்பது குற்றச்சாட்டு. அதுவரை ஒற்றுமையாக வாழ்ந்துவந்த மக்களிடையே பிரிவினையை அவர் ஏற்படுத்துகிறார் என்று நாலுமுக்கு எஸ்டேட்டைச் சேர்ந்த திமுக தொழிற்சங்க துணைச் செயலாளர் தேவராஜ், *INTUC* தொழிற்சங்க தலைவர் ஜோதி, குரூப் காங்கிரஸ் தொழிற்சங்கத் தலைவர் பெருமாள் ஆகியோர் நிர்வாகத்தின் தலைமைக்கும் தமிழ்நாடு அரசின் முதலமைச்சர், தொழில்துறை அமைச்சர், தொழிலாளர் துறை அதிகாரிகள் ஆகியோருக்கும் புகார் மனு அளித்தார்கள். அந்த மூன்று தலைவர்களையும் எந்த முன்னறிவிப்பும் இல்லாமல் *BBTC* நிர்வாகம் 6.5.1968 அன்று பணி நீக்கம் செய்தது. தொழிலாளர்கள் பொங்கி எழுந்தார்கள். கடுமையான போராட்டம் வெடித்தது. அதுவரைக்கும் நாலுமுக்கு எஸ்டேட்டில் எதிரும் புதிருமாக இருந்த காங்கிரசும் திமுகவும் ஒன்றாக இணைந்து போராடின. போர்க்களம் சூடு பிடித்தது. அந்த நேரத்தில் தமிழ்நாட்டில் திமுக ஆளும் கட்சி. அண்ணாதுரை முதலமைச்சர். நெல்லை மாவட்டத்தின் புகழ் பெற்ற வழக்கறிஞர் இரத்தினவேல் பாண்டியன் (பின்னாளில் உச்ச நீதிமன்ற

நீதிபதி) நெல்லை மாவட்டத் திமுக செயலாளராக இருந்தார். ஏற்கெனவே மாஞ்சோலையில் 1952ஆம் ஆண்டு நடைபெற்ற தொழிற்சங்க அங்கீகாரப் போராட்டத்தில் களம் கண்டு வெற்றி பெற்ற நாடாளுமன்ற உறுப்பினர் எம்.எஸ். ராமச்சந்திரன் ஐ.என்.டி.யு.சி. தலைவர் அவர். அந்தப் போராட்டத்தை முன்நின்று நடத்தினார். அவரோடு தொழிற்சங்கத்தின் மற்றொரு தலைவரான ராமானுஜமும் போராட்டக் களத்தில் நின்றார். திமுகவும் அந்தப் போராட்டத்திற்கு முழு ஆதரவு கொடுத்தது. நாலுமுக்கு மக்களின் போராட்டத்திற்கு மிக அற்புதமாக வியூகம் அமைத்துக் கொடுத்தார். ராமசந்திரன் போராட்டத்தில் தனது அனுபவத்தையும் புத்திசாலித்தனத்தையும் பயன்படுத்தினார். பலம் பொருந்திய நிறுவனத்தை அடிபணிய வைப்பது எளிதல்ல. கம்பெனிக்கு ஆதரவாகச் செயல்பட்ட தொழிற்சங்கம் இவர்களைப் பார்த்து ஏளனம் செய்தது. ஆயினும் அந்தப் போராட்டம் காட்டுக்குள் கம்பீரமாக நடந்தது.

காலையில் வேலைக்குத் செல்வதற்கு முன் எல்லா தொழிலாளர்களும் நாலுமுக்கு எஸ்டேட்டில் உள்ள மாட்டுப்பட்டி முக்கு என்ற இடத்தில் கூடுவார்கள். அங்கிருந்து மேள தாளங்கள் முழங்க (அப்போது நாலுமுக்கு எஸ்டேட்டிலேயே ஒரு மேளசெட் இருந்தது.) ஆட்டம் பாட்டத்துடன் விண்ணதிரக் கோரிக்கை முழக்கங்களை எழுப்பிக்கொண்டே நாலுமுக்கு எஸ்டேட் அலுவலகம்வரை சுமார் ஒன்றரை கி.மீ தூரம் ஊர்வலமாகச் செல்வார்கள். பின் டிஸ்மிஸ் செய்யப்பட்ட மூன்று தலைவர்களையும் பணியில் இருக்கும் தொழிலாளர்கள் 21 பேரையும் அங்கேயே நிற்க வைத்துவிட்டு மற்ற தொழிலாளர்கள் வேலைக்குச் சென்றுவிடுவார்கள். அந்த 24 பேரும் மாலை 4 மணிக்கு வேலை முடியும்வரை அங்கேயே நின்று கோஷங்களை எழுப்பிக்கொண்டு அதிகாரிகளை முற்றுகையிட்டுப் பணியை முடங்கச் செய்வார்கள். மாலையில் எல்லாத் தொழிலாளர்களும் வேலையிலிருந்து திரும்பிய பிறகு அந்த எஸ்டேட் ஆபீஸ் முன்பு சென்று மீண்டும் முற்றுகையிட்டு அதிகாரிகளை ஸ்தம்பிக்க வைப்பார்கள். அதே மேள தாளத்துடன், டிஸ்மிஸ் செய்யப்பட்டவர்களை அழைத்துக்கொண்டு அதே கோஷங்களைப் போட்டுக்கொண்டே மாட்டுப்பட்டி முக்கு வந்து கூட்டம் கூடிப் பேசிவிட்டுக் கலைந்துசெல்வார்கள். மறுநாள் காலையில் அதேபோல் ஊர்வலம் நடைபெறும். அலுவலகம் முற்றுகை இடப்படும். ஆனால் ஒவ்வொரு நாளும் ஒரு மாற்றம். அது என்னவென்றால் அங்கு வேலைக்குச் செல்லாமல் நிற்கும் அந்த 21 பேர் மட்டும் ஒவ்வொரு நாளும் மாறிக்கொண்டே இருப்பார்கள். அதாவது ஒருநாள் வேலைக்குச் செல்லாமல் இருந்த அந்த 21 பேர் மறுநாள் வேலைக்குச் சென்றுவிடுவார்கள்.

அடுத்த நாள் வேறு 21 பேர் எஸ்டேட் அலுவலகத்தில் மறியல் செய்வார்கள்.

போராட்டக் களத்தில் ஆண்களும் பெண்களும் சரிசமமாகக் கலந்துகொள்வார்கள். இந்திய விடுதலைப் போரில் மகாத்மா காந்தி கடைப்பிடித்ததைப் போன்ற கத்தி இன்றி இரத்தம் இன்றி போராடிய அகிம்சை வழிப் போராட்டம். இந்தச் சூழலில் போராட்டத்தை நசுக்கப் பார்த்தது BBTC கம்பெனி. ஆனால் கிடுகிடுக்க வைத்தார்கள் போராட்டக்காரர்கள். நிர்வாகிகளையும் மேனேஜர்களையும் கார்டோஸா போன்றவர்களையும் நாலுமுக்கு எஸ்டேட் ஆபீஸ் கட்டடத்திற்குள் சிறைபிடித்தார்கள். எஸ்டேட் அலுவலகத்திற்குள் சிறைபட்ட அதிகாரிகளால் வெளியே வரவே முடியவில்லை. அவர்களைச் சிறுநீர் கழிக்கக்கூடப் போராட்டக் காரர்கள் விடவில்லை. நீண்ட பைப் போன்ற குழாய்களைக் கதவின் இடைவழியே சொருகிக்கொண்டு சிறுநீர் கழிக்கக் கூடிய சூழ்நிலைக்குத் தள்ளப்பட்டார்கள் அதிகாரிகள் அன்றைய நிலையில் நாலுமுக்கு எஸ்டேட் ஆபீஸில் கழிவறை இல்லை. அந்தப் போராட்டத்திற்குப் பிறகுதான் அங்கு கழிவறையே கட்டப்பட்டது.

BBTC நிர்வாகம் போலீஸ் உதவியை நாடி ஓடியது. மணிமுத்தாறு பட்டாலியன் போலீஸ் படையும் நாலுமுக்கு வந்து இறங்கியது. தொழிலாளர்கள் தயங்கவில்லை, பயப்படவில்லை. போராட்டத்திற்கு எப்படி ராமச்சந்திரன் களம் அமைத்துக் கொடுத்தாரோ அதைப்போல இரத்தினவேல் பாண்டியன் போலீஸ் கெடுபிடியிலிருந்து தொழிலாளர்களுக்குப் பாதுகாப்புக் கொடுத்தார். அப்போது அண்ணாதுரை தமிழ்நாட்டின் முதலமைச்சராக இருந்தார். இரத்தினவேல் பாண்டியன் பலம் பொருந்திய ஆளும் கட்சியின் நெல்லை மாவட்டச் செயலாளர் மட்டுமல்ல; திமுக தொழிற்சங்கப் பிரிவான மாஞ்சோலைத் தோட்டத் தொழிலாளர் முன்னேற்ற சங்கத்தின் தலைவரும்கூட. அப்போதைய அம்பாசமுத்திரம் போலீஸ் சர்க்கிள் இன்ஸ்பெக்டர் குமாரவேல் பாண்டியன் இவருக்கு நெருங்கிய உறவினர். அப்போதைய நெல்லை மாவட்டத்தின் தலைசிறந்த குற்றவியல் வழக்கறிஞராகவும் பணியாற்றிவந்தார் இரத்தினவேல் பாண்டியன். திமுக தலைவர் தாசனும் இரத்தினவேல் பாண்டியனும் நெருங்கிய நட்புக்கொண்டவர்கள்.

BBTC நிர்வாகம் அந்தப் போராட்டம் தேவையில்லாதது என்ற மாயையை உருவாக்கப் பார்த்தது. ஆனால் இரத்தினவேல் பாண்டியனின் செல்வாக்கால் போலீஸாரால் இம்மியளவும் நிர்வாகத்திற்கு ஆதரவாகச் செயல்பட முடியவில்லை. தொழி லாளர்களின் போராட்டம் விவேகமாகவும் வீரியமாகவும்

நடைபெற்றுவந்தது. யாரும் எந்த வன்முறையிலும் ஈடுபடவில்லை. பொதுச் சொத்துக்கோ நிர்வாகத்திற்கோ எந்த இழப்பையும் ஏற்படுத்தவில்லை. தேயிலைக் காட்டில் தேயிலை பறிப்பதும் தேயிலை தொழிற்சாலையில் தேயிலை அரைப்பதும் தேயிலைத் தூள் தயாரிப்பதும் அன்றாடம் நடந்துகொண்டே இருந்தன. எனவே தொழிலாளர்களின் போராட்டத்தைப் போலீஸாரால் தடுக்கவோ தடை செய்யவோ முடியவில்லை.

அப்போதுதான் நிர்வாகம் தனக்கே உரித்தான முதலாளித்துவ பாணியில் ஒரு வித்தியாசமான அணுகுமுறையை நோக்கிச் சென்றது. அது என்னவென்றால் அப்போது நாலுமுக்கு எஸ்டேட்டில் மேனேஜராக மச்சாய் என்ற மச்சா துரை என்பவர் பணியில் இருந்தார். அவரும் அப்போதைய தமிழக உணவுத் துறை அமைச்சராக இருந்த கே.ஏ. மதியழகனும் சென்னை கல்லூரியில் ஒன்றாகப் படித்தார்கள் எனவே அந்த அமைச்சரைச் சந்தித்துப் போராட்டத்தின் வீரியத்தைக் குறைக்க நிர்வாகம் முயன்றது. அமைச்சர் மதியழகன் நெல்லை மாவட்டத் திமுக செயலாளரான இரத்தினவேல் பாண்டியனைத் தொடர்புகொண்டு போராட்டம் பற்றி முழு விவரம் கேட்டார். இரத்தினவேல் பாண்டியன் மிக வலுவாகத் தொழிலாளர்களின் நியாயமான போராட்டம் பற்றி எடுத்துரைத்தார். அப்போதைய ஆளுங்கட்சி மாவட்டச் செயலாளர்கள் மிகவும் பலம் பொருந்திய, எழுதப்படாத அதிகாரம் மிக்கவர்கள். அமைச்சர்கள்தான் மாவட்டச் செயலாளர் களுக்குக் கட்டுப்பட வேண்டுமே தவிர மாவட்டச் செயலாளர்கள் அமைச்சர்களுக்குக் கட்டுப்பட்டவர்கள் அல்ல என்பது அன்றைய அரசியல் நடைமுறை. எனவே அங்கு நிர்வாகத்தின் தந்திரம் பலிக்கவில்லை. சென்னைக்குச் சென்ற மேனேஜர் மச்சாய் துரையும் அவருக்குத் துணையாகச் சென்ற மேனேஜர் கார்டோசாவும் ஏமாற்றத்தோடு திரும்பினார்கள்.

இப்படிச் சுமார் ஒன்றரை மாத காலம் தொழிலாளர் களின் எழுச்சிப் போராட்டம் நடைபெற்றுக்கொண்டிருந்தது. வேறு வழியில்லாமல் பிரச்சினையைத் தொழிலாளர் நீதிமன்றத்திற்கு நிர்வாகம் கொண்டு சென்றது. எனவே ஒன்றரை மாத காலத்திற்கு மேலாக நடைபெற்ற அந்தப் போராட்டம் தற்காலிகமாக நிறுத்தி வைக்கப்பட்டது. வழக்கை விசாரித்த தொழிலாளர் நீதிமன்றம் பிரச்சினையை நடுவர் மன்றத்திற்கு அனுப்பியது. அந்த வழக்கை முடிவுக்குக்கொண்டுவர நடுவர் மன்றத்தின் தலைவராக ஓய்வு பெற்ற நீதிபதி ராமசாமி கவுண்டர் நியமனம் செய்யப்பட்டார். அவர் தனது விசாரணையை ஆரம்பித்தார். நிர்வாகம் வழக்கு நடத்தாமல் இழுத்தடித்துக்கொண்டே இருந்தது. வேலை நீக்கம் செய்யப்பட்ட தலைவர்களின் தரப்பு வழக்கை இழுத்தடிக்காமல்

நடத்த அழுத்தம் கொடுத்ததது. எனவே ஓய்வு பெற்ற நீதிபதியான நடுவர் மன்றத் தலைவர் வழக்கு நடத்தும் இடத்தை, பிரச்சினை நடந்த இடமான நாலுமுக்கு எஸ்டேட் அருகிலுள்ள கோதையாறில் உள்ள அரசு ஆய்வு மாளிகையில் வைத்து நடத்தினார்.

நடுவர் மன்றத்தில் வழக்கு நடைபெற்றுக் கொண்டிருந்தபோது ஒரு நாள் நிர்வாகத்தின் தரப்பு அதிகாரிகள் நாற்காலியில் அமர்ந்திருந்தார்கள். பாதிக்கப்பட்ட தொழிலாளர் தலைவர் தேவராஜுக்கு இருக்கை இல்லை. எனவே அவர் அங்கிருந்த நாற்காலியை தானே எடுத்து உட்கார்ந்துகொண்டார். அப்போது அவரை உட்காரக் கூடாது என்று சொன்ன நிர்வாக அதிகாரிகளை நடுவர் மன்றத் தலைவர் கடுமையாகக் கண்டித்தார். இப்படிப் பல இடைஞ்சல்களுக்கிடையே நடுவர் மன்றம் விசாரித்து தீர்ப்பு வழங்கியது. தீர்ப்பில் தொழிலாளர் தரப்பு வெற்றி பெற்றது. தேவராஜ், ஜோதி, பெருமாள் ஆகியோரை வேலை நீக்கம் செய்தது செல்லாது என்றும் அவர்களுக்கு உடனடியாக வேலை கொடுக்க வேண்டுமென்றும் தீர்ப்பு வழங்கப்பட்டது.

வேறு வழி இல்லாமல் வேலை நீக்கம் செய்யப்பட்ட தொழிலாளர்களுக்கு வேலை கொடுத்தாலும் நிர்வாகத்தின் பழிவாங்கும் படலம் முடியவில்லை. நாலுமுக்கு எஸ்டேட்டிலிருந்து ஏழு கிலோ மீட்டர் தொலைவில் உள்ள குதிரைவெட்டிக்குத் தேவராஜ், ஜோதி இருவரும் மாற்றப்பட்டார்கள். பெருமாள் ஊத்து எஸ்டேட்டுக்கு மாற்றப்பட்டார். ஆனால் அதிலும் பிறகு வெற்றியடைந்தார்கள் தொழிலாளர் தோழர்கள்.

நீதிமன்றம்வரை சென்று போராட்டத்தில் வெற்றி பெறச் சுமார் ஒன்றரை ஆண்டுகள் ஆகிவிட்டன. இப்படியாக நாலுமுக்கு எஸ்டேட்டில் 1968ஆம் ஆண்டு நடைபெற்ற போராட்டம் தொழிற்சங்கத்தின் மாபெரும் தலைவர் மனித நேயப் பண்பாளர் ராமச்சந்திரனின் வியூகத்தாலும் அன்றைய நெல்லை மாவட்ட திமுக செயலாளர் இரத்தினவேல் பாண்டியனின் கூர்மையான சட்ட, அரசியல் நடவடிக்கையாலும் மாஞ்சோலை INTUC தொழிற்சங்கத் தலைவர் என். ஆறுமுகம், திமுக தொழிற்சங்கத் தலைவர் அ. தாசன் ஆகியோரின் அயராத முயற்சியாலும் தன்னிகரற்ற தொழிலாளர்களின் தளராத தன்னம்பிக்கையாலும் போராட்டம் மிகப் பெரிய வெற்றி பெற்றது. தொழிலாளர்களைப் பிரித்தாளும் சூழ்ச்சியைக் கையாண்ட நிர்வாகம் தோற்றுதலை குனிந்தது. தொழிலாளர்கள் தலை நிமிர்ந்து நின்றார்கள்.

22

தணியாத சோகம்

அந்தக் காலத்தில் டாக்டர் கிருஷ்ண மூர்த்தி என்பவர்தான் மாஞ்சோலையில் மிகச் சிறந்த டாக்டர். பொது மருத்துவராக மிகச் சிறப்பாகப் பணியாற்றினார். சில அறுவை சிகிச்சைகளை மாஞ்சோலை மருத்துவமனையிலேயே அவர் செய்து முடிப்பார். ஒரு சில முக்கியமான நோய்களுக்கு அங்குச் சிகிச்சை கொடுக்க முடியாத சூழ்நிலையில் தனிப்பட்ட சிகிச்சை அளிக்க அந்த மாஞ்சோலை நிர்வாகத்தோடு தொடர்புடைய மற்ற முக்கியமான வெளியூர் மருத்துவமனைகளுக்கு நோயாளிகள் அனுப்பி வைக்கப்படுவார்கள்.

அப்படிப்பட்ட சூழ்நிலையில் 1969ஆம் ஆண்டு மாஞ்சோலை எஸ்டேட்டைச் சேர்ந்த சுமார் 50 வயதுடைய பெரியவர் மாடசாமி என்பவர் இதய நோய் காரணமாக மாஞ்சோலை மருத்துவமனையில் இருந்தார். மாஞ்சோலை மருத்துவமனையைப் போல வெள்ளைக்காரர்கள் காலத்தில் ஏற்படுத்தப்பட்ட நாகர்கோவிலில் உள்ள புத்தேரி மருத்துவமனைக்கு மேல் சிகிச்சைக்காக அவர் அனுப்பிவைக்கப்பட்டார். அவருக்குத் துணையாக யாரும் மருத்துவமனைக்குச் செல்லவில்லை. அவருக்கு இதயத்தில் மிகப்பெரிய கோளாறு ஏற்பட்டதால் எதிர்பாராத சூழ்நிலையில் 15.9.1969 அன்று அந்த மருத்துவமனையிலேயே மரணமடைந்துவிட்டார். அந்த நேரத்தில் துரித போக்குவரத்து வசதியோ, தகவல் தொடர்பு வசதியோ, தொலைத் தொடர்பு வசதியோ இல்லை. எனவே அவர் இறப்புச் செய்தியை உடனடியாக மாஞ்சோலை மருத்துவமனைக்கோ அவர் குடும்பத்திற்கோ

அல்லது *BBTC* நிர்வாகத்திற்கோ சொல்ல முடியவில்லை. அப்போது தந்தித் தொடர்பு வசதிகூட மாஞ்சோலைக்கு நேரடியாக இல்லை. எங்கிருந்தாவது மாஞ்சோலை உட்பட காக்காச்சி, நாலுமுக்கு, ஊத்து, குதிரைவெட்டிப் பகுதிகளுக்குத் தந்தி வந்தால் கல்லிடைக்குறிச்சி அஞ்சல் அலுவலகத்திற்கு வந்து அங்கிருந்து மாஞ்சோலை *BBTC* நிர்வாகத்தின் முகவரான கல்லிடைக்குறிச்சியைத் தலைமை இடமாகக்கொண்ட நடேசன் ஏஜென்ஸிக்கு வந்து அதன் பிறகுதான் அவர்களது சரக்கு வாகனத்தில் மாஞ்சோலைக்குத் தந்திச் செய்தி வரும். எனவே 15.9.1969 அன்று இறந்து போன பெரியவர் மாடசாமி அவர்களின் மரணச் செய்தி 3 நாட்கள் கழித்துத்தான் மாஞ்சோலைக்குத் தெரிகிறது.

இச்செய்தி உடனே மாஞ்சோலையில் உள்ள அவரின் மனைவி முத்தம்மாள், அவரது மகன் பாலகிருஷ்ணன் உட்பட மற்ற பிள்ளைகளுக்கும் எஸ்டேட்டில் இருந்த அனைத்து தொழிலாளர்களுக்கும் மக்களுக்கும் தெரியவந்தது. உடனே பாலகிருஷ்ணனும் ராமகிருஷ்ணனும் தங்கள் தந்தையின் உடலைப் பெற்றுவர நாகர்கோவில் செல்கிறார்கள். அவர்கள் அங்கு போய்ச் சேர்வதற்கு இரண்டு மணிநேரத்திற்கு முன்பு பெரியவர் மாடசாமியின் உடல் அங்கேயே நல்லடக்கம் செய்யப்பட்டுவிட்டது. பெற்ற தந்தையின் உயிரற்ற உடலையாவது பார்த்துவிடலாம், அதை மாஞ்சோலைக்குக்கொண்டு இறுதி மரியாதை செலுத்தி அவர் நினைவாக ஒரு கல்லறை எழுப்பி வணங்கலாம் என்ற அவர்களின் கனவு தகர்ந்துவிட்டது. மருத்தவமனையில் இருந்தவர்கள் அவர்களுக்கு ஆறுதல் சொல்லி அனுப்பினார்கள்.

தந்தையை இழந்த அந்தத் தனயன்கள் தளர்ந்து விடவில்லை, மாடசாமியின் மூத்த புதல்வன் பாலகிருஷ்ணன் படித்துப் படிப்படியாக உயர்ந்து முதலில் மாஞ்சோலையில் அதிகாரி, பின் தென்னக இரயில்வேயில் பயணச்சீட்டுப் பரிசோதகர், தென்னக இரயில்வேயில் மதுரை கோட்டப் பயணச்சீட்டு பரிசோதனை செய்யும் 241 ஆய்வாளர்களுக்குப் பணி அமர்த்தும் முதன்மை தலைமை பயணச் சீட்டு அதிகாரி ஆகிய பணிகளைச் செய்து ஓய்வு பெற்றார்.

செய்தித் தொடர்புகள் இல்லாத காரணத்தால் அந்த எஸ்டேட் மக்கள் பலமுறை தங்கள் உறவுகளை இழந்து சொல்ல முடியாத பல துயரங்களைத் தூக்கிச் சுமந்தே வாழ்ந்தார்கள்.

23

வாரியார் சுவாமிகளின் வருகை

மாஞ்சோலைப் பகுதி மக்கள் இறையுணர்வு மிக்கவர்களாக ஐந்து எஸ்டேட்களிலும் ஆலய வழிபாடுகள் எப்போதும் நடக்கும். மாஞ்சோலையில் BBTC நிறுவனத்தின் குரூப் ஆபீஸ் சூப்பிரண்டென்டென்டாகக் கேரளத்தைச் சேர்ந்த ராகவன் பணிபுரிந்தார். அவர் மிகச்சிறந்த பக்திமான். எல்லா உயரதிகாரிகளிடமும் மக்களிடமும் நற்பெயர் பெற்றவர். நல்ல திறமையான அதிகாரி. அவர் மாஞ்சோலை வனப்பேச்சி அம்மன் கோவிலின் வளர்ச்சிக்கு மிகவும் பாடுபட்டார். அவரது அயராத முயற்சியால் 1971ஆம் ஆண்டு மாஞ்சோலையில் ஹரே கிருஷ்ணா ஹரே ராமா பஜனை மடம் ஒன்று ஆரம்பிக்கப்பட்டது. அந்த மடத்தில் வேத பாடங்களும் பக்திப் பாடல்களும் அதிகாலையிலேயே சொல்லிக்கொடுக்கப்பட்டன. தொழிலாளர்களின் குழந்தைகளும் அந்த பஜனை மடத்தில் சேர்ந்து நீதிபோதனையையும் பக்திப் பாடல்களையும் படிப்பார்கள். மடத்தில் பல சமயச் சொற்பொழிவுகளும் நடக்கும். அந்த மடத்திற்கு ராகவனின் மனைவி ஜெயலட்சுமி தலைவராகவும், மாஞ்சோலையில் தலைமை ஆசிரியையாகப்

பணிபுரிந்து ஓய்வு பெற்ற பேச்சியம்மாள் செயலாளராகவும் செயல்பட்டார்.

அந்தக் காலத்தில் புகழ்பெற்ற ஆன்மீகச் சொற்பொழி வாளரான திருமுக கிருபானந்த வாரியாரை 1971ஆம் ஆண்டு மாஞ்சோலை பஜனை மடத்திற்கு அழைத்துவந்தார்கள். மாஞ்சோலை எஸ்டேட்டின் ஓரத்திலுள்ள குடியிருப்புகளின் கடைசிப் பகுதியான உயர்நிலைப் பள்ளி அருகிலிருந்து திருமுக கிருபானந்த வாரியாரை யானை மேல் உட்கார வைத்துப் பெரிய மாலை போட்டு ஊர்வலமாக அழைத்து வந்து சிறப்பான வரவேற்பு கொடுத்தார்கள். அதன்பிறகு அந்தப் பள்ளிக்கூட மைதானத்தில் மக்கள் வெள்ளத்தில் அவர் சமயச் சொற்பொழிவு ஆற்றினார்.

24

சமத்துவம் சகோரத்துவம்

ஒருநாள் திடீரென்று நாலுமுக்கு எஸ்டேட்டில் வேலை பார்க்கும் ஒருவர் எஸ்டேட் மேனேஜரைச் சந்திக்கிறார். துரைகளே, என் அம்மா இறந்து விட்டார். அவரை என் சொந்த ஊருக்குக் கொண்டுபோய் அடக்கம் செய்ய வாகன வசதி செய்து உதவ வேண்டும் என்று கெஞ்சினார். அங்கு யாருக்கும் சொந்த வாகனம் கிடையாது. எந்த வாகன வசதி தேவை என்றாலும் அந்தக் கம்பெனியைத்தான் கேட்க வேண்டும். அந்தப் பகுதி மக்கள் அனைவரும் ஒன்று திரண்டு மேலாளரைச் சந்தித்து, அவர் கேட்பதுபோல் வாகன வசதி செய்து கொடுக்கக் கூடாது அப்படிக் கொடுத்தால் யாராவது ஒருவர் வீட்டில் இறப்பு ஏற்படும்போது வாகன வசதி கேட்போம் என்றுத் தங்கள் எதிர்ப்பைப் பதிவு செய்தார்கள். இறப்புக்கு உதவி கேட்டவருக்கு இவ்வளவு பெரிய எதிர்ப்பா என்று மேலாளர் கேட்டதற்கு அந்த மக்கள் கடுமையாக ஆனால் சரியான பதில் சொல்கிறார்கள்.

அந்த நபர் எஸ்டேட்டில் 30 வருடமாகப் பணிபுரிந்துவருகிறார். இவர் தொழிலாளர்களுக்கும் நிர்வாகிகளுக்கும் இடைப்பட்ட ஒரு திறன்மிகு பணியாளராகப் பணிசெய்கிறார். ஆனால் தொழிலாளர்களோடு நட்புறவோடு இருக்க மாட்டார். எந்த நன்மை தீமையிலும் மக்களோடு கலந்துகொள்ள மாட்டார். எனவே அவருக்குப் பாடம் புகட்ட இதுதான் நல்ல சந்தர்ப்பம் என்றும் மீறி வாகன உதவி செய்து கொடுத்தால் பிணத்தோடு வாகனத்தை நாங்கள் மறிப்போம் என்றும் கூறினார்கள்.

மேலாளருக்கும் மக்கள் சொன்னது சரியாகவே தோன்றியது. எனவே அவருக்கு உதவி செய்ய மறுத்தார். அந்த நபர் தலை குனிந்தார். அந்தப் பகுதி மக்களிடம் வருத்தம் தெரிவித்து இனி ஊரோடு ஒத்து வாழ்வேன் என்று உறுதி கூறினார். உடனே அந்த மக்கள் கூட்டம் வெள்ளமெனத் திரண்டு இறந்த அம்மையாருக்கு முறையாக இறுதி அஞ்சலி செலுத்தி முறைப்படி அடக்கம் செய்தார்கள். பரமசிவம் என்னும் அந்தப் பணியாளர் அன்றிலிருந்து மக்களோடு மக்களாக வாழ ஆரம்பித்தார்.

மலையில் வாழ்ந்த மக்களிடையே சமத்துவம் நிலவியது. தமிழ் மக்கள், கேரள மக்கள். தேவேந்திரர், ஈழவர் (கேரளம்) அருந்ததியர், ஆதிதிராவிடர், ஆசாரி, நாடார், தேவர், பிள்ளை, வண்ணார், முடி திருத்துவோர், இந்து, முஸ்லிம், கிறிஸ்துவர்கள் எனப் பல இன, மொழி, சாதி, மதங்களைச் சேர்ந்த மக்கள் வாழ்ந்தாலும் அனைவரும் நன்றாகவே வாழ்ந்தார்கள். அந்தக் காலத்திலேயே அங்குச் சமத்துவத்தைப் போற்றக் கூடிய வகையில் ஒரே கள்ளிக்காடுதான் இருந்தது, இன்றும் இருக்கிறது. யாராவது ஒருவர் இறந்து விட்டால் யாரும் வேலைக்குப் போக மாட்டார்கள் அல்லது அரைநாள் வேலையாக இருக்கும். எல்லோரும் அந்தத் துக்க வீட்டில் கண்டிப்பாகக் கலந்துகொள்வார்கள். யாராவது துக்க வீட்டில் கலந்துகொள்ளவில்லையென்றால் அவர்மீது கடுமை யான கட்டுப்பாடுகள் விதிக்கப்படும். அந்தக் காலத்திலிருந்தே இடுகாடு, சுடுகாடு என்றழைக்காமல் மண்ணின் மணம் வீசும் கள்ளிக்காடு என்றே அழைப்பது வழக்கம். இறந்தவர் இந்து, இஸ்லாமியர், கிறிஸ்தவர் என எந்த மதத்தைச் சார்ந்தவர் என்றாலும் ஒரே பகுதியில் அடுத்தடுத்துக் குழி தோண்டி புதைப்பது தான் வழக்கம்.

அங்குள்ள மக்களின் வாழ்க்கை பாரம்பரியத்திற்காக அவர்கள் பல பொதுக்கட்டுப்பாடுகளைத் தங்களுக்குத் தாங்களே மிகவும் பண்பாடாக ஏற்படுத்திக்கொள்வார்கள். அதில் எந்த ஏற்றத்தாழ்வும் இருக்காது. நாலுமுக்கு எஸ்டேட்டில் ஒருமுறை பெருமாள் என்ற தமிழ் மண்ணைச் சார்ந்தவர் ஊர்த் தலைவராக இருந்தார் என்றால் வேறு ஒரு முறை கோபி என்பவர் மலையாள மண்ணைச் சார்ந்தவர் பொறுப்பில் இருப்பார்.

ஒருநாள் புதியவன் என்ற பெரியவர் மரணம் அடைந்து விட்டார். அவரை முறையாக அடக்கம் செய்துவிட்டுக் கள்ளிக் காட்டில் வழக்கம் போல் மொய் எழுதி வழக்கு பேசக்கூடிய கட்டத்தில் பாபு என்பவர் திடீரென்று கூட்டத்திலிருந்து எழுந்து சத்தம் போட்டு நியாயம் கேட்கிறார். "நான் கேட்கின்ற கேள்விக்குப் பதில் சொல்லிவிட்டு இந்தக் கூட்டம் மொய் எழுதி வழக்கு பேச வேண்டும். இன்றைக்கு அதிகாலையிலேயே மூன்று பேர்

வேலைக்குச் சென்று விட்டு 11 மணிக்கெல்லாம் வந்து இந்தக் கூட்டத்தில் ஒன்றும் தெரியாதவர்கள்போல இருக்கிறார்கள். இது என்ன நியாயம்? அவர்கள் மூன்று பேரும் வேலைக்குச் சென்ற தற்குக் காரணம் தெரிய வேண்டும்" என்று ஓங்கிப் பேசுகிறார். இறந்தவர் தமிழர். கேள்வி எழுப்பியவர் மலையாளி என்றாலும் அவர் எழுப்பிய கேள்வியின் நியாயமே அந்தக் கூட்டத்தில் உணரப்பட்டது.

இப்போதும் அந்த மலையில் அந்தச் சமத்துவ மணமே வீசுகிறது. அங்குள்ள தொழிலாளர் குடியிருப்புகள் 12 வீடுகள் 10 வீடுகள் 6 வீடுகள் கொண்ட வரிசை வீடுகளாக இருக்கும். வெவ்வேறு சாதியின்ரின் வீடுகள் அடுத்தடுத்து இருக்கும்.

ஒரு வீட்டிற்கும் அடுத்த வீட்டிற்கும் இடையே ஒரு சுவர் மட்டும்தான் இருக்கும்.

அங்கே திருமண மண்டபமும் கிடையாது. திருமண வீட்டுக்காரர் தன் நண்பர்களோடு காட்டுக்குள் சென்று நல்ல மரக்கம்புகளை வெட்டிப் பெரிய பந்தல் போடுவார்கள். பந்தலின் மேலே இலை, தழை, கொடிகள் பூக்கள் காணப்படும். பக்கவாட்டில் சவுக்குச் செடிகளை வைத்துமறைப்பார்கள். பந்தலின் வாயில்களில் எல்லா புறங்களிலும் கமுகு என்ற பாக்கு மரத்தில் சாயல் கொண்ட மரங்கள் வெட்டி நடப்பட்டிருக்கும். வண்ண வண்ண மலர்கள் பந்தலை அலங்கரிக்கும். செம்பருத்தி, ரோஜாப் பூக்கள் மணமேடையை மலரச் செய்யும். பச்சைப் பசேலென்ற இயற்கை அலங்காரமே பந்தலை மிளிரச் செய்யும்.

உணவு சமைப்பதற்கெனத் தனியாக யாரும் அங்குக் கிடையாது. தொழிலாளர்களே சமைத்த சுவையான உணவு வகைகளோடு விருந்து உபசரிப்பு நடக்கும். மேள தாளமோ ஆட்டம் பாட்டமோ கிடையாது. பந்தலில் அந்தக் காலத்தில் பெட்ரோமாக்ஸ் லைட்டுகள் கட்டப்பட்டிருந்தாலும் கண்டிப்பாக ஒலி ஒளி சிறப்பாகக் காணப்படும். இனம், மதம் வேறுபாடு இன்றிப் அக்கம் பக்கத்து வீட்டுக்காரர்களே எல்லா வேலைகளையும் செய்வார்கள். தமிழக கேரள மண்வளம் சார்ந்த கலாச்சார மணம் வீசும். எந்த மதத்தவரின் திருமணமாக இருந்தாலும் அதில் எல்லா திருமண வீடுகளிலும் எல்லா மக்களும் கலந்துகொண்டு திருமணத்தை நடத்துவார்கள்.

குறைந்த செலவில் ஆடம்பரமில்லாத அற்புதமான இயற்கை எழில் கொண்ட வாழ்வுதான் அந்த மலைப்பகுதி மக்களின் வாழ்வு.

25

கைக்காசு, செலவுக் காசு, சம்பளம், போனஸ்

உழைக்கும் வர்க்கம் உலகில் எல்லா இடங்களிலும் சுரண்டப்பட்டே வந்திருக்கிறது. 1930இன் ஆரம்ப ஆண்டுகளில் மாஞ்சோலை வனத்தில் பணிபுரிந்த தொழிலாளர்கள் எட்டணா, ஒரு ரூபாய் பணத்தை ஒருநாள் சம்பளமாகப் பெற்றுக் கொண்டு வேலை செய்திருக்கிறார்கள் ஒவ்வொரு வீட்டிலும் கணவன் மனைவி இருவரும் வேலைக்குச் செல்வார்கள். காலை 7.30 மணி முதல் மாலை 4.30 மணி வரை பணி நேரம். வேலை கடுமையாக இருக்கும். வருமானம் குறைவாக இருக்கும். எனவே மக்களிடையே வறுமை நிலவியது. வாழ்க்கையோ எல்லோருக்கும் குறைந்தது 10 அல்லது 12 குழந்தைகள் இருக்கும். குறிப்பிட்ட வயதிற்குப் பிறகு அந்தப் பிள்ளைகளும் காட்டில் வேலைக்குச் செல்ல வேண்டும். இப்போது உள்ளதைப் போலக் குழந்தைகள் பாதுகாப்புச் சட்டமோ, குழந்தைத் தொழிலாளர் தடுப்புச் சட்டங்களோ பெண்கள், பாதுகாப்புச் சட்டங்களோ இல்லாத காலம் அந்தக் காலம். மாஞ்சோலை நுழைவுவாயிலுக்குள்ளே என்ன நடக்கிறது என்றே தெரியாத காலம். தொழிலாளர் உரிமை கேட்பதற்காகத் தொழிற்சங்கம் ஆரம்பிக்க வேண்டுமென்று போராட வேண்டியிருந்த காலம்.

குறைவான வருமானத்தைக் கொண்டுதான் சில தொழிலாளர்கள் போராடித் தங்கள் பிள்ளை

களைப் படிக்க வைத்திருக்கிறார்கள். படிக்க வேண்டு மென்றால் கல்லிடைக்குறிச்சி, அம்பாசமுத்திரம், சேரன்மகாதேவி, விக்கிரம சிங்கபுரம், உக்கிரன்கோட்டை, கே. கைலாசபுரம், வடக்கன்குளம் போன்ற பகுதிகளில் உள்ள தனியார் விடுதி, அரசு மாணவர் விடுதி, அரசு மாணவியர் விடுதி, ஓரளவு தகுதி இருந்தால் குறைந்த அளவு கட்டணம் உள்ள விடுதிகளில் சேர்ந்து படிக்க வேண்டும்.

ஒவ்வொரு மாதமும் 7ஆம் தேதி சம்பளப் பட்டுவாடா தினக்கூலி அடிப்படையில் வேலை செய்த நாட்களுக்குத் தான் சம்பளமே தவிர மாதச் சம்பளம் என்று கிடையாது. தேவைப் பட்டால் சம்பள நாளுக்கு முன்பு முன்பணம் சிறிது பெற்றுக் கொள்ளலாம். அதற்குப் பெயர்தான் கைக் காசு, செலவுக் காசு. அந்தக் கைக்காசு, செலவுக் காசு சம்பளத்தில் பிடித்தம் செய்யப் படும். அதுபோக அரிசி, முந்தைய மாதக் கடன் இருந்தால் அந்தக் கடன் எல்லாவற்றையும் பிடித்து, மீதிப் பணம் சம்பளமாக 7ஆம் தேதி கொடுக்கப்படும். அதிகமாகப் பிள்ளைகள் இருக்கும் குடும்பத்தில் முன்பணமாகக் கைக்காசு. செலவுக் காசு வாங்கி யிருப்பார்கள். இப்போது ரேஷன் கடைகளில் பொருட்கள் வாங்குவதுபோலக் கம்பெனியில் அரிசி வாங்கியிருப்பார்கள். அந்தப் பணம் எல்லாம் பிடித்தம் செய்தது போக மீதி கணக்குப் பார்த்தால் சிலருக்குச் சம்பளமே இருக்காது. கம்பெனிக்குத்தான் அவர்கள் கொடுக்க வேண்டியதிருக்கும். இப்படியெல்லாம் வறுமைக்கோட்டிற்குக் கீழே மிகவும் அதள பாதாளத்தில்தான் அந்தத் தொழிலாளர்களின் பொருளாதார நிலை இருந்திருக்கிறது. உள்ளூர் பலசரக்குக் கடை, துணிக்கடை, டீக்கடைகளுக்குக் கடன் கொடுக்க வேண்டியிருந்தால் அந்தக் கடனை வசூலிக்கச் சம்பள நாளன்று அந்தக் கடைக்காரர்கள் கணக்கு நோட்டோடு வந்து நிற்பார்கள். அம்பாசமுத்திரம், கல்லிடைக்குறிச்சி போன்ற பகுதியிலுள்ள கடைகளிலும் எஸ்டேட் தொழிலாளர்களுக்கு நம்பிக் கடன் கொடுப்பார்கள்.

இது ஒருபுறம் இருக்க, சம்பள நாளின் மறுபுறத்தைப் பார்த்தால் அதைவிட மகிழ்ச்சி எஸ்டேட்டில் வேறு எந்த நாளும் இருக்காது. சம்பள நாளன்று பலகாரங்கள் படுஜோராக விற்பனையாகும். அதுபோலச் சம்பளம் வழங்கும் ஒவ்வொரு அலுவலகம் முன்பும் பெரிய பெரிய பிரம்புக் கூடைகளில் வடை, முறுக்கு, பஜ்ஜி, போண்டா, மிக்சர், நெய்யப்பம் போன்ற பலகாரங்களை விற்றுக் கொண்டிருப்பார்கள். மாஞ்சோலையில் பாண்டியன் கடை, பருப்பு வடை, அலிகுட்டி கங்காணி (சூப்பி)

கடை, மடக்கு, எஸ்டேட் பேக்கரி ரொட்டிக்கடை கேக், பன், குருவி பிஸ்கட் காக்காச்சி செல்வராஜ் அண்ணாச்சிக் கடை முறுக்கு, வடை நாலுமுக்கு, கணக்குப்பிள்ளை கடை (பிற்காலத்தில் அச்சாயன் கடை) மொறு மொறு பருப்புவடை, மாட்டுப்பட்டி முக்கு மாடசாமி கடை இனிப்புப் போண்டா, பொன்னப்பன் கடை பஜ்ஜி, ஜோர்ஜ் கடை நெய்யப்பம், பப்பு கங்காணி முக்கு விஜயன்கடை புட்டு, ஊளுந்து வடை, ஊத்து காக்காக் கடை போண்டா, பஜ்ஜி, ஜேசு கடை வடை, முறுக்கு போன்ற பலகாரங்கள் படு ஜோராக விற்பனையாகும்.

அன்று பண்டமும் பலகாரங்களும் வாங்க முடியாமல் கடன் சுமையால் கண்ணீர் வடித்த தொழிலாளர்களின் பிள்ளைகள் எல்லாம் இன்று படித்துப் பட்டம் பெற்று பதவியிலும், நல்ல வேலையிலும் கார், வீடு, பங்களா போன்ற வசதியுடனும் வாழ்ந்துவருகிறார்கள்.

26

மறக்க முடியாத முத்துத் தாத்தா

அந்தக் காலத்தில் ஒருநாள் (சனிக்கிழமை யாக இருக்கலாம்.) அடர்ந்த அந்த மலைப்பகுதியில் மாலைப் பேருந்து மாஞ்சோலை மலைப் பள்ளத் தாக்குப்பகுதியின் இறக்கமான சாலையில் அதிகமான மக்களைச் சுமந்துகொண்டு கல்லிடைக்குறிச்சி நோக்கி இறங்கிக்கொண்டிருக்கிறது. இரவு எட்டு மணி இருக்கும். ஒரு குறுகலான வளைவு. மையிருட்டு. காட்டுக்குள் மழைத்தூறல் விழுந்து கொண்டிருக்கிறது. டிரைவர் திடீரென்று பிரேக் போடுகிறார். பயணிகள் என்னவென்று வெளியே எட்டிப் பார்க்கிறார்கள். சுமார் 30 ஆடுகள் கூட்ட மாக அந்த மலைச்சாலையில் பேருந்துக்கு எதிரே வந்துகொண்டிருக்கின்றன. பேருந்தின் முன் முகப்பிலிருந்து வீசும் ஒளி வெளிச்சத்தில் கூசிய கண்களோடு அந்த ஆடுகள் அங்குமிங்கும் அலை பாய்கின்றன. 60 வயதைத் தாண்டிய ஒரு பெரியவர் ஒரு கையில் டார்ச் லைட்டையும் மறு கையில் கம்பையும் வைத்துக்கொண்டு ஆடுகளை ஒழுங்கு படுத்துகிறார். அவர் தலையில் ஒரு பிளாஸ்டிக் கொங்காணித் தாள் போட்டுள்ளார். உடனே டிரைவர் பேருந்தை நிறுத்தி வெளியில் எட்டிப் பார்த்துச் சிரித்துக்கொண்டே "என்ன தாத்தா நாளை கசாப்புக்கா ... போட்டும், போட்டும் பாத்துப் போங்க" என்றவுடன் அந்தத் தாத்தாவும் பதிலுக்கு ஏதோ சொல்கிறார். மழை தூறுவதால் அவர் பேசுவது பேருந்தில் இருப்பவர்களுக்குக் கேட்கவில்லை. பேருந்து அவரைக் கடந்து வருகிறது. அவர் மட்டும் தனியாக அந்த ஆடுகளுடன் தன்

நடையைத் தொடர்கிறார். நல்ல மழைத்தூறல். அடர்ந்த காடு. இருட்டு. வயது 60 வயதுக்கு மேல் இருக்கும் அந்தத் தாத்தா மாஞ்சோலைக்குப் போக இன்னும் 8 கி.மீ. அந்த ஆடுகளுடன் நடக்க வேண்டும்.

அவர் கல்லிடைக்குறிச்சி பகுதியைச் சேர்ந்தவர். மறுநாள் ஞாயிற்றுக்கிழமை என்பதால் கசாப்புக் கடைக்காக அந்த ஆடுகளை அம்பாசமுத்திரம் சந்தையிலிருந்து மாஞ்சோலைப் பகுதிக்குப் பத்திச் செல்கிறார். அந்த மலைப்பகுதி தொழிலாளர் களின் ஓய்வு நாளின் ஒரு பகுதியாக மதியம் உண்ணும் அசைவ உணவிற்காக இவர் ஓய்வில்லாமல் தனியே ஆடுகளின் கூட்டத் தோடு நடந்து செல்கிறார். அந்த மலைப்பகுதி வழித்தடத்தில் எந்த மிருகமும் எப்போதும் குறுக்கிடலாம். இவர் ஆடுகளைக் கொண்டு செல்லவில்லையென்றால் மாஞ்சோலை எஸ்டேட்டில் கசாப்புக் கடை நடத்திவரும் காதர்பாய், நாலுமுக்கு எஸ்டேட்டில் கறிக்கடை நடத்திவரும் பீர்பாய், ஊத்து எஸ்டேட்டில் மட்டன் கடை நடத்திவரும் சாமுவேல் ஆகியோர், வெள்ளிக்கிழமையே சந்தையில் பிடித்த ஆடுகளை ஏன் ஓட்டி வரவில்லையென்று இவரை வேலையிலிருந்தே ஓட்டிவிடுவார்கள். பாவம் அந்த முத்து தாத்தா. அவர் தன் வறுமையான வாழ்க்கையை ஓட்டு வதற்காக அப்படிக் கடினமாக உழைத்திருக்கிறார். இதுவும் அந்த மாஞ்சோலை மலைப்பாதையின் மறக்க முடியாத நடை பாதை நிகழ்வு. அஞ்சா நெஞ்சன் அந்த முத்து தாத்தாவின் மகிமை இப்போதுதான் புரிகிறது. அந்தக் கருமையான காட்டில் இருட்டு நேரத்தில் ஆடுகளைப் பத்திக்கொண்டு அவர் நடந்து சென்ற நிகழ்வு அந்தப் பேருந்தில் அன்று பயணித்தவர்களின் கண்ணுக்குள் காட்சியாய் நிற்கிறது.

27

மணிமுத்தாறு டவுன்ஷிப் மெம்பர் தாசன்

மாஞ்சோலை பஞ்சாயத்து 1971ஆம் ஆண்டு கலைக்கப்பட்டுப் பின் அது மணிமுத்தாறு நகரியத்துடன் இணைக்கப்பட்டது. பொதுவாக ஒரு கிராமத்தில் ஒரு தொழிற்சாலையோ அல்லது பெரிய அரசு நிறுவனமோ தனியார் நிறுவனமோ செயல்பட்டு வந்தால் அப்பகுதியின் அதிகமான வரி வருவாயைக் கணக்கில் கொண்டு அந்த மாநில அரசாங்கம் அதை நேரடியாகத் தன் நிர்வாகத்தின் கீழ் கொண்டுவந்துவிடும். அந்த அடிப்படையிலும் மாஞ்சோலை BBTC நிர்வாகத்தின் வேண்டுதலாலும் தான் மாஞ்சோலை பஞ்சாயத்து மணிமுத்தாறு நகரியத்துடன் இணைக்கப்பட்டது. ஒரு மாவட்டத்தில் எத்தனை நகரியங்கள் இருந்தாலும் அந்த மாவட்ட ஆட்சித் தலைவர்தான் நகரியங்களின் பேரவைத் தலைவராகவும் செயல்படுவார் என்பது விதிமுறை.

ஒரு பஞ்சாயத்துப் பகுதி ஒரு நகரியத்தோடு இணைக்கப்பட்டால் அந்தப் பகுதிக்கும் நகரிய அமைப்பில் மக்கள் பிரதிநிதித்துவம் கொடுக்கப்பட வேண்டும். அப்படி இணைக்கப்பட்ட மாஞ்சோலைப் பகுதிக்கு மக்கள் சார்பாகப் பிரதிநிதித்துவம் கொடுக்கப்படவில்லை. ஆனால் BBTC சார்பாகப் பிரதிநிதித்துவம் கொடுக்கப்பட்டது. BBTC தலைமை நிர்வாகி மணிமுத்தாறு நகரியத்தின் கௌரவ உறுப்பினர் என்று அரசாணை பிறப்பிக்கப்பட்டு, அவர் மாவட்ட ஆட்சித் தலைவர் தலைமையிலான

மணிமுத்தாறு நகரிய கூட்டங்களில் கலந்துகொண்டார்.

இந்தத் தருணத்தில் தமிழ் நாட்டில் திராவிட முன்னேற்ற கழகம் இரண்டாவது முறையாக 1971ஆம் ஆண்டு ஆட்சியைப் பிடித்தது. அப்போது தமிழக முதல் அமைச்சராக மு.கருணாநிதி இருந்தார். அந்த நேரத்தில் மாஞ்சோலைப் பகுதியில் திமுகவில் தீவிரமாகச் செயல்பட்டு வந்த தலைவர் தாசன் திமுகவின் தோட்டத் தொழிலாளர் முன்னேற்ற சங்கத்தின் செயலாளராகப் பணியாற்றிவந்தார். அப்போது அவருக்காகவே தமிழக அரசு 1972ஆல் தனி ஆணை பிறப்பித்து அவர் மாஞ்சோலைப் பகுதி மக்கள் சார்பாக மணிமுத்தாறு நகரிய உறுப்பினராகத் தமிழ்நாடு அரசால் நியமனம் செய்யப்பட்டார். நகரிய உறுப்பினர் என்ற பொறுப்பு சாதாரணப் பொறுப்பல்ல. பஞ்சாயத்துத் தலைவருக்குச் சமமான பதவி. பஞ்சாயத்துத் தலைவருக்கு என்னென்ன அதிகாரம் உண்டோ அத்தனை அதிகாரமும் அந்தப் பதவிக்கும் உண்டு. மேலும் அரசு சட்ட விதிமுறைப்படி நகரியத்திற்குப் பேரவை தலைவர் மாவட்ட ஆட்சித் தலைவர் ஆவார். எனவே மாவட்ட ஆட்சித் தலைவரிடம் நேரடியாகத் தொடர்பு வைக்கக் கூடிய நெருக்கம் அவருக்கு ஏற்பட்டது. மாவட்ட ஆட்சித் தலைவர் தலைமையில் நகரியக் கூட்டம் நடைபெறும் போதெல்லாம் எஸ்டேட் தொழிலாளர்களுக்கான தேவைகளை எடுத்துச் சொல்லி அவற்றையெல்லாம் மக்களுக்குச் செய்து கொடுத்தார். அவர் காலத்தில் மாஞ்சோலைப் பகுதியைச் சேர்ந்த பலருக்கு அரசாங்கத்திலும், தனியார் துறையிலும், காவல் துறையிலும் வேலை கிடைத்தது.

1973ஆம் ஆண்டு தமிழ்நாடு முழுவதும் உள்ளாட்சித் தேர்தல் நடைபெற்றது. அப்போது தமிழகத்தில் திமுக ஆட்சி நடைபெற்றுக் கொண்டிருந்தது. திருநெல்வேலி மாவட்டம் அம்பாசமுத்திரம் ஒன்றியப் பெருந்தலைவர் தேர்தல் நடைபெறும் காலகட்டம். தேர்தலுக்கு மிகக் கடுமையான போட்டி.

அம்பாசமுத்திரம் கல்யாணி தியேட்டர் உரிமையாளரும் அன்றைய பெரும் தொழிலதிபருமான ராஜலிங்க ராஜா திமுக சார்பில் களம் கண்டார். அவரை எதிர்த்து முதுபெரும் காங்கிரஸ் தலைவரும் பெரும் நிலக்கிழாருமான சங்கமுத்துத் தேவர் களம் கண்டார். அப்போதைய தேர்தல் விதிமுறைப்படி பஞ்சாயத்து தலைவர்கள் தான் ஒன்றியப் பெருந்தலைவரைத் தேர்ந்தெடுக்க வேண்டும். இதில் இரண்டு வேட்பாளர்களுக்கும் சரி சமமாக ஏழு, ஏழு பேர் ஆதரவு கொடுத்து வாக்கு அளிக்கத் தயாராக இருந்தார்கள். அந்த 14 பேரும் மக்களால் தேர்ந்தெடுக்கப்பட்ட பிரதிநிதிகள். திமுக கூட்டணி 7, காங்கிரஸ் கூட்டணி 7.

மணிமுத்தாறு நகரியத்திற்கு நியமனம் செய்யப்பட்ட தாசனுக்கும் வாக்களிக்கும் உரிமை இருந்தது. அவர் யாருக்கு வாக்களிக்கிறாரோ அவர்தான் அம்பாசமுத்திரம் ஒன்றியப் பெருந்தலைவராகத் தேர்ந்தெடுக்கப்படக் கூடிய நிலை இருந்தது. எனவே அரசியல் கட்சித் தலைவர்கள் அவர் இருக்கும் இடம் தேடிப் பறந்து சென்றார்கள். ராஜலிங்க ராஜா ஆளும் கட்சியின் பெரும் பணக்காரார். திமுக வைச் சேர்ந்தவர். தாசனும் திமுக தான். ஆனால் சங்கு முத்துத் தேவர் கண்ணியமான அரசியல்வாதி. காங்கிரஸ் கட்சியைச் சேர்ந்தவர். பெரிய விவசாயி. இவர் தரப்பிற்குத் தாசனை இழுக்கப் பல முயற்சிகள் செய்தார்கள். தாசன் சங்கு முத்துத் தேவருக்கு வாக்கு அளித்தால் அவர் சொந்த ஊரான அம்பாசமுத்திரம் அருகில் கோடாரங்குளம் என்ற ஊரில் உள்ள தனது ஒரு வயலைத் தாசன் பெயருக்கு எழுதித் தருவதாக உறுதி சொன்னார். ஆனால் தாசன் எந்த ஆசாபாசத்திற்கும் ஆசைப்படாமல் ராஜலிங்க ராஜாவிற்கு வாக்களித்து அவரை வெற்றி பெறச் செய்தார். ராஜலிங்க ராஜா என்பவர் பிற்காலத்தில் ஜனதா கட்சிக்கு மாறினார். தாசனோ கடைசிவரை திமுகவிலேயே இருந்தார். காலம் வரை வாழ்ந்த அந்தத் தலைவர் தாசன் அவர் 30.6.2006 அன்று மரணமடைந்தார்.

முன்காலத்தில் மாஞ்சோலை ஊராட்சியாக இருந்தது. பின் மணிமுத்தாறு நகரியத்தோடு இணைந்தது. அதன்பின் 2022ஆம் ஆண்டு மணிமுத்தாறு பேரூராட்சியாக மாறியபோது அதில் ஒரு அங்கமாக மாஞ்சோலை இணைந்தது. மாஞ்சோலை எஸ்டேட்டில் இரண்டு கவுன்சிலர்கள், நாலுமுக்கு எஸ்டேட்டில் இரண்டு கவுன்சிலர்கள், ஊத்து எஸ்டேட்டில் ஒரு கவுன்சிலர் என்று மணிமுத்தாறு பேரூராட்சியின் ஐந்து கவுன்சிலர்களை மாஞ்சோலைப் பகுதி பெற்றுள்ளது. 2022ஆம் ஆண்டு நடைபெற்ற

தேர்தலில் மாஞ்சோலை 9ஆவது வார்டில் பாமா 10ஆவது வார்டில் அந்தோணியம்மாள் ஊத்து எஸ்டேட் 11ஆவது வார்டில் ஸ்டாலின் நாலுமுக்கு எஸ்டேட் 12ஆவது வார்டில் விஜயகுமார் 13ஆவது வார்டில் ஜெயா ஆகியோர் கவுன்சிலர்களாக வெற்றி பெற்றார்கள். அதில் மாஞ்சோலையில் கவுன்சிலராக வெற்றி பெற்ற அந்தோணியம்மாள் மணிமுத்தாறு பேரூராட்சி தலைவராகத் தேர்ந்தெடுக்கப்பட்டார். மாஞ்சோலை எஸ்டேட் வரலாற்றிலேயே தொழிலாளி இனத்தைச் சேர்ந்த ஒரு பெண் முதன்முதலாகப் பேரூராட்சி தலைவராகத் தேர்ந்தெடுக்கப்பட்ட நிகழ்வு அது.

28

பண்டிகையின் கோலாகலம்

மலையாளத்து அச்சன்களும் அம்மச்சிகளும் கேரளத்துச் சேட்டன்களும் சேட்டத்திகளும் சேச்சிகளும் அனியன்களும் அனியத்திகளும் மலை நாட்டு மங்கைகளும் நங்கைகளும் தங்கைகளும் அழகான புத்தாடை அணிந்து ஓணம் பண்டிகையைக் கொண்டாடுவார்கள். பெண்கள் காலையில் நீராடிப் பண்டிகை சேலை கட்டித் தலையைத் துவட்டியும் துவட்டாமலும் கூந்தலை விரித்துப் போட்டும் போடாமலும் அதில் பூ வைத்துக் கொண்டு கூந்தலில் தண்ணீர் சொட்டச் சொட்ட தமிழ் மக்களை விருந்துக்கு அழைக்கும் அழகே தனி. ஓணம் பண்டிகை அன்று தமிழ் மலையாளம் ஒன்றாகக் கலந்த நாகரீகம் பூத்துக் குலுங்கும். தமிழ்நாட்டில் மலையாள மக்கள் ஓரளவு வசிக்கும் மாவட்டங்களான சென்னை, கோயம்புத்தூர், கன்னியாகுமரி போன்ற மாவட்டங்களுக்கு ஓணம் பண்டிகை அன்று அரசு விடுமுறை அறிவிக்கப்பட்டுள்ளதுபோல அந்தக் காலங்களிலேயே மாஞ்சோலைப் பகுதியில் நாலுமுக்கு, ஊத்து எஸ்டேட்களில் ஓணம் பண்டிகை அன்று விடுமுறை அறிவிக்கப்படும். காலையில் சிற்றுண்டி புட்டு, பயிறு, பழம், பப்படம் ஒரு சாயா மதிய வேளையில் 17 வகைக் கூட்டு வைத்து அற்புதச் சுவையோடு பல்சுவை உணவு கேரள, தமிழ் மக்கள் இந்த அளவுக்கு இணக்கமாக நட்புறவு கொள்ளும் நாள் கேரளத்தில் அல்லது தமிழகத்தில் வேறு எந்த இடத்திலும் காண முடியாது.

ஓணம் பண்டிகை அன்று நாலுமுக்கு எஸ்டேட்டில் உள்ள ஸ்ரீமான் நாராயண குரு கோவிலில் அடுக்கடுக்கான திருவிளக்கு ஏற்றிப் பூஜை செய்து பண்டங்கள் பரிமாறி விழா சிறப்பாக நடைபெறும். நாலுமுக்கு எஸ்டேட்டிலேயே பெரிய குடும்பமாகக் கேரளத்தைச் சேர்ந்த குஞ்சுமணி கங்காணி குடும்பம் இருந்தது. அவரது உடன்பிறந்த தம்பிதான் கேசவன் கங்காணி. இவர்கள் குடும்பத்தில் கங்காணி வேலை பரம்பரை பரம்பரையாக இருந்தது. அந்தக் குடும்பம் ஓணம் பண்டிகையை மிகச் சிறப்பாகக் கொண்டாடும். அந்தக் குஞ்சுமணி கங்காணியின் மகன்களில் ஒருவரான கமலாஹரன் ஓணம் பண்டிகை அன்று வீட்டு முன்பு பெரிய ஊஞ்சல்கட்டி அங்கு ஊஞ்சல் திருவிழா நடத்துவார். காட்டிலிருந்து நல்ல கனமான மரத்தடிகளை வெட்டி வந்து அதை நல்ல உயரமாக ஊன்றி இரண்டு தூண்களுக்கும் பெரிய முட்டு கொடுத்து அதில் ஊஞ்சல் கட்டி ஆடுவார்கள். ஊஞ்சலைச் சுற்றி ஒரே மக்கள் கூட்டமாக இருக்கும். பார்க்க வரும் பார்வையாளர்களுக்குப் பாயசமும் பலகாரங்களும் கொடுத்து விருந்து உபசரிக்கப்படும். அதேபோல சார் வீட்டுப் பக்கமும் சோதரன் வீட்டுப் பக்கமும் ஊஞ்சல் கட்டி விழா நடைபெறும். அப்போது உறியடித் திருவிழாவும் உற்சாகமாய் நடக்கும். இப்படித்தான் அந்தத் தொழிலாளர் குடியிருப்புகள் ஒற்றுமையின் சின்னமாகச் சமத்துவபுரமாக இருந்தன.

29

தியாக தீபம் லூர்து அம்மா

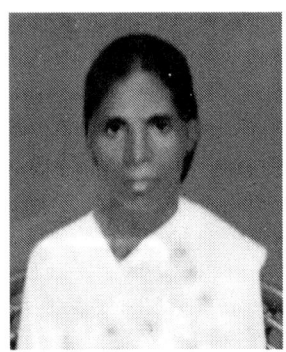

ஒரு வெள்ளிக்கிழமை (18.10.1974). பகல் சுமார் ஒரு மணி. இஸ்லாமியரின் ஈகைத் திருநாளான ரம்சான் பெருநாள். நாலுமுக்கு எஸ்டேட்டிற்கும் காக்காச்சி எஸ்டேட்டிற்கும் இடையில் உள்ள செட்டுக்காடு என்ற சோலை நிறைந்த சாலையில் எப்போதும் ஆரஞ்சு சாக்லெட் மணம் வீசுகின்ற மனோ ரஞ்சிதமான இடத்தில்தான் அந்த மறக்க முடியாத கோர விபத்து நடந்தது

கல்லிடைக்குறிச்சியைச் சேர்ந்த வேல்பாண்டி என்பவருக்குச் சொந்தமான சக்திமான் என்ற லாரியை ஐயப்பன் ஓட்டி வருகிறார். லாரியில் ஓட்டுநர் அருகில் இரண்டு பேரும் பின்னால் சுமார் நான்கு பேரும் பயணம் செய்கிறார்கள். அந்தக் காலங்களில் எஸ்டேட்டிற்கு இரண்டு பஸ் வசதிதான். அது நான்கு முறை எஸ்டேட்டிற்கு வரும். அன்று ஒரு பஸ் வரவில்லை. ஒரு வேலையாக மாஞ்சோலை சென்றுவிட்டு வீட்டிற்குப் போய்

அரசு அமல்ராஜ்

சீக்கிரமாய் மனைவி குழந்தைகளைப் பார்த்து விடலாமே என்று நாலுமுக்கு வருவதற்காக அந்த லாரியின் பின்னால் உட்கார்ந்து பயணம் செய்கிறார் நாலுமுக்கு எஸ்டேட்டைச் சேர்ந்த ஆறுமுகம். லாரி ஒரு சிறு வளைவில் வளைந்து வந்தபோது லாரி கவிழ்ந்து விட்டது. லாரியிலிருந்த எல்லோரும் சிறு காயங்களுடன் தப்பித்துக் கொண்டார்கள். ஆறுமுகம் மட்டும் கவிழ்ந்த அந்த லாரிக்கு அடியில் விழுந்து மாட்டிக்கொண்டார். காலன் அவரைக் கவ்விக்கொண்டான். அவர் மனைவிக்கு அப்போது சுமார் 40 வயதுதான் இருக்கும். அந்தக் குடும்பத்தைக் காப்பாற்ற ஆள் இல்லை. ஒன்பது பிள்ளைகளை விட்டுவிட்டுப் பரிதாபமாகச் செத்துப் போனார் அவர். அந்த அம்மா நல்லதங்காள் கதை போல என் கதை ஆகிவிடுமோ என்று கனத்த இதயத்தோடு கால்மாட்டில் சுற்றி இருந்த பிள்ளைகளைக் கட்டிப்பிடித்துக் கதறுகிறார்.

அந்த அம்மா மட்டும் எஸ்டேட்டில் பதிவு பெற்ற தொழிலாளி. தன் வருமானத்தை வைத்துத்தான் மற்ற எல்லோருக்கும் உணவு கொடுக்க வேண்டும். அந்த அம்மாவின் பிள்ளைகள் வளர்ந்து வளமான பிறகு பின்னொரு நாளில் அந்த அம்மா தன் பிள்ளை களிடம், “நான் விஷம் குடித்துச் செத்துவிடலாமா, குழந்தைகளோடு ஆற்றில் விழுந்து செத்துவிடலாமா என்று நினைத்தேன்” என்றார். அந்த அளவிற்குக் கொடுமையை அனுபவித்திருக்கிறார். குறைந்த சம்பளத்தைக் கொண்டு போராடித் தன் குடும்பத்தை முன்னுக்குக் கொண்டு வந்தார் லூர்து அம்மா.

இளமைப் பருவத்தில் மிகப் பெரிய விளையாட்டு வீராங் கனையாக இருந்தவர் அவர். தொழிலாளருக்கான விளையாட்டுப் போட்டிகளில். வெற்றிவாகை சூடுவார். பெண்களுக்கான எல்லா விளையாட்டுக்களிலும் முதல் பரிசைத் தட்டிச் சென்றவர். தேயிலைக் காட்டில் பணி புரியும்போது உரிமைக்காகக் குரல் கொடுத்தவர். வாலிப காலத்தில் மகிளா காங்கிரஸில் தன்னை இணைத்துக்கொண்டு காங்கிரஸ் கட்சியின் தொழிற்சங்கத்தில் சேர்ந்துகொண்டு பெண் தொழிலாளிகளுக்காகப் போராடியவர்.

தேயிலைக் காட்டில் வேலை பார்க்கும் போது ஒருமுறை எஸ்டேட் நிர்வாகி அந்த அம்மாவைத் தகாத வார்த்தைகளால் பேசியதற்காகப் பொங்கி எழுந்து. உரிமை கேட்டார் என்பதற்காக அவர் மீது அன்றைய நிர்வாகம் புகார் கொடுத்துப் பொய் வழக்கு போட்டுக் கைது செய்து சிறையில் அடைத்தது. அப்போது அவர் கர்ப்பிணியாக இருந்தார். தொழிற்சங்கத் தலைவர் ஆறுமுகம் அந்த அம்மாவுக்கு உதவி செய்தார். மாநிலத் தொழிற்சங்கத்

தலைவர் ராமச்சந்திரனும் அகில இந்தியத் தலைவர் ராமானுஜமும் சிறையில் அடைக்கப்பட்ட அந்த அம்மாவுக்காக நீதிமன்றத்தை அணுகி ஜாமீன் பெற்றதோடு அந்த வழக்கையும் நடத்தி வெற்றி கண்டனர்.

அப்படிப்பட்ட பெண்ணுக்குத்தான் இப்படிப்பட்ட கொடுந் துயரம் ஏற்பட்டது. தன் குழந்தைகளுக்காக வீறுகொண்டு எழுந்து போராடினார்.

ஒன்பது பிள்ளைகளில் கடைசி மகன் சிறு வயதிலேயே இறந்துபோனான், எட்டுப் பேரில் ஐந்து பெண்கள், மூன்று ஆண்கள். பெண்களில் ஒருத்திக்கு மட்டும் திருமணம் ஆகியிருந்தது. அதன் பிறகு இரண்டு பெண்கள் வளர்ந்து திருமணத்திற்கான பருவத்தை அடைந்திருந்தார்கள். அதற்கடுத்த ஐவரும் சிறு பிள்ளைகள். இந்த அம்மா வழக்கம்போல வேலைக்குச் சென்றார். அந்தக் காலத்தில் ஆங்கிலேயேர்கள் எஸ்டேட் நிர்வாகிகளாகப் பணிபுரிந்தார்கள். மாஞ்சோலை குரூப் மேனேஜர் ஜே.ஜே. பிளாண்ட் தொழிற்சாலையை மேற்பார்வை செய்ய வந்திருந்தார். கணவனை இழந்த ஒரு மாதத்தில் காலில் விழுந்து உதவி கேட்டார். இவருடைய நிலையை அறிந்த அந்த அதிகாரி அவருக்கு ஆறுதல் சொல்லி என்ன செய்ய வேண்டும் என்று கேட்டார். தன்னடைய இரண்டு பெண்களையும் எஸ்டேட்டில் நிரந்தர தொழிலாளிகளாகப் பதிவு செய்ய வேண்டும் என்று வேண்டிக் கொண்டார். அவர் உதவி செய்வதாக உறுதியளித்தார்.

அன்றைய காலகட்டத்தில் ஒரு தொழிலாளி எஸ்டேட்டில் நிரந்தர தொழிலாளியாகப் பதிவு செய்யப்பட வேண்டுமென்றால் நீண்ட பல விதிமுறைகள் உண்டு. அதை அங்குள்ள தொழிற் சங்கங்களும் பரிந்துரைக்க வேண்டும். நிர்வாகமும் அதைப் பரிசீலிக்க வேண்டும். அதன் பிறகுதான் அது முடிவாகும். ஆனால் அந்தப் பெண்ணின் நிலையைக் கருத்தில் கொண்டு ஜே.ஜே. பிளாண்ட் உடனடியாகச் செயலில் இறங்கி அவருடைய பெண் களை நிரந்தரத் தொழிலாளர்களாகப் பதிவுசெய்து வேலை கொடுத்தார். அந்த எஸ்டேட் வரலாற்றிலேயே புதுமையான ஒன்று அது. அதைக் கண்ட மற்றவர்களும் அதேபோன்ற கோரிக்கையை எழுப்பினார்கள். தந்தையை இழந்த குடும்பங்களின் வாரிசுகளுக்கு அதே சலுகையைக் கோரினார்கள். அதை ஏற்றுக்கொண்ட பிளாண்ட் மேலும் 26 பேருக்கும் அதே சலுகையை வழங்கினார்.

மழைக்காகக்கூடப் பள்ளிக்கூடம் பக்கம் ஒதுங்காத அந்த அம்மா, விவேகமாகத் தன் குடும்பத்தை வளர்த்தார். தன்

தியாக தீபம் லூர்து அம்மா வாழ்ந்த வீட்டுக்கு அருகில் உள்ள அழகுமிகு தேயிலைத் தோட்டம்

தளராத முயற்சியினால் அரும்பாடுபட்டுத் தன் மகனை (இந்தப் புத்தகத்தை எழுதிய ஆசிரியர்) 1987ஆம் ஆண்டு வழக்கறிஞராக உருவாக்கினார். அந்த வழக்கறிஞர்தான் மாஞ்சோலை மண்ணின் முதல் வழக்கறிஞர். அன்று கொட்டிக்கிடந்த செங்கல்களாக இருந்த அந்த அம்மாவின் குடும்பம் இன்று கட்டி முடிக்கப்பட்ட கோபுரமாக மாறியுள்ளது. அந்தப் பெண்மணி தனது 70ஆவது வயதில் 12.5.2005 அன்று பாளையங்கோட்டையில் உள்ள அவரது மகன் வீட்டில் இயற்கை மரணம் அடைந்தார். அந்த அம்மா மாஞ்சோலையில் மரணம் அடைந்திருந்தால் அவரது உறவினர்களும் குடும்பத்தாரும் மட்டும்தான் இறுதி அஞ்சலியில் கலந்து கொண்டிருப்பார்கள். ஆனால் பாளையங்கோட்டையில் மரணமடைந்ததால் கட்டுக்கடங்காத கூட்டம் அவர் கடைசி அஞ்சலிக்கு வந்தது. அந்த அம்மாவின் அற்புதமான ஆற்றலுக்கும் அளவு கடந்த தியாகத்திற்கும் அவரது குடும்பத்தாரும் உறவினர்களும் வழக்கறிஞர்களும் அரசியல் தலைவர்களும் நேரில் வந்து அஞ்சலி செலுத்தினார்கள். மிகப்பெரிய ஆலயத்தின் நடுவில் வைத்து ஜெபம் செய்து அடக்கம் செய்யப்பட்டார்.

ஓர்மைகள் மறக்குமோ!

அவர் உடல் அடக்க ஊர்வலம் சென்றபோது பாளையங்கோட்டை சாராள் டக்கர் கல்லூரி சாலையில் பெரிய போக்குவரத்து நெரிசல் ஏற்பட்டது மறுமலர்ச்சி திமுக பொதுச் செயலாளர் வைகோ அந்த அம்மாவின் இறப்பு செய்தி கேட்டுத் துக்கம் விசாரிப்பதற்காக அவர் மகன் வீட்டிற்குச் சென்று அந்த அம்மாவின் படத்திற்கு மாலை அணிவித்து மரியாதை செலுத்தினார் என்றால் அந்த அம்மாவின் பெருமையைப் புரிந்து கொள்ளலாம். அந்த அம்மையார் பாளையங்கோட்டை புதிய பேருந்து நிலையம் அருகில் உள்ள கல்லறைத் தோட்டத்தில் தியாக தீபமாக அமைதியுடன் துயில் கொள்கிறார்.

30

சமயங்களின் சங்கமம்

ஐந்து எஸ்டேட்களிலும் இந்துக் கோயில்கள், முஸ்லீம் பள்ளிவாசல்கள், கிறிஸ்தவ ஆலயங்கள் பல உண்டு. புனித விழாக் காலங்களில் ஒவ்வொரு விழாவும் மிகச் சிறப்பாக நடைபெறும். மணிமுத்தாறு சங்கிலி கேட்டிலிருந்து மாஞ்சோலை செல்லும் வழியில் மாஞ்சோலைக்கு 2 கிலோ மீட்டர் தூரத்திற்கு முன்பாகக் காட்டுப் பகுதியில் கோயில் தட்டை என்ற இடம் உள்ளது. மாஞ்சோலைக்குக் கீழே உள்ள மணிமுத்தாறு அணை அருகில் இருக்கும் சிங்கம்பட்டி ஆலடியூர், ஏர்மாள்புரம், வைராவிகுளம் ஆகிய கிராமங்களைச் சேர்ந்த மக்கள் தங்கள் மாடுகளின் மேய்ச்சல் தளமாக அந்த இடத்தைப் பயன்படுத்திக்கொள்வது வழக்கம்.

அப்படி மேய்ச்சலுக்குச் சென்ற சுமார் 101 மாடுகளை ஒருநாள் காணவில்லை. பல இடங்களில் தேடி அலைந்தும் அந்த மாடுகள் கிடைக்காததால் அந்தக் காலத்தில் கோயிலில் சாமி ஆடும் ஒருவரிடம் குறி கேட்டபோது குறிப்பிட்ட ஓர் இடத்தில் 101 மாடுகளும் காணப்படுவதாகவும் அதில் சில மாடுகள் கன்றுகளை ஈன்றியிருப்பதாகவும் சொன்னார். அவர் சொன்ன இடத்திற்குப் போய்ப் பார்த்தபோது அந்த 101 மாடுகளும் இருந்ததாகச் சொல்கிறார்கள். அந்த நினைவிற்காக அங்கு ஒரு கோயில் கட்டி அதற்கு நம்பியுடையார் சாஸ்தா கோயில் என்று பெயர் வைத்து இன்றும் மக்கள் வழிபட்டுவருகிறார்கள். 101 மாடுகள் காணாமல் போய்க் கிடைத்ததால் அந்த நம்பியுடையார் சாஸ்தா கோயிலில் 101

வெண்கல மணிகள் கட்டப்பட்டுள்ளன. அடர்த்தியான கும்மிருட்டான மலைப்பகுதியான காட்டிற்குள் கோயில் தட்டை என்று அழைக்கப்படும் அந்தப் பகுதியின் போக்குவரத்து மலைச்சாலையிலிருந்து சுமார் 100 அடிக்குக் கீழேதான் எழில்மிகு தோற்றத்துடன் இப்போதும் அந்த நம்பியுடையார் சாஸ்தா கோயில் அந்தக் காட்டுச் சாலையின் போக்குவரத்துப் பாதுகாவல் தெய்வமாகக் காட்சி அளிக்கிறது. ஒவ்வொரு சித்திரை மாதமும் ஒன்றாம் தேதி வெகு விமரிசையாக அந்தக் கோயிலில் விழா நடைபெறும். விழாவில் மாஞ்சோலை மக்கள் மட்டுமல்லாமல் சிங்கம்பட்டியிலும் அதைச் சுற்றியுள்ள கிராமங்களிலும் உள்ள மக்கள் அனைவரும் காவல் தெய்வத்திற்குப் படையல் செய்து வழிபடுவார்கள்.

அந்தக் கோயில் தாண்டி மாஞ்சோலை மலையை நோக்கிச் சென்றால் மாஞ்சோலை செல்வதற்கு முன்பு அரைக் கிலோ மீட்டர் தூரத்தில் வனதேவதை வனப்பேச்சி அம்மன் வரவேற்கும். அங்கிருந்து பார்த்தாலே மாஞ்சோலைக் குடியிருப்புகள் தெரியும். அந்தக் கோயிலில் ஆண்டுதோறும் மே மாதம் கோயில் கொடை விழா நடைபெறும். மேள தாளங்கள், கரகாட்டம், சாமக்கொடை என்று விழா களை கட்டும். சில நேரங்களில் பாட்டுச் கச்சேரியும் நடக்கும்.

மாஞ்சோலையில் ஆரம்ப காலத்தில் தேயிலைப்பயிர் பயிரிடப்படுவதற்காகச் சோலைக் காட்டைத் தெளிக்கும்போது மாஞ்சோலையில் தற்போதுள்ள பாத்திக் காடு என்று அழைக்கப் படும் பகுதியில் பூமிக்குள்ளிருந்து பாலகிருஷ்ணர் சிலை கிடைத்தது. அதை மாஞ்சோலை குரூப் ஆபீஸில் பத்திரப்படுத்தி வைத்து ஒவ்வொரு ஆண்டும் இந்த வனப்பேச்சி அம்மன் கோயில் விழாவிற்கு ஊர்வலமாகக் கொண்டுவந்து அதைப் பூஜையில் வைத்து விழாவைச் சிறப்புச் செய்வது இந்தக் கோவிலின் மிகப்பெரிய பெருமை. கோயில் விழா நடைபெறும்போது தற்காலிக டீக் கடைகளும் குழந்தைகள் விளையாட்டுச் சமான் கடைகளும் ஹோட்டல்களும் தோன்றிக் கூட்டத்தினரை மகிழ்ச்சிப்படுத்தும். வண்ண வண்ண விளக்குகள் கோயிலைச் சுற்றியும் கோயில் உட்புறத்திலும் காண்போர் நெஞ்சைக் கொள்ளை கொள்ளும். அந்தக் கோயில் வளாகத்திலேயே கிருஷ்ணர் கோயிலும் கருப்பசாமி பூடமும் ஊய்க்காட்டுச் சுடலை பூடமும் அதை ஒட்டி வடக்கத்தி அம்மன் கோயிலும் உள்ளன.

தொடர்ந்து அதே சாலையில் சென்றால் மாஞ்சோலை எஸ்டேட்டின் துவக்கத்தில் புனித அந்தோணியார் தேவாலயம்

உள்ளது. இந்த ஆலயம் 1945ஆம் ஆண்டு கட்டி முடிக்கப்பட்டது, இந்தத் தேவாலயம் கட்டுவதற்கு மாஞ்சோலை தேவ பாக்கியம் கங்காணி, மாணிக்கம் கங்காணி, குரூஸ் அந்தோணி, ஏசு அந்தோணி, ராசையா உபதேசியார், செபஸ்தியான், மரிய சூசை, இஸ்ரேல், ஜான் ஆகியோரின் குடும்பங்கள் உழைத்தன. மாஞ்சோலை திமுக தலைவர் தாசன் இந்த ஆலயத்தின் அத்தனை பணிகளுக்காகவும் மேன்மைக்காகவும் தன்னை அர்ப்பணித்தார். இந்த ஆலயத்திற்குப் பதுவை அந்தோணியார் ஆலயம் என்ற பெயரும் உண்டு. மாஞ்சோலையில் மேனேஜர் செரேஷ்டா, டீ மேக்கர், வில்லி, கிறிஸ்டி ரைட்டர், சேவியர் மெக்கானிக், ஜோசப் மேஸ்திரி, ஆர்.எஸ் மேஸ்திரி ஆகியோரும் இந்த ஆலயப் பணிகளை மேன்மைப்படுத்தினார்கள். ஆலயத் திருவிழா நேரத்தில் மாஞ்சோலையே விழாக்கோலம் பூண்டுவிடும். இரண்டு சப்பரங்கள் எஸ்டேட்டின் எல்லாப் பகுதிகளிலும் வலம் வரும். மலைப்பகுதியில் இது பெரிய சவாலானது. மாஞ்சோலை உயர்நிலைப் பள்ளிவரை சென்று வந்து பின் சுண்ணாம்பில் டிவிசன் வழியாக ரிஷி ஓடை சென்று சப்பரங்கள் திரும்ப ஆலயத்திற்கு வரும். சப்பரங்களை மக்கள் தூக்கிச் சுமந்துகொண்டுதான் வருவார்கள். ஒலி ஒளி அமைப்புக்காகவும் விளக்கு வெளிச்ச வசதிக்காகவும் BBTC கம்பெனி டிராக்டர் வசதி செய்துதரும். ஜாதி மதம் பார்க்காமல் ஊர் மக்கள் அனைவரும் சப்பர பவனியில் கலந்துகொள்வார்கள்.

புனித அந்தோணியார் ஆலயத்தைத் தாண்டி 500 அடி தூரத்தில் மாஞ்சோலை பஸ் ஸ்டாண்ட் அருகில் பிரசித்தி பெற்ற பிள்ளையார் கோயில் உள்ளது. அந்தப் பிள்ளையார் கோயில் 1970களின் தொடக்கத்தில் மாஞ்சோலைத் தேயிலை தொழிற்சாலையில் பணிபுரிந்த நம்பியார் டீ மேக்கர் என்பவரின் தளராத முயற்சியால் கட்டப்பட்டது. அதற்குப் பின் மாஞ்சோலையில் உதவி டீ மேக்கராக இருந்த ஹேமச்சந்திரன் என்ற ஹேமன் ஐயா அவர்களும் அந்தப் பிள்ளையார் கோவிலுக்காகப் பல பணிகள் செய்தார். ஆனால் நம்பியார் டீ மேக்கர் காலத்தில்தான் பிள்ளையார் கோயில் கும்பாபிஷேகம் நடைபெற்றது. அதற்குப் பின் மாஞ்சோலை ஸ்டோர் கைலாசம் என்பவரும் அந்தக் கோவிலைப் பராமரித்தார். கணேசன் மேஸ்திரி அந்தக் கோயிலின் நிர்வாகியாக இருந்தார். பிள்ளையார் கோயில் பூசாரியாக ராமையா பூசாரியும் செல்லத்துரை பூசாரியும் பின்னர் கல்யாண சுந்தரம் பூசாரியும் பூஜைகள் செய்துவந்தார்கள். ஆண்டுதோறும் விநாயகர் சதுர்த்தி அன்று மாஞ்சோலை பஸ் ஸ்டாண்ட் பகுதி முழுவதும் களைகட்டும் அளவுக்கு மகா

விஜய கணபதி பிள்ளையார் மங்களமாகக் காட்சி அளிப்பார். மாஞ்சோலை பஸ் ஸ்டாண்ட் கடந்து மாஞ்சோலையின் புகழ் பெற்ற மருத்துவமனை செல்லும் வழியில் தென்னிந்திய திருச்சபை (C.S.I) கிறிஸ்து நாதர் ஆலயம் உள்ளது. இந்த ஆலயம் மாஞ்சேலையில் வெள்ளைக்காரர்கள் பணிபுரியும்போதே கட்டப்பட்டது.

மாஞ்சோலை எஸ்டேட்டில் ஓரளவு இஸ்லாமிய மக்களும் வாழ்ந்துவந்தார்கள். மாஞ்சோலைப் பகுதியில் சிறப்பான பள்ளி வாசலும் இருக்கிறது. மாஞ்சோலைக் குடியிருப்புப் பகுதியில் பாத்திக்காடு அருகில் அந்தப் பள்ளிவாசல் இருந்தது. தினமும் ஐந்து நேரத் தொழுகையும் அங்கு நடக்கும். ரம்ஸான், பக்ரீத் போன்ற இஸ்லாமிய விழாக்கள் மிகச் சிறப்பாக நடைபெற்றுவந்தன. பள்ளிவாசலை அம்சா, காக்கா, அபுபக்கர், குஞ்சு போக்கர், இக்பால் கங்காணி, முகம்மது கங்காணி, அலிகுட்டி கங்காணி, சுலைமான், சுக்குர் பாய் போன்றவர்கள் வழிநடத்தினார்கள். காக்காச்சி எஸ்டேட்டில் பாத்திமா அன்னை ஆலயம் உள்ளது. பாத்திமா அன்னை ஆலயத்திலும் ஆண்டுதோறும் மிகச் சிறப்பாகத் திருவிழா நடைபெறும். அதேபோல சி.எஸ்.ஐ. ஆலயம் ஒன்றும் காக்காச்சியில் உள்ளது.

நாலுமுக்கு எஸ்டேட் பஸ் ஸ்டாண்ட் அருகிலேயே ஸ்ரீமான் நாராயணகுரு கோயில் உள்ளது. கேரள மக்கள் சரி பாதி அளவில் நாலுமுக்கு எஸ்டேட்டில் குடியிருந்தார்கள். கேரளத்தில் அடித்தட்டு மக்களுக்கு உரிமையும் கல்வியும் பெறவும் சாதி, இன வேற்றுமை களையவும் போராடிய நாராயண குருவை அந்த மக்கள் கடவுளாகவே போற்றிவந்தார்கள். நாலுமுக்கு எஸ்டேட்டில் வாழ்ந்த சி.கே. கோபாலன் என்ற சி.கே. சார், வாசு என்ற தவரணை வாசு கங்காணி ஆகிய இரண்டு பெரியவர்களின் தளராத முயற்சியாலும் நாலுமுக்கு எஸ்டேட்டில் அப்போது இளைஞர்களாக இருந்த கொச்சுப் பொடியன், பத்மாகரன், உமானந்தன் போன்றவர்களின் கடின உழைப்பாலும் 1970இன் ஆரம்பத்தில் அந்த நாராயண குரு கோயில் கட்டப்பட்டது. அந்தக் கோயிலில் மாலை நேரங்களில் பெண்களும் ஆண்களும் கூட்டம் கூட்டமாகச் சென்று வழிபட்டு விளக்கு ஏற்றுவார்கள். அந்தக் கோயில் இருக்கும் இடம் காட்டுப் பகுதியில் கலை ரசனை யான பகுதியாகும். ஆண்டுதோறும் நாராயண குருவின் ஜென்ம தினத்தில் அவர் உருவச் சிலையைப் பல்லக்கில் வைத்து ஊர் முழுவதும் சுற்றி வரும் நிகழ்வு அற்புதமான விழாவாக நடைபெறும். எஸ்டேட் மக்கள் அனைவரும் மதம், இனம், மொழிப் பாகுபாடு இல்லாமல் அதில் கலந்துகொள்வார்கள். காலம் சென்ற நகுலன்

கங்காணி அந்தக் கோவிலில் செயலாளராகப் பணிபுரிந்தார். தற்போது ரமேஷ் என்பவர் கோயிலின் பூசாரியாகச் செயல்பட்டு வருகிறார்.

நாலுமுக்கு எஸ்டேட்டில் தென்னிந்திய திருச்சபையைச் சேர்ந்த சி.எஸ்.ஐ. கிறிஸ்தவ ஆலயம் உள்ளது. அங்கு ஞாயிற்றுக் கிழமை தோறும் ஆராதனை நடைபெறும். நாலுமுக்கு எஸ்டேட்டிலேயே பழமையான ஆலயம் இதுதான். கிறிஸ்து நாதர் பிறந்த நாளான கிறிஸ்துமஸ் தினம் அன்று ஆலயம் வண்ண விளக்குகளால் பளிச்சென்று அலங்கரிக்கப்படும். சிறப்பு ஆராதனைகளும் நடைபெறும். அடிக்கடி இந்த ஆலயத்தின் சார்பாக எஸ்டேட் பகுதியில் சுவிஷேசக் கூட்டங்களும் சிறப்பு ஜெபங்களும் நடைபெறும். அந்தக் காலங்களிலேயே பள்ளி கோடை விடுமுறை நாட்களில் விடுமுறை வேதாகாமப் பள்ளி மூலமாக, மாணவர்களுக்குச் சிறப்புப் பயிற்சி அளிக்கப்படும்.

அங்குள்ள ரோமன் கத்தோலிக்க கிறிஸ்து அரசர் தேவாலயம் ஆர்.சி. மிகவும் புகழ் பெற்றது. அந்த ஆலயம் 1976ஆம் ஆண்டு பாளையங்கோட்டை மறைமாவட்ட ரோமன் கத்தோலிக்க பிஷப் மேதகு இருதயராஜ் ஆண்டகையால் திருநிலைப்படுத்தப்பட்டது. அந்த ஆலயம் நாலுமுக்கு எஸ்டேட் தொழிலாளர்களாலேயே கட்டி எழுப்பப்பட்டது. நாலுமுக்கு எஸ்டேட்டைச் சேர்ந்த ராயப்பன், சூசை, கண்ணாடி அந்தோணி, பேக்டரி அருள்ராஜ், சகரியான், ஜேம்ஸ், ஜோசப் மற்றும் பலர் அந்த ஆலயத்திற்காகப் பாடுபட்டார்கள். ஆலயத்தின் உபதேசியாராகக் கண்ணியமிக்க ஜான் கென்னடி பணியாற்றிவருகிறார்கள்.

ஆண்டுதோறும் மே மாதம் 2ஆம் சனிக்கிழமை கிறிஸ்து அரசர் ஆலயத்தின் திருவிழா நடைபெறும். திருவிழாவின்போது மிகச் சிறந்த பேண்ட் வாசிப்போடு இரண்டு சப்பரங்கள் பவனி வரும். சப்பரங்களை மக்கள் தோளில் சுமந்தே செல்வார்கள். இரவு நேர விழா என்பதால் விளக்கு வசதிக்காக எஸ்டேட் நிர்வாகம் டிராக்டர் வசதி செய்து கொடுக்கும். சப்பர பவனியின்போது சாதி சமய பேதமின்றி மக்கள் கலந்து கொள்வார்கள். திருவிழாக் காலத்தில் சில சமயம் மழை பெய்யதாலும் அதைப் பொருட் படுத்தாமல் விழா மிகச் சிறப்பாக நடைபெறும்.

நாலுமுக்குப் புனித கிறிஸ்து அரசுர் ஆலயம் 1976ஆம் ஆண்டு கட்டி முடிக்கப்பட்டது. ஆலயத்தின் எல்லாப் பணிகளும் முடிந்த நிலையில் கடைசிப் பணியாக ஆலயத்தின் முகப்பில் மேலே ஒரு பெரிய சிலுவையை நிறுவும் பணியை ஒரு கொத்தனாரும் அவருக்குக் கையாளாக அந்த நாலுமுக்கு எஸ்டேட்டைச் சேர்ந்த

தொழிலாளர் குடும்பத்தில் பிறந்த அப்போது 11ஆம் வகுப்பு படித்து கொண்டிருந்த ஒரு மாணவனும் செய்துகொண்டிருந்தார்கள். அந்த மாணவன் பள்ளி விடுமறை காலத்தில் வீட்டிற்கு வந்த வேளையில் கொத்தனார் கையாளாகச் சித்தாள் வேலை பார்த்தான். கிடைக்கும் குறைந்த சம்பளத்தை வாங்கிப் பள்ளிக்குத் தேவையான சீருடைகளை பேண்ட் வாங்கிக் கொள்வான்.

ஒரு நாள் வேலை செய்து கொண்டிருக்கும்பொழுது ஆலயத்தின் மேலே நின்றுகொண்டு சிலுவையை நிர்மாணிக்கும் பணியைக் கொத்தனார் செய்துகொண்டிருந்தார். கையாளாக வேலை பார்க்கும் சித்தாள் பையன் ஆலயத்தின் கீழே இருந்து சிமெண்ட், மணல் சேர்ந்த சாந்துக் கலவையை ஒரு சட்டியில் எடுத்துத் தன் தலையில் சுமந்துகொண்டு ஒரு ஏணி மூலம் ஏறி வந்து மேலே நிற்கும் கொத்தனாரிடம் கொடுக்க வேண்டும். ஏணியில் ஏறி வரும் போது சாந்து சட்டி தவறிக் கீழே விழுந்து சாந்து கீழே கொட்டிவிட்டது. இதைப் பார்த்த அந்தக் கொத்தனார் அந்தப் பையனைக் கடுமையாகத் திட்டிவிட்டார். அந்தப் பையன் அழுது விட்டான்.

இதைப் பார்த்த கொத்தனார் அவன் மீது இரக்கப்பட்டு அவனைக் கூட்டிக்கொண்டுபோய் அங்குள்ள அச்சாயன் டீக் கடையில் ஒரு டீயும் வடையும் வாங்கிக் கொடுத்து அவனைச் சமாதானம் செய்தார். “டேய் தம்பி நான் பேசிட்டேன்னு வருத்தப் படாதே. இந்த ஆலயத்தில் எத்தனையோ பேர் என்னென்னவோ பல வேலைகள் செய்திருக்கலாம். ஆனால் இந்த ஆலயத்தின் சிலுவையை வைக்கும் அற்புதமான வேலையை நானும் நீயும்தான் செய்கிறோம். இந்த மேன்மையான பணியைச் செய்யக்கூடிய பொறுப்பை எனக்கும் உனக்கும்தான் கடவுள் தந்திருக்கிறார். பிற்காலத்தில் நீ படித்து முடித்து பெரிய வேலை கிடைத்துப் பிறந்த ஊரான இந்த எஸ்டேட்டுக்கு வரும்போது நாம் இருவரும்தான் இந்தச் சிலுவையை நிறுவினோம் என்று நினைத்துக் கொள். அது உனக்குப் பெருமையாக இருக்கும்” என்றார்.

உண்மையிலேயே அந்தச் சித்தாள் பையனுக்குப் பெருமை யாக இருந்தது. ஆம், அன்று அந்தக் கையாள் வேலை பார்த்த பையன் வேறு யாரும் அல்ல. இந்தப் புத்தகத்தை எழுதிய ஆசிரியர் தான். அன்று அந்த ஆலயத்தில் வைத்துச் சொன்ன கொத்தனாரின் வாக்கு, தீர்க்கத்தரிசனமான வேதவாக்காக ஆனது. இன்றும் நாலுமுக்கு எஸ்டேட் போகும் போது அந்தப் புனித கிறிஸ்து நாதர் தேவாலயத்தைப் பார்க்கும் போதெல்லாம் 1976ஆம் ஆண்டு அந்தக் கொத்தனார் சொன்ன மறக்க முடியாத வார்த்தைகளை

நாலுமுக்கு எஸ்டேட்டில் கிறிஸ்து அரசர் ஆலயம்

நினைத்துக் கண்களில் கண்ணீர் பொங்க அந்த ஆலயத்தின் சிலுவையை நோக்கி வணங்குவதை ஆசிரியர் வழக்கமாகக் கொண்டுள்ளார்.

நாலுமுக்கு எஸ்டேட்டிலிருந்து ஜேக்கப் வாத்தியார் பிள்ளைப்பாடி ராஜம்மாள் பாட்டி குடியிருந்த லைன் வீடு பாதையாக ஊத்து எஸ்டேட் போகும் வழியில் உள்ள கைரோட்டில் துடிதுடிப்பான ஒரு முனியசாமி கோயில் உள்ளது. அது குடியிருப்பின் எல்லைப் பகுதியில் இருப்பதால் வேலைக்குப் போகும்போதும் வரும்போதும் தொழிலாளர்கள் சாமி கும்பிடுவார்கள், மாட்டுப்பட்டி முக்கு அருகில் ஒரு பிள்ளையார் கோயில் உண்டு. அந்தக் கோவிலிலும் வழக்கம் போல வழிபாடு நடக்கும். 1ஆம் காடு அருகில் நாலுமுக்கு எஸ்டேட்டின் பிரபலமான கருப்பசாமி கோயில் உள்ளது. இந்தக் கோவிலில் கோழி சுப்பையா என்பவர் பூசாரியாக இருந்து பூசை செய்து மக்களுக்கு அருள் வழங்கினார். அந்தக் கோவிலில் வருடம் ஒருமுறை கொடை விழா நடைபெறும். கொடை விழாவை அக்காலத்தில் கள அதிகாரி பேச்சி முத்து, லட்சுமணன் கங்காணி, சுந்தரம், ஆறுமுகம், உமானந்தன், மாடசாமி போன்ற பலர் விமரிசையாக நடத்தினார்கள். தற்போது விஜயகுமார், ஜோதிமுத்து, பாபு ஆகியோர் முன்னின்று நடத்துகிறார்கள்.

என்ன காரணமோ தெரியவில்லை. நாலுமுக்கு எஸ்டேட்டில் இஸ்லாமியர்கள் சிலர் இருந்தும் பள்ளிவாசல் எதுவும் இல்லை.

ஊத்து எஸ்டேட்டில் கருப்பசாமி கோயில் போக்கர் பாலத்தில் உள்ளது. ஆண்டு தோறும் இங்குச் சிறப்பான கோயில் கொடை விழா நடைபெறும். இங்கு ஒரு தென்னிந்தியத் திருச்சபை கிறிஸ்தவ ஆலயமும் உண்டு, ரோமன் கத்தோலிக்கத் திருச்சபையைச் சேர்ந்த ஆரோக்கிய அன்னை ஆலயமும் அதைத் தொட்டு அடுத்து ஒரு இஸ்லாமியப் பள்ளி வாசலும் மதச் சகிப்புத் தன்மையைப் பறைசாற்றக்கூடிய அளவில் அமைந்துள்ளன. மாஞ்சோலைப் பகுதியின் கடைசி எஸ்டேட்டாக இருக்கின்ற குதிரைவெட்டி எஸ்டேட்டில் மலை அரசி மாதா ஆலயம் என்ற ஆர்.சி. திருச்சபை சார்பாக ஆலயம் ஒன்று இருந்தது. ஆனால் குதிரைவெட்டி எஸ்டேட் மூடப்பட்டுவிட்டதால் அந்தத் தேவாலயத்தில் வழிபாடு இப்போது கிடையாது.

31

மன்மதனாக மாறிய மம்மது

நாலுமுக்கு எஸ்டேட்டில் பாத்திமா என்பவரின் கணவர் பல ஆண்டுகளுக்கு முன்பே இறந்துவிட்டார். அவர் பெயர் இப்ராகிம். அவருக்கு இரண்டு மகன்கள். மூத்தவன் பெயர் முகம்மது. அந்தப் பெயர் மருவி, பட்டப் பெயராக மம்மது என்று பேச்சு வழக்கில் மாறிவிட்டது. அவரது தம்பி பெயர் செய்யது. நாலுமுக்கு எஸ்டேட்டில் மிகச் சிலரே முஸ்லிம் சமுதாயத்தைச் சேர்ந்தவர்கள். அதில் இந்தக் குடும்பமும் ஒன்று. பண்பான நல்ல பாசமான குடும்பம். அந்த மகன்களுக்கு அப்பா இறந்துவிட்டாரே தவிர அந்த அம்மா மிகவும் கண்ணியத்தோடும் கண்டிப்போடும் அவர்கள் இருவரையும் வளர்ந்திருந்தார்கள். இந்த மம்மது எப்போதும் எல்லோரையும் சிரிப்புக் காட்டிக்கொண்டே இருப்பான். இவனை எல்லோரும் கேலியும் கிண்டலும் செய்துகொண்டே இருப்பார்கள். சோகமான சாதுவான குணம் கொண்டவன். சிறு பையன்கூட அவனைப் பார்த்து "ஏய் மம்மது" என்று பெயர் சொல்லித்தான் கூப்பிடுவான். அவன் எதையும் கண்டுகொள்ள மாட்டான். சிலர் அவனைக் கிறுக்கன் என்றுகூடச் சொல்வார்கள். தெருவில் போவோர் வருவோரையெல்லாம் பார்த்துப் பேசி உட்கார வைத்து ஏதாவது கதை பேசிக்கொண்டே இருப்பான். இவனிடம் பேசுவதை எல்லோரும் விரும்புவார்கள். ஏதாவது வம்பளந்துகொண்டு மற்றவர்களைச் சிரிக்க வைத்துக் கொண்டிருப்பான்.

ஒரு நாள் கல்லிடைக்குறிச்சிக்குப் போக வேண்டியிருந்தது. அப்போது எஸ்டேட்டுக்கு

ஓர்மைகள் மறக்குமோ!

இரண்டு பஸ்கள்தான். அங்கு போய்விட்டுக் காலையில் எஸ்டேட்டுக்கு வர வேண்டுமென்றால் நள்ளிரவில்தான் பஸ் கல்லிடைக்குறிச்சியிலிருந்து வரும். ஒரு பஸ் திருநெல்வேலி டெப்போவிலிருந்தும் மற்றொரு பஸ் பாபநாசம் டெப்போ விலிருந்தும் வரும். இவன் கல்லிடைக்குறிச்சியில் நள்ளிரவு இரண்டாவது காட்சி சினிமாவுக்குப் போய்விட்டு பஸ் ஏறுவதற்காக வந்துகொண்டிருந்தான். அப்போது இரண்டு போலீஸ்காரர்கள் இவனை வழிமறிக்கிறார்கள். பவ்வியமாகப் பதில் சொல்கிறான். இவன் பார்ப்பதற்கே மிகவும் பரிதாபமாக இருப்பான், என்றாலும் போலீஸ்காரர்கள் மிரட்டுகிறார்கள். அவனிடம் இருந்த ரூபாயைப் போலீஸார் பிடுங்கிக்கொண்டார்கள். அவன் பணத்தைப் பறிகொடுத்துவிட்டு ஓடி வந்து பஸ்ஸைப் பிடித்துவிட்டான். டிக்கெட் எடுக்கப் பணம் இல்லை. நடந்த விவரத்தைப் பஸ்ஸில் பயணித்த சிலரிடம் சொல்கிறான். சிலர் நம்பினார்கள்; சிலர் நம்பவில்லை என்றாலும் இவன்மீது பரிதாபப்பட்டு டிக்கெட் எடுக்கப் பணம் கொடுத்தார்கள்.

மறுநாள் எல்லோரிடமும் நடந்ததைச் சொல்கிறான். எல்லோரும் சிரித்துக் கேலி செய்தார்கள். "எனக்கு அந்த இரண்டு போலீஸ்காரங்களையும் நல்லாத் தெரியும். என் கண்ணுக் குள்ளேயே நிற்கிறார்கள். பார்த்தால் அடையாளம் சொல்லி விடுவேன்" என்று அங்கலாய்த்துக்கொள்கிறான். அப்போது திருநெல்வேலி மாவட்ட ஆட்சித் தலைவராக இருந்த வி. சுந்தரம் தனிப்பட்ட வருகையாக எஸ்டேட்டுக்கு வந்திருந்தார். தினமும் எஸ்டேட் பகுதியில் நடைப்பயிற்சி சென்று வந்தார். மம்மதுவைக் கேலி செய்யும் கூட்டத்தில் ஒருவர், "டேய், கலெக்டர் நம்ம ஊர் வந்திருக்கிறார். தினமும் இந்தப் பாதையில்தான் சென்று வருகிறார். நீ அவரிடம் போய் நடந்ததைச் சொல்" என்று கேலியாகச் சொல்லி முறுக்கேற்றிவிட்டார்.

மறுநாள் காலை கலெக்டர் நடைப்பயிற்சி சென்று கொண்டிருந்தார். அந்த வேளையில் மம்மது அவரைப் பார்த்து இரு கைகளையும் கூப்பி வணக்கம் செலுத்துகிறான். கலெக்டர் அவனிடம் என்னவென்று கேட்கிறார். இவன் பணிந்து நின்று கலெக்டரின் மனத்தில் ஆழமாகப் பதியக்கூடிய அளவில் நடந்ததை அப்படியே சொல்கிறான்.

உடனே காவல்துறை உயர் அதிகாரிகளுக்கு இதைப் பற்றிய செய்தி பறக்கிறது. மாஞ்சோலை காவல்துறை அதிகாரிகள் இவனைக் கல்லிடைக்குறிச்சிக்குக் காவல் நிலையத்துக்கு அழைத்துச் செல்கிறார்கள். இவனிடம் போலீஸார் பணம் பறித்த அன்று யார் யாரெல்லாம் கல்லிடைக்குறிச்சி காவல்நிலையத்தில்

இரவு ரோந்து பணியில் இருந்தார்களோ அவர்களையெல்லாம் மம்மது முன் நிற்க வைத்து அடையாள அணி வகுப்பு நடை பெறுகிறது. தன்னை மிரட்டிப் பணம் பறித்த இரண்டு போலீஸ்காரர்களையும் மம்மது அடையாளம் காட்டிவிட்டான். அவர்கள் சஸ்பெண்ட் ஆகிவிட்டார்கள். மம்மதுவின் பணம் திரும்பக் கிடைத்துவிட்டது.

எஸ்டேட்டுக்கு வந்து சேர்ந்த மம்மதுவை எல்லோரும் வித்தியாசமாகப் பார்த்தார்கள். அதுவரைக்கும் கேலிப் பொருளாக இருந்த மம்மதுவை எல்லோரும் மதிப்புடன் பார்த்தார்கள். அது மட்டுமல்ல, சில நாட்கள் கழித்து அதே போலீஸ்காரர்கள் சேர்ந்து போய் மம்மதுவைத் தேடி வந்து, செய்த தவறுக்காக மன்னிப்புக் கேட்டு மீண்டும் அவர்களுக்கு வேலை கிடைக்க உதவ வேண்டிக் கொண்டார்கள். அவர்களுக்கு மீண்டும் வேலை கிடைத்தது. அதுவரைக்கும் மம்மதுவாக இருந்த அவன் அதற்குப் பிறகு அவனது கூட்டாளிகளால் மன்மதன் என்றே அழைக்கப்பட்டான்.

32

சாக்ரடீஸின் சந்தேக மரணம்

மாஞ்சோலையில் ஓர் அரசு உயர்நிலைப் பள்ளிக்கூடம் உள்ளது. அந்தப் பள்ளிக்கூடத்தில் மாஞ்சோலைப் பகுதியில் உள்ள எல்லா மாணவர்களும் படிப்பார்கள். அந்தப் பள்ளியில் படிக்கும் மாணவர்கள் தங்கிப் படிப்பதற்காக மாஞ்சோலை ரிஷி ஓடை என்ற இடத்தில் தொழிலாளர் குடியிருப்பில் ஓர் அரசு மாணவர்கள் விடுதி செயல்பட்டு வந்தது. அந்த விடுதியில் தங்கிப் பல மாணவர்கள் பயின்றுவந்தார்கள். ஊத்து எஸ்டேட்டைச் சேர்ந்த சிவலிங்கம் பார்வதி தம்பதியரின் மகன் சாக்ரடீஸ் என்பவரும் 10ஆம் வகுப்பு பயின்று வந்ததான். சாக்ரடீஸ் ஒருநாள் மர்மமாக மாண்டுபோனான். அந்த ரிஷி ஓடைப் பகுதியில் உள்ள ஒரு மரத்தில் அவனது உயிரற்ற உடல் பிணமாகத் தொங்கியது. அது கொலையா, தற்கொலையா என்ற கேள்வி எழும்பியது. அது நடந்து ஏறத்தாழ 35 ஆண்டுகள் ஆகியிருக்கும். இன்னும் அதற்கு விடை கிடைக்கவில்லை. அன்று சாக்ரடீஸ் மரணச் செய்தி காட்டுத் தீயாய்ப் பரவியது. அவன் இறப்புக்கான காரணத்தைக் காவல்துறை பூசி மெழுகியது. நீதி கேட்டு நெடும்பயணமாகக் குதிரைவெட்டி, ஊத்து, நாலுமுக்கு, காக்காச்சி எஸ்டேட் தொழிலாளர்கள் மாஞ்சோலையில் முற்றுகையிட்டார்கள். காவல்துறை அந்த மக்களைச் சமாளிக்க முடியாமல் திணறியது.

காவல் துறையில் அன்று கல்லிடைக்குறிச்சி சப் இன்ஸ்பெக்டராகப் பணிபுரிந்த ரஸல் சாம்ராஜ் என்ற காவல் அதிகாரி சமரசத்திற்கு எவ்வளவோ முயற்சித்துப் பார்த்தார். தொழிலாளர்களைக் கட்டுப்படுத்த முடியவில்லை. மக்களின் குரல் விண்ணதிர ஒலித்தது. காவல்துறை விழி பிதுங்கி நின்றது. நிலைமையைக் கட்டுக்குள் கொண்டுவர முடியவில்லை. மக்கள் எழுச்சியின் கூட்டத்தைக் கட்டுப்படுத்த காவல்துறைக்குக் கூடுதல் வசதி வேண்டுமென்றால் கல்லிடைக்குறிச்சி, அம்பாசமுத்திரம் பகுதிக்குத் தகவல் சொல்ல வேண்டும். இப்போதுள்ள தொலைத்தொடர்பு வசதியோ வயர்லெஸ் வசதியோ அப்போது இல்லை. அம்பாசமுத்திரம் அரசு மருத்துவமனையிலிருந்து டாக்டர். பி. அருள் வந்து பிணக்கூராய்வு செய்தார். உடலைப் பெற்றுக்கொள்ள யாரும் முன்வரவில்லை. மக்களிடம் காவல்துறை மண்டியிட்டது, அதை மக்கள் மறுதலித்துவிட்டார்கள்.

இறுதியாக வழக்கம்போலப் பிரித்தாளும் தந்திரத்தைக் காவல்துறை பயன்படுத்தியது. சாக்ரடீஸ் தந்தை சிவலிங்கத்தைத் தன் பக்கம் இருக்க முயன்றது. ஆனால் அவர் தன் மகனுக்காகப் போராடும் மக்களோடு நின்றார். வேறு வழியில்லை. காலம் கரைந்துகொண்டே இருந்தது. கடைசியாகக் காவல் துறை தனக்கே உரித்தான பாணியில் அந்தச் சிவலிங்கம் குடும்பத்தில் ஒருவரைக் கண்டுபிடித்து அவரைக் காவல்துறைக்குச் சாதகமாகப் பேச வைத்தது. அந்த நபர் அந்தக் கூட்டத்திற்கு நடுவில் வந்து நின்று காவல் துறையின் துணையோடு துணிச்சலாகக் கத்தினார். "எல்லோரும் கலைந்து செல்லுங்கள். இது எங்கள் குடும்பப் பிரச்சினை. நாங்கள் பார்த்துக் கொள்கிறோம். யாரும் தலையிட வேண்டாம்" என்றார். போராட்டம் செய்த மக்கள் வாயடைத்துப்போனார்கள். காவல் துறையின் சூழ்ச்சி வென்றது.

33

மே தினம்

ஓயாமல் பணிபுரியும் தொழிலாளர்களுக்கு உரிமைகளை நிலைநாட்டிய நாள் 1889, மே 1ஆம் நாளாகும். அன்று அமெரிக்காவின் சிகாகோ மாநகர வீதியில் மாநகரமே குலுங்கும் அளவில் உலகத் தொழிலாளர்கள் பேரணி நடத்திப் போராடிப் பல உரிமைகளைப் பெற்றார்கள். அப்படி உரிமை பெற்ற நாளான மே 1ஆம் தேதி ஒவ்வொரு ஆண்டும் தொழிலாளர்களுக்குச் சம்பளத்துடன் கூடிய விடுமுறை தினமாக அறிவிக்கப்பட்டது. இந்தியாவில் தமிழ்நாட்டில் 1969ஆம் ஆண்டு தொழிலாளர்களுக்கு மே 1ஆம் தேதி விடுமுறை அறிவிக்கப்பட்டது. ஆனால் இந்தியாவில் பல மாநிலங்களில் அந்த விடுமுறை அறிவிக்கப்படவில்லை. 1889ஆம் ஆண்டிலிருந்து 100ஆவது ஆண்டான 1999ஆம் ஆண்டு இந்தியா முழுவதும் தொழிலாளர்களுக்குச் சம்பளத்துடன் கூடிய விடுமுறையாக மே 1ஆம் நாளை அறிவிக்க வேண்டுமென்று அன்றைய பிரதமர் விஸ்வநாத் பிரதாப் சிங்கிடம் முறையிட்டு நாடாளுமன்றத்தில் போராடி அந்த உரிமையைப் பெற்றுத் தந்தவர் தமிழ்நாட்டைச் சேர்ந்த மறுமலர்ச்சி திராவிட முன்னேற்ற கழகத்தின் பொதுச் செயலாளர் வைகோ. மே தின விழாவை மாஞ்சோலை தொழிலாளர்கள் மிகவும் மகிழ்ச்சியோடு கொண்டாடுவார்கள். அன்று விடுமுறை என்பதால் BBTC நிறுவனம் முன்நின்று கொண்டாட்டத்தை நடத்தும். ஐந்து எஸ்டேட் தொழிலாளர்களும் காக்காச்சி எஸ்டேட்டில் கூடிவிடுவார்கள். எல்லாத் தொழிலாளர்களுக்கும் வாகன வசதி செய்து கொடுக்கப்படும். ஆண்டுக்கு

ஒரு முறை நடைபெறுவதால் பெரிய திருவிழாக் கூட்டம் போல் காணப்படும். எஸ்டேட் தொழிலாளர்களுக்கிடையே பல விளையாட்டுப் போட்டிகள் நடைபெறும். கைப்பந்து போட்டி, ஆண்கள் பெண்கள் கலந்து கொள்ளும் 100 மீட்டர், 800 மீட்டர் 1200 மீட்டர் ஓட்டப் பந்தயம், உயரம் தாண்டுதல், நீளம் தாண்டுதல், எனப் பல விளையாட்டுப் போட்டிகள் நடைபெறும். காக்காச்சியின் 100 ஏக்கர் கொண்ட பச்சைப் பசேலென்ற புல்தரை மைதானம் பரபரப்பாகக் காணப்படும். ஆங்காங்கே தற்காலிக டீக்கடை, ஜூஸ் கடை, போடப்பட்டு வியாபாரம் படு ஜோராக நடக்கும். ஒவ்வொரு எஸ்டேட் தொழிலாளர்களுக்கும் தனித்தனி வண்ணங்களில் சீருடை வழங்கப்பட்டிருக்கும். போட்டிகளின் முடிவில் குரூப் மேனேஜர் சிறப்பு விருந்தினராகக் கலந்துகொண்டு பரிசுகளை வழங்குவார். வெற்றி பெற்றவர்களுக்கு வெற்றிக் கோப்பைகளும் பரிசாக அளிக்கப்படும். மாலையில் மகிழ்ச்சியாக எல்லாத் தொழிலாளர்களும் இல்லம் திரும்புவார்கள்.

34

தொழிலாளர்களின் பொழுதுபோக்கு

மாஞ்சோலை எஸ்டேட் பகுதிகளில் காலையில் வேலைக்குச் செல்லும் தொழிலாளர்கள் மாலையில்தான் வேலை முடிந்து வீட்டுக்கு வருவார்கள். எல்லாக் குடும்பங்களிலும் ஆண்களும் பெண்களும் பணிக்குச் செல்வார்கள். மாலையில் தங்களுக்குரிய காய்கறித் தோட்டங்களில் பயிர் செய்வார்கள். வேறு பொழுதுபோக்கிற்காகச் சினிமா கொட்டகையோ கேளிக்கை விடுதிகளோ கிடையாது. மாலையில் விளையாட்டு மைதானத்தில் சிலர் விளையாடுவார்கள். அவ்வளவுதான்.

சினிமா

மாதத்திற்கு ஒரு சினிமா படம் அல்லது இரண்டு சினிமா படம் கம்பெனி மூலம் காட்டப் படும். மாஞ்சோலை எஸ்டேட்டில் முதல் மாதத்தில் சினிமா படம் பந்தடிக் களத்திலும் அடுத்த சினிமா படம் மாஞ்சோலை *BBTC* பள்ளி அருகிலும் காண்பிக்கப்படும். காக்காச்சி எஸ்டேட்டிலும் மாதம் ஒருமுறை சினிமா காண்பிக்கப்ப்படும். அதேபோல் நாலுமுக்கு எஸ்டேட்டில் மாதத்தில் ஒருநாளும் அதற்கு அடுத்த மாதத்தில் ஊத்து எஸ்டேட் பகுதியிலும் சினிமா போடப்படும். நாலுமுக்கு எஸ்டேட்டில் புல்லுமொட்டை என்ற பெரிய மைதானப் பகுதியிலும் ஊத்து எஸ்டேட்டில் பஸ் ஸடாண்ட் பக்கமும் சினிமா காண்பிக்கப்படும். நாலுமுக்கு ஊத்து எஸ்டேட்களில் தமிழர்களும்

மலையாளிகளும் சரிசமமாக வசித்துவருவதால் ஒரு தமிழ்ப்படம் அடுத்து ஒரு மலையாளப் படம் காண்பிக்கப்படும். இரண்டு மொழி சினிமா படங்களையும் இரண்டு மொழி பேசும் மக்களும் பார்த்து ரசிப்பார்கள்.

சினிமா திறந்தவெளி அரங்கில் 35 எம்.எம். திரையில் காண்பிக்கப்படும். பெஞ்ச் டிக்கெட், சோபா டிக்கெட் என்று எதுவும் கிடையாது. எல்லோருக்கும் தரை டிக்கெட்தான். சினிமா சனிக்கிழமை தான் போடப்படும். அன்று காலையிலேயே சினிமா போடும் மைதானத்தில் சாக்கு, கம்பளி விரித்து மக்கள் இடம் பிடிப்பது சுவாரஸ்யமாக இருக்கும். பெரிய சாக்குகளையும் பெரிய கம்பளிகளையும் தரையில் விரித்துவிட்டு அது காற்றில் பறந்து விடக் கூடாது என்பதற்காக நான்கு மூலையிலும் சிறுசிறு கற்களை வைத்துப் புதிய கலாச்சாரம் படைப்பார்கள். இடம்பிடித்துவிட்டு மாலையில் சினிமா போடும்போது முண்டி அடித்துக்கொண்டு வரும் கூட்டத்திற்கும் ஏற்கனவே இடம் பிடித்த மக்களுக்கும் வரும் சண்டை வேடிக்கையாக இருக்கும்.

எஸ்டேட்டில் சினிமா ஒரு குறிப்பிட்ட மைதானத்தில் நடக்கும். எல்லா மக்களும் கண்டிப்பாகச் சினிமாவிற்கு வந்துவிடுவார்கள். நகைகள், பொருட்களை எல்லாம் வீடுகளிலேயே வைத்து விட்டுத்தான் வருவார்கள். சினிமா சுமார் மூன்று மணிநேரம் நடக்கும். நினைத்தால் அந்த நேரத்தில் பல திருடுகள் நடக்கலாம். ஆனால் எஸ்டேட் வரலாற்றில் அங்குத் திருட்டோ, கொள்ளையோ இதுவரை நடைபெறவில்லை. கொடும் பனிக் காலத்திலும் கடும் மழைக்காலத்திலும் அதே சினிமா அதே திறந்த வெளி அரங்கில் அதே இரவில்தான் நடக்கும். கடும் மழையையும் பொருட்படுத்தாமல் மக்கள் குடைபிடித்துக் கொண்டும், பிளாஸ்டிக் கொங்காணி போட்டுக் கொண்டும், இடுப்பில் பிளாஸ்டிக்தாள் கட்டிக் கொண்டும் மூன்று மணிநேரம் அசையாமல் நின்று கொண்டு திரைப்படத்தைப் பார்த்தே தீருவார்கள். இடைவேளையே இல்லாமல் படம் ஓடும். சினிமா போடும் ஆப்பரேட்டர் பெஞ்சமின் சார் என்பவரைச் சினிமா முடியும் வரை ஒரு சிலர் பாடாய்ப் படுத்திக்கொண்டே இருப்பார்கள். அவர் கருமமே கண்ணாய் இருந்து படம் முழுவதையும் போட்டு முடிப்பார்.

கூட்டத்தில் சின்னப் பிள்ளைகள் தவறிவிடுவார்கள். அப்போது எழுமே சத்தம் "ஏல பெரியவன், டேய் சுப்பிரமணியா, ஏ லீலா, இங்க வா" என்ற அப்பா அம்மாக்களின் சத்தமும், "அம்மா.., அப்பா.., அச்சா.., அம்மே..." என்று கூட்டத்தில் வழி தவறிய சிறு பிள்ளைகளின் அழுகைக் குரல்களும். "எடா மோனே மது

எவ்வடபோயி, மோளே எழுப்பம் வா, எடி லெதிகே, ஓமனே, ரமணியே இவ்வட வா என்ற மலையாள விழிப்புகளும் அந்த மைதானத்தில் இப்போதும் கேட்டுக்கொண்டே இருக்கிறது. இரவு 7 மணிக்கு அமைதியாக ஆரம்பிக்கப்பட்ட சினிமா இரவு 10 மணி அளவில் ஆர்ப்பாட்டமாக முடியும். இப்படி அந்தக் காட்டுக்குள் அந்த மக்கள் பார்க்கும் சினிமா தியேட்டருக்கு மேகங்களுக்கிடையே வீசும் நிலவின் ஒளிதான் வெளிச்சம், வானம்தான் கூரை சினிமா காட்டப்படும் பசுமையான மைதானத்தைச் சுற்றியுள்ள சோலைக் காடுகளும் தேயிலைக் காடுகளும்தான் அந்த அரங்கிற்குச் சுற்றுச்சுவர். இதுதான் அந்த மக்களின் வசந்தமான பொழுதுபோக்கு வாழ்க்கையின் சினிமா காட்சி.

ராதா சர்க்கஸ்

அந்தக் காலத்தில் எஸ்டேட் மக்களின் பொழுது போக்கில் மறக்க முடியாத இன்னொரு நிகழ்வு ராதா சர்க்கஸ். அது சிறிய சர்க்கஸ் கம்பெனி. அப்போது எல்லா எஸ்டேட்களிலும் ராதா சர்க்கஸ் நடைபெற்றது. சின்னக் கூடாரம் ஒன்று இருக்கும். அதில் மாலையில் சின்னச் சின்ன சர்க்கஸ் சாகசங்கள் நடக்கும். நிற்காமல் சைக்கிள் ஓட்டும் ஒருவர் சைக்கிளை ஓட்டிக்கொண்டே இருப்பார். இன்று 1ஆவது நாள் 2ஆவது நாள் 3ஆவது நாளாகச் சைக்கிள் ஓட்டுகிறார் சைக்கிள் சாகச வீரர் கருணாகரன் என்று ஒலிப்பெருக்கியில் அறிவிப்பார்கள்.

இடையிடையே இரவு நேரங்களில் மைதானத்தில் பல கலைநிகழ்ச்சிகளும் நடைபெறும் அந்த நிகழ்வில் "தேரு பார்க்க வந்திருக்கும் சித்திரப் பெண்ணே... உன்னைத் திருடிக் கொண்டு போகட்டுமா பத்தினிப் பெண்ணே ... பத்தினி பெண்ணே" என்ற பாடலுக்கும் "கல்யாணமாம் கல்யாணம் அறுபதாம் கல்யாணம்" என்ற பாடலுக்கும் "ஒரு வருஷம் காத்திருந்தா கையில் ஒரு பாப்பா" என்ற பாடலுக்கும் ஆடிய அந்த ஆட்டக்காரர்கள் இப்போதும் அந்த மக்கள் கண்களில் நிழலாடிக்கொண்டே இருக்கிறார்கள்.

நாடகங்கள்

கண்ணகி நீதி கேட்டு மதுரையை எரித்த காப்பியமான சிலப்பதிகாரத்தைத் தந்த இளங்கோவடிகள் பெயரால் மாஞ்சோலையில் அந்தக் காலத்திலேயே இளங்கோ மன்றம் என்ற ஒன்று இருந்தது. அதன் மூலம் பல சமூக முற்போக்குச் சிந்தனை கருத்துக்கள் பரப்பப்பட்டு வந்தன. அந்த மன்றத்தை மாஞ்சோலை தலைவர் தாசன் திறம்பட நடத்திவந்தார். அதில்

புரட்சிக் கருத்துக்கள் கொண்ட பட்டிமன்றங்கள், பேச்சுப் போட்டிகள் நடத்தப்பட்டு இளைஞர்களும் மாணவர்களும் பங்குபெற்றார்கள். அந்த மன்றத்தின் மூலம் பல நாடகங்கள் நடத்திச் சமூகச் சிந்தனையை உருவாக்கினார்.

நாலுமுக்கு எஸ்டேட்டில் பொன்னுவேல், செல்லையா ஆகியோர் அந்தக் காலத்திலேயே சமுதாயச் சிந்தனையும் நகைச்சுவையும் நிறைந்த நாடகத்தை நடத்தினார்கள். பாண்டியராஜ் "விதவைப் பெண்ணின் மறுவாழ்வு" என்ற சமூக விழிப்புணர்வு நாடகத்தையும் ஆர்.சக்திவேல் "மீண்டும் வசந்தம்" என்ற குணச்சித்திர கருத்துக்கள் கொண்ட நாடகத்தையும் நடத்தினார்கள். மேனேஜர்களாகப் பணிபுரிந்த இங்கிலீஷ் துரைகள் நாடகத்திற்குச் சிறப்பு விருந்தினர்களாக வந்து அதைப் பார்த்து மிகவும் ரசித்தார்கள். இப்படிப் பல நாடகங்கள் நல்ல பொழுதுபோக்கையும் விழிப்புணர்வையும் மக்களுக்குக் கொடுத்தன.

35

தங்கம் சாதிக்காததை சங்கம் சாதிக்கும்

மாஞ்சோலை திமுக தொழிற்சங்கத் தலைவர் தாசன் அந்த எஸ்டேட் தொழிலாளிகளுக்காகவும், மக்களுக்காகவும் போராடி, அரசாங்கத்திடமிருந்தும் BBTC நிர்வாகத்திடமிருந்தும் பல சலுகைகளைப் பெற்றுக்கொடுத்தார். மாஞ்சோலைப் பகுதியில் உள்ள பள்ளிகளையும், உயர்நிலைப் பள்ளிகளையும் பல சிறப்புப் பணிகள் செய்து அதைத் தரம் உயர்த்த பாடுபட்டார். தொழிலாளர்கள் போராட்டங்களில் முக்கியப் பங்கு வகித்தார். குறிப்பாகக் காவல் துறையினரால் எப்போதெல்லாம் மக்களுக்குத் தொந்தரவு ஏற்படுகிறதோ அப்போதெல்லாம் தொழிலாளர்களின் பாதுகாவலராக வலம்வந்தார். அதே போல எஸ்டேட் தொழிலாளர்களுக்காகப் பல போராட்டங்களைச் சந்தித்து அதில் வெற்றியும் பெற்றார். குறிப்பாக 1968ஆம் ஆண்டு நாலுமுக்கு எஸ்டேட்டில் பணிபுரிந்த குறிப்பிட்ட தொழிற் சங்கங்களின் நிர்வாகிகள் மூவர் நிரந்தர வேலை நீக்கம் செய்யப்பட்டபோது இந்தப் போராட்டம் பற்றித் தனி அத்தியாயம் இந்தப் புத்தகத்தில் எழுதப் பட்டுள்ளது அவர்களுக்கு நீதி கிடைப்பதற்கான போராட்டத்தில் தாசன் முக்கியப் பங்கு வசித்தார். அந்த மூவரும் மீண்டும் பணியில் அமர்த்தப்பட் டார்கள்.

மாஞ்சோலை மருத்துவமனையில் பேறு காலத்திற்காக அனுமதிக்கப்பட்ட தாய்மார்கள் குழந்தை பெற்ற பிறகு மருத்துவமனையிலிருந்து

வீட்டுக்குச் செல்லும்போது வாகன வசதி இல்லாததால் நடந்தே சென்றனர். குழந்தை பெற்ற தாய்மார்கள் மருத்துவமனையிலிருந்து டிஸ்சார்ஜ் ஆகிப்போகும்போது வாகன வசதி செய்துதர வேண்டும் என்ற கோரிக்கை பல நாட்கள் கிடப்பில் போடப்பட்டு நிறைவேற்றப்படாமலேயே இருந்தது. இந்தச் சூழ்நிலையில் தாசனின் மனைவி பேறு காலத்திற்காக மாஞ்சோலை மருத்துவ மனையில் அனுமதிக்கப்பட்டிருந்தார். பிரசவத்தில் ஆண் குழந்தை பிறந்தது. அந்த மருத்துமனையின் வழக்கப்படி பிறந்த 3ஆவது நாள் தாயும் குழந்தையும் வீட்டிற்குச் சென்றுவிட வேண்டும். வாகன வசதி கொடுக்கவில்லையென்றால் தாயும் சேயும் மருத்துவமனையில்தான் இருப்பார்கள் என்று நிர்வாகத்திடம் வாதாடினார். நிர்வாகம் அசைந்து கொடுக்கவில்லை. 10 நாட்கள் வரை எந்த மாற்றமும் இல்லை. குழந்தை பிறந்த 16ஆம் நாள் பெயர் சூட்டு விழா நடத்த வேண்டும். வாகன வசதி கொடுக்கவில்லையென்றால் மகனுக்குப் பெயர் சூட்டு விழாவை மருத்துவமனையிலேயே வைக்கப்போவதாக அவர் எச்சரித்தார். அப்படியும் நிர்வாகம் கண்டுகொள்ளவில்லை. புலி வாலைப் பிடித்த கதையாகிவிட்டது. என்றாலும் தாசன் அசரவில்லை. 15ஆம் நாள் மருத்துவமனைக்கு ஒலி ஒளி ஏற்பாடு செய்பவரை பிற தொழிலாளர்களையும் அழைத்துச் சென்று விழா ஏற்பாடுகள் குறித்து ஆலோசனை நடத்தினார். மருத்துவமனையிலேயே 16ஆவது நாள் குழந்தைக்குப் பெயர் சூட்டு விழா நடக்கப்போகிறது என்றார்.

அங்கிருந்த டாக்டருக்கும் இவருக்கும் மிகப்பெரிய வாக்குவாதம். தாசன் விடவில்லை. அவரது உறுதியைக் கண்ட நிர்வாகம் பணிந்தது. நிர்வாகத்தின் ஆம்புலன்ஸில் தாயும் சேயும் வீட்டுக்கு வந்தார்கள்.

அதுமுதல் மாஞ்சோலை, காக்காச்சி, நாலுமுக்கு, ஊத்து, குதிரைவெட்டி எஸ்டேட் வரை பேறுகாலமான தாய் மார்களுக்கு வீடுவரை வண்டி என்ற நீண்டகாலக் கோரிக்கை நிறைவேற்றப்பட்டது. போராட்டத்தில் மிகப் பெரிய வெற்றி பெற்றதால் அப்போது பிறந்த தன் மகனுக்கு வெற்றிச்செல்வன் என்று பெயர் சூட்டி மகிழ்ந்தார் தாசன். இப்படிப் பல போராட்டக் களங்களைச் சந்தித்து வெற்றி பெற்ற அவர் மாஞ்சோலைத் தொழிலாளர்கள் மனதில் இன்றும் வாழ்ந்துகொண்டிருக்கிறார். அந்த நிகழ்வின் வெற்றி விழாக் கூட்டத்தில் அவர் உரையாற்றும் போது தங்கம் சாதிக்காததைச் சங்கம் சாதிக்கும் (தொழிற்சங்கம்) என்று பேசினார்.

36

ஓட்டநத்து எத்தன்

மாஞ்சோலை எஸ்டேட் பகுதிகளில் வாழ்ந்த மக்கள் தங்கள் உழைப்பில் கிடைத்த பணத்தில் குடும்பத்திற்குத் தேவையான பொருட்கள் வாங்கி விட்டு எஞ்சிய பணத்தை வைத்துத் தங்க நகைகள் வாங்கிக் கொள்வார்கள். அந்த நகைகளை ஒருவர் மற்றொருவரிடம் திருமணம், சடங்கு போன்ற விழாக்காலங்களில் இரவலாகத் தந்து உதவுவார்கள். குழந்தைகளின் படிப்புக்காகப் பணம் தேவைப்படும் பெற்றோர் அருகில் உள்ளவர்களிடம் பணம் கேட்டு, பணம் இல்லையென்றால் தங்களிடமுள்ள தங்க நகைகளை அடகு வைத்துப் பணம் தருவார்கள்.

தூத்துக்குடி மாவட்டம் ஒட்டநத்தம் என்ற ஊரில் உள்ள ஒருவர் எஸ்டேட் மக்களிடம் கொஞ்சம் கொஞ்சமாகப் பணம் வாங்கி மொத்தமாக ஒருநாள் அந்தப் பணத்துக்குரிய தங்க நகைகளைச் செய்து கொடுப்பார். அந்த மக்களும் மொத்தமாகப் பணம் சேர்த்துக் கீழே கல்லிடைக்குறிச்சி, அம்பாசமுத்திரம், திருநெல்வேலி போன்ற நகரங்களுக்குச் சென்று அலைந்து நகை வாங்குவது கஷ்டமானது என்ற காரணத்தால் அவரிடமே பணம் கொடுத்து ஒரு குத்துமதிப்பான கணக்கில் அவர் தரும் நகையை வாங்கிக் கொள்வார்கள். தொழிலாளர்கள் காட்டிலும் மேட்டிலும் மழையிலும் வெயிலிலும் குளிரிலும் பனியிலும் கடுமையாக உழைத்துச் சம்பாதித்த பணத்தை அந்தப் பொற்கொல்லரை

நம்பி அவரிடம் கொடுத்துத் தங்க நகை வாங்கிக் கொண்டார்கள். நகைகள் கொடுத்த சில காலங்கள் கழித்து அந்த நகைகளைப் பாலிஷ் செய்து தருவதற்காக அவரிடமே கொடுத்தார்கள். அவருடைய சேவையால் திருப்தியடைந்த அந்த மக்கள் அவரை மிகவும் நம்பினார்கள். அந்த ஆசாமி ஒருநாள் பாலிஷ் செய்து தருவதாகச் சொல்லிப் பலரிடமிருந்தும் நகைகளை வாங்கிச் சென்று திரும்ப வரவே இல்லை.

அவரைத் தேடிச் சென்று நகைகளை மீட்கவோ அவர்மீது காவல் துறையில் புகார் கொடுக்கவோ முனையாமல் அந்த மக்கள் விட்டுவிட்டார்கள். இதுபோன்ற வெகுளித்தனங்களும் மாஞ்சோலை மக்களின் வாழ்வின் ஒரு பகுதியாக இருக்கின்றன.

37

"யசோ... ஓடி வா... யானை வருது..."

அதுதான் இசக்கியம்மாளின் கடைசி வார்த்தைகளாக அவரது பாலர் பருவத்துத் தோழி யசோதாவின் காதுக்குக் கேட்டது.

மாஞ்சோலைப் பகுதி மேற்குத் தொடர்ச்சி மலைப்பகுதியின் அடர்ந்த காட்டுப்பகுதி. கரடி, யானை, புலி, சிறுத்தை, ஓநாய், செந்நாய், காட்டு எருமை, காட்டுப் பன்றி, மிளா, மான், கடுவாய் போன்ற பல மிருகங்கள் அங்கு வாழ்ந்துவருகின்றன என்றாலும் அந்த விலங்குகளால் தொழிலாளர்களுக்குப் பெரிய தீங்கு எதுவும் ஏற்பட்டதில்லை. விலங்குகள் வாழும் காட்டுப் பகுதியில் மனிதர்கள் வாழ்கிறார்கள், அவ்வளவுதான். பாம்பு வகைகளில் சட்டித்தலை பாம்பு அதிகமாகவும், பிராணி வகைகளில் மந்தி சிங்கவால் குரங்கு ஓரளவும் சாதாரணமாக வாழுகின்ற பகுதியாகும். முன்னாளில் காட்டில்

வாழ்ந்த கடுவாய் இப்போது இல்லை. யானைகள் கூட்டம் கூட்டமாகக் குடியிருப்புப் பகுதிகளுக்கு வருவதும் போவதும் வழக்கம்தான். ஒற்றை, இரட்டை யானைகளும் வந்து போவது வாடிக்கை. யானைகள் தொழிலாளர் குடியிருப்புப் பகுதிக்கு வந்து தோட்டங்களில் உள்ள வாழை உட்பட பல பயிர்களை அழிக்கும் என்றாலும் அங்குள்ள தொழிலாளர்களின் வீடுகளுக்கோ தொழிலாளர்களுக்கோ பெரிய ஆபத்து எதையும் ஏற்படுத்தாது. பொதுவாகத் தேயிலைக் காடுகள் முழுவதும் சோலைப் பகுதிகளை ஒட்டித்தான் இருக்கும். தேயிலைக் காட்டில் வேலை பார்ப்பவர்களைப் பாம்பு கடித்ததாகக்கூட எந்த வரலாறும் இல்லை. சிறுத்தை ஓடியது, செந்நாயைப் பார்த்தோம், காட்டு மாடு வந்தது, காட்டுப்பன்றி போனது. மிளா (ஒரு வகையான மான்) குடியிருப்புக்குள் அடிக்கடி வருகிறது, மயில் ஆடிக்கொண்டே இருக்கிறது, குயில் சத்தம் கேட்டுக்கொண்டே இருக்கிறது, இன்று இரண்டு யானைகள் 8ஆம் காட்டில் நிற்கிறது என்பதெல்லாம் அந்த எஸ்டேட்டில் வழக்கமாகச் சொல்லப்படும் பேசப்படும் செய்தி. மழை பெய்தது, வெயில் அடித்தது போன்ற செய்திகளைப் போலத்தான் நாட்டுப்புறத்தில் சாலைகளில் மாடுகள், ஆடுகள் திரிவது போல, நாய்கள் விளையாடுவது போன்ற நிகழ்வுகள்தான். அப்பகுதி மக்கள் பகல் நேரங்களிலும் யானைகளைப் பார்க்கலாம். இரவு நேரங்களில் காட்டு மாடுகளைப் பார்க்கலாம்.

காக்காச்சி, நாலுமுக்கு, ஊத்து, குதிரைவெட்டி பகுதிகள் அடர்ந்த காட்டுப் பகுதிகள். நூற்றுக்கணக்கான ஆண்டுகளுக்கு அதிகமான வயதுடைய மரங்கள் அங்கே உள்ளன. சில மரங்களை நான்கு பேர் சேர்ந்தால்கூடக் கட்டிப்பிடிக்க முடியாது. இந்தக் காட்டுப் பகுதி எப்பொழுதுமே இருண்டே இருக்கும். நல்ல வெயில் காலத்தில் கூடக் கருமேகங்கள் திரண்டிருக்கும். இந்தப் பகுதிகளில் தான் அதிக மிருகங்கள் காணப்படும். பல ஏக்கர் கணக்கான மலைப்பகுதியில் தேயிலைக் காடுகள் இருக்கும். 1ஆம் காடு 2ஆம் காடு என்று பல நம்பர் கொண்ட காடுகள் இருக்கும். ஒவ்வொரு தேயிலைக் காடுகளும் சுமார் 20 ஏக்கர், 30 ஏக்கர், 50 ஏக்கர். 100 ஏக்கர் வரையிலும் பரப்பளவு கொண்டதாக இருக்கும். நம் நாட்டுப்புறத்தில் வயல்காட்டில் பாத்தி வைத்துப் பிரிப்பது போல, ஒவ்வொரு தேயிலைக் காட்டையும் எல்லை வைத்துப் பிரித்துக் காட்டுவதற்காகவும் தேயிலைக் காடுகளுக்குத் தேவையான மழைப்பொழிவு வேண்டுமென்பதற்காகவும் பிரிட்டிஷ்காரர்கள் பழைய சோலைக் காடுகளைக் குறிப்பிட்ட இடங்களில் மட்டும் அழிக்காமல் விட்டு வைத்துள்ளார்கள். அந்த இடத்தின் எல்லையாகச் சோலைக் காடுகள் இருந்தாலும் அதன் இரண்டு

பக்கங்களிலும் தேயிலைக் காடுகள்தான் இருக்கும். ஆனால் அது வேறு வேறு நம்பர்கள் கொண்ட தேயிலைக் காடுகளாகவே இருக்கும். குறிப்பிட்ட எல்லைப் பகுதிகளில் மட்டும் அந்த சோலைப் பகுதி இருக்கும். அதை ஒட்டி இருக்கும் இடத்திலிருந்து யானைகளோ மிருகங்களோ அடுத்துள்ள தேயிலைக் காட்டிற்கு வந்தால் அது யாருக்கும் சரியாகத் தெரியாது.

இந்தச் சூழலில்தான் 19.4.2003 அன்று ஊத்து எஸ்டேட்டில் காலை 7.30 மணி அளவில் அங்குள்ள 17ஆம் நம்பர் தேயிலைக் காட்டில் தேயிலைக் கொழுந்து பறிப்பதற்காக 45 வயதான இசக்கியம்மாளும் அவரது உயிர்த் தோழி யசோதாவும் வேலைக்குச் செல்கிறார்கள். மற்ற எல்லாத் தொழிலாளர்களும் அவர்களைவிட அதிக தூரத்திற்குப் பின்னால் வருகிறார்கள். இவர்கள் இருவரும் முன்னால் நடந்து செல்கிறார்கள். முதல் நாள் கொழுந்து பறித்துவிட்டு நேரம் ஆகிவிட்டதால் மீதி கொழுந்து பறிக்க வேண்டிய தேயிலைச் செடிகள் இருந்தன. அதை முதலில் எடுத்துவிட்டு வரலாமென்று சீக்கிரமாகச் சென்றிருக்கிறார்கள். இசக்கியம்மாள் முன்னே செல்கிறார். திடீரென்று சோலைக் காட்டுக்குள் கீழே இருந்து மேலே நோக்கி ஒரு ஒற்றை யானை வேகமாக ஓடி வருகிறது. இசக்கியம்மாள் அதைப் பார்த்துவிட்டார். "யசோ... ஓடி வா... யானை வருது" என்று சத்தம் போட்டுக்கொண்டே அங்குள்ள கை ரோட்டில் (தேயிலைக் காட்டுக்குள்ளே இருக்கும் சிறிய பாதை) ஓடுகிறார்.

உடன் வந்த யசோதாவிற்கு ஒன்றும் ஓடவில்லை. யானையைப் பார்த்தவுடன் தேயிலைச் செடிக்குள் மறைவாக உட்கார்ந்து கொண்டார். தேயிலைச் செடிகள் இடுப்பளவு உயரம் இருக்கும். மிகவும் அடர்த்தியாகவும் இருக்கும். ஓடிப் போய்க்கொண்டிருந்த இசக்கியம்மாள் "ஐயோ" என்று சத்தம் போட்டுக்கொண்டே ஓடுகிறார். யசோதா பதுங்கியிருந்த தேயிலைச் செடியை உரசிக்கொண்டுதான் அந்த யானை இசக்கியம்மாளை விரட்டிச் செல்கிறது. யானையின் கடுமையான பிளிறல் சத்தமும் கேட்கிறது. இசக்கியம்மாளின் அலறல் சத்தமும் கேட்கிறது. அவ்வளவுதான். யசோதாவுக்கு மயக்கம் ஆகிவிட்டது. உணர்வு இல்லை. அதற்குப் பிறகு என்ன நடந்தது என்றே தெரியவில்லை.

அவர்களுக்குப் பின்னால் வந்தவர்கள் யானையின் பிளிறல் சத்தம் கேட்டுப் பதறி விடுகிறார்கள். சிறிது நேரம் கழித்துத் தேயிலைச் செடிக்குள் பதுங்கிப் பதுங்கி வந்து பார்க்கிறார்கள். இசக்கியம்மாள் குற்றுயிரும் குலையுயிருமாய்க் கிடக்கிறார். யானை மிதித்து துவம்சம் செய்து அவரைக் கொன்றே விட்டது. உடனே

யானையின் சாணம்

எல்லோரும் யசோதாவைத் தேடுகிறார்கள். தேயிலைச் செடிக்குள் இருந்து முனகல் சத்தம் மட்டும் கேட்கிறது. செய்தி பரபரவென்று பறந்து போகிறது. யசோதா மருத்துவமனைக்கு அனுப்பப்பட்டுக் காப்பாற்றப்பட்டார். அவர் முழுமையாக உடல் நலம் பெறும் வரையிலும் இசக்கியம்மாள் இறந்துபோன செய்தி அவருக்குச் சொல்லப்படவில்லை.

இப்படியெல்லாம் உயிரைப் பணயம் வைத்துத்தான் அந்தத் தொழிலாளர்கள் தங்கள் மலங்காட்டில் உழைத்துவருகிறார்கள். "யசோ ஓடி வா... யானை வருது" என்று சத்தம் போட்டுத் தன் தோழியைக் காப்பாற்ற எண்ணிய அந்த இசக்கியம்மாள் தன்னைக் காப்பாற்றிக் கொள்ள முடியாமல் மடிந்துவிட்டார்.

ஓர்மைகள் மறக்குமோ!

38

1992ஆம் ஆண்டு மழை வெள்ளத்தால் தத்தளித்த மக்கள்

மழைக் காலங்களில் மேற்குத் தொடர்ச்சி மலைப் பகுதியில் மிகவும் அதிகமாக மழை பெய்யும். 1992ஆம் ஆண்டு மிகக் கடுமையான மழை பெய்தது. திருநெல்வேலி மாவட்டத்திலும் அதிகமான மழை கொட்டியது. தாமிரபரணி ஆற்றில் வெள்ளம் கரை புரண்டு ஓடியது. திருநெல்வேலி கொக்கிரகுளம் தாமிரபரணி ஆற்றுப்பாலம் வெள்ளத்தில் மூழ்கியது. மாவட்ட ஆட்சித் தலைவர் அலுவலகம், வண்ணார்பேட்டை சகுந்தலா இன்டர்நேஷனல் ஹோட்டல் உட்பட திருநெல்வேலி மேம்பாலம் அருகில் உள்ள அண்ணா சிலைவரை வெள்ளம் சூழ்ந்தது. திருநெல்வேலி சந்திப்பு பேருந்து நிலையம்

முழுவதும் தண்ணீரில் மூழ்கியது. மாவட்டம் முழுவதும் வெள்ளக் காடாய் மாறியது.

மாஞ்சோலை மலைப்பகுதியில் தொடர் மழை. மாஞ்சோலைப் பகுதி மட்டுமல்ல. காரையார், சேர்வலார் பகுதியிலும் கடுமையான வெள்ளம். பாபநாசம் பகுதியிலிருந்து காரையார் செல்லும் வழித்தடத்தில் உள்ள முண்டந்துறை ஆற்றுப்பாலம் ஒருநாள் இரவில் பெய்த பலத்த மழையில் உடைந்து போக்குவரத்து தடையானது. வரலாறு காணாத அளவில் மழை பெய்ததால் மணிமுத்தாறு அருவிப் பாலம் முற்றிலும் உடைந்துவிட்டது. அந்தப் பாலம் வழியாகத்தான் மாஞ்சோலைக்குச் செல்ல வேண்டும். இதனால் மலைப்பாதைப் போக்குவரத்து முற்றிலும் துண்டிக்கப்பட்டது.

மாஞ்சோலைக்கு அப்போது இரண்டு பேருந்துகள் வசதிதான் இருந்தது. மணிமுத்தாறு அருவிப் பாலம் உடைந்ததால் வேறு எந்த வாகனப் போக்குவரத்தும் எஸ்டேட் பகுதி மக்களுக்கு இல்லை. மக்கள் தங்களது அன்றாட வேலைகளைச் செய்ய முடியவில்லை. கல்லிடைக்குறிச்சி, அம்பாசமுத்திரம், திருநெல்வேலி, பாளையங்கோட்டை போன்ற பகுதிகளில் படிக்கும் தங்கள் பிள்ளைகளைப் பார்க்கச் செல்வதற்கும்கூடப் போக முடியாமல் தவித்தார்கள். சோதனையிலும் ஒரு சிறு ஆறுதலாகப் பாலம் உடைந்த நேரத்தில் மாஞ்சோலை சென்று வரும் ஒரு பேருந்து மட்டும் மணிமுத்தாறு அருவி பாலத்திற்கு மேலே மாட்டிக் கொண்டது. அதை வாய்ப்பாகப் பயன்படுத்தி மக்கள் பயணம் சங்கடத்தோடு தொடர்ந்தது. திருநெல்வேலியிலிருந்து ஒரு பேருந்து மணிமுத்தாறு அருவிவரைக்கும் வரும். அங்கு மாஞ்சோலைப் பகுதி செல்லும் மக்கள் தாங்கள் வாங்கி வந்த பொருட்கள், மூட்டை முடிச்சுகளோடு இறங்கிக்கொண்டு ஆற்றைக் கடந்து உடைந்த பாலத்திற்கு அந்தப் பக்கம் நிற்கும் பேருந்தில் ஏறிக்கொள்வார்கள். அன்றைய டியூட்டி மாற்ற வரும் ஓட்டுநர், நடத்துநர் இருவரும் மாஞ்சோலை செல்லும் பஸ்ஸில் ஏறிக்கொள்வார்கள். அதே போல மாஞ்சோலையிலிருந்து வந்து உடைந்த பாலத்திலிருந்து அந்தப் பக்கம் இறங்கிய மக்கள் இந்தப் பேருந்தில் ஏறிக்கொள்வார்கள். இது வழக்கமாக நடந்தது. ஆனால் பாலத்திற்குக் கீழே ஆற்றில் தண்ணீர் ஓடிக் கொண்டே இருக்கும்.

மக்கள் நடமாட்டத்திற்காகத் தற்காலிகமாக ஒரு நடைபாதை மட்டும் போடப்பட்டிருந்தது. மணிமுத்தாறு அருவி சாலையில் புதிய பாலம் கட்டுவதற்குச் சுமார் ஒரு வருடத்திற்கு மேல் ஆனது.

அதுவரைக்கும் மாஞ்சோலை, காக்காச்சி, நாலுமுக்கு, ஊத்து, குதிரைவெட்டி எஸ்டேட் மக்கள் தாங்க முடியாத, சொல்ல முடியாத துயரத்தைச் சந்தித்தார்கள். மணிமுத்தாறு அருவிக்கு அந்தப் பக்கம் மாட்டிக்கொண்ட பேருந்துக்கு டீசல் சப்ளை இந்தப் பக்கத்திலிருந்து மக்கள் சுமந்து சென்றுதான் கொடுக்க வேண்டிய சூழ்நிலை ஏற்பட்டது. மலைப் பகுதியில் மாட்டிக்கொண்ட பேருந்து பராமரிப்புப் பணிகளை மாஞ்சோலை BBTC கம்பெனி நிர்வாகம் கவனித்துக்கொண்டது. 1992ஆம் ஆண்டு ஏற்பட்ட கடும் மழையில் அந்த மக்கள் தங்கள் குடும்பம், குழந்தைகளோடு சொல்லொண்ணா சங்கடத்தை அனுபவித்தார்கள். 1992ஆம் ஆண்டின் மழை மாஞ்சோலை மக்கள் சந்தித்த மறக்க முடியாத நிகழ்வுகளில் ஒன்றாகும்.

39

துரோகத்தால் நிகழ்ந்த தற்கொலை

நாலுமுக்கு எஸ்டேட்டில் கணவனும் மனைவியும் தேயிலைத் தோட்டத்தில் பணிபுரிந்து ஐந்து பிள்ளைகளைப் பராமரிக்க வேண்டிய சங்கடமான சூழ்நிலை. அதில் சடங்கு கழித்த மூத்த மகளும் ஒருத்தி. அவள் தனது கல்யாணத்திற்காகக் கஷ்டப்பட்டுப் பணம் சேர்க்கிறாள். பதின்ம வயதில் அவள் அதே பகுதியில் உள்ள ஒரு வாலிபனை விரும்புகிறாள். அவனும் அதை ஏற்றுக்கொள்கிறான். அவளைக் கல்யாணம் கட்டிக்கொள்வதாக உறுதி கூறுகிறான். இருவருக்குமிடையே ஏற்பட்ட நெருக்கத்தால் அந்தப் பெண் கர்ப்பம் தரித்துவிட்டாள். திருமணம் செய்துகொள்வதாகச் சொன்னவன் அவன் இப்போது மறுக்கிறான்.

ஒருநாள் மாலை அந்த எஸ்டேட்டில் பஞ்சாயத்து பேசப்பட்டது. இருட்டாகும்வரை பேசியும் எந்த முடிவும் எட்டப்படவில்லை. தங்கள் இருவரின் உறவையே அவன் மறுக்கிறான். அவள் கர்ப்பத்தைக் கொச்சைப்படுத்துகிறான். அந்தப் பெண் விழி பிதுங்கி நிற்கிறாள். பெற்ற தாய் தலையில் அடித்துக் கொண்டு அழுகிறாள், தகப்பன் கதறுகிறான். பஞ்சாயத்தாரால் அதற்கு மேல் முடிவு சொல்ல முடியவில்லை. காவல் நிலையத்தில் புகார் கொடுக்கலாம் என்றால் நாலுமுக்கு எஸ்டேட்டிலிருந்து மாஞ்சோலை புறக்காவல் நிலையம் செல்ல வேண்டும் அல்லது கல்லிடைக்குறிச்சி காவல் நிலையம் போக வேண்டும்.

அழுகையும் கண்ணீருமாக அந்த இரவு கழிந்தது. அதிகாலையில் ஓர் அதிர்ச்சி. அந்தப் பெண்ணைக் காணவில்லை.

பதைபதைத்துப்போன அந்தக் குடும்பமும் உறவினர்களும் தேடுகிறார்கள். எங்கும் அவளைக் காணவில்லை. இறுதியாக அவள் கிடைத்தாள்; உயிரோடு அல்ல சடலமாக, 3ஆம் நம்பர் தேயிலைக்காடு ஜானகி கசம். அந்தக் காட்டிற்கும் தொழிலாளர் குடியிருப்புக்கும் சுமார் 2 கி.மீ. தூரம் இருக்கும். அங்குத் தேயிலைத் தோட்டத்தின் சரிவான மலைப்பகுதியில் ஆறு ஓடிக் கொண்டிருக்கும். அந்த ஆற்றின் மையப் பகுதியில் ஒரு பெரிய ஆழமான நீர்ச்சுழல் கொண்ட ஒரு கசம் உள்ளது. முன்னொரு காலத்தில் ஜானகி என்ற கேரளப் பெண் அதில் விழுந்து தற்கொலை செய்து கொண்டார். அதிலிருந்து அந்த இடம் ஜானகி கசம் என்றாகிவிட்டது. அந்தப் பகுதியைத்தான் இந்தப் பெண் தன் சாவுக்கான இடமாகத் தேர்ந்தெடுத்திருக்கிறாள்.

அவள் சாதாரணமாகச் சாகவில்லை. அந்த மலையில் வைகறைப் பொழுதின் பனிப்பொழிவில் காலைக் கதிரவன் பயணப்படுவதற்கு முன், நிலா தன் முழு இரவு பிரயாணக் களைப்பில் மலை முகடுகளை. . . தொடுவதற்கு முன் வதங்கிப் போன மாலையான அந்தப் பெண் தன் மூன்று மாத சிசுவையும் வயிற்றில் சுமந்து கொண்டு வீட்டிலிருந்து யாருக்கும் தெரியாமல் ஓடியிருக்க வேண்டும். அவள் உடல் அந்தக் கசத்தின் உள்ளே ஒரு பாறையில் தட்டி கரை ஒதுங்கிக் கிடந்திருந்தது. உடலைக் கண்டுபிடித்ததும் பார்க்கிறார்கள், தன் கால்கள் இரண்டையும் கயிறு வைத்து இறுக்கமாகக் கட்டி அவள் செத்துவிட்ட பிறகும் கூடத் தன் உடல் வெளியே தெரியாமல் இருக்க வேண்டும் என்பதற்காக சேலை, சட்டை, பாவாடையில் ஆங்காங்கே ஊக்கு களைக் குத்திக்கொண்டு முகம் மட்டும் தெரியும் அளவில் அந்தக் கசத்தில் குதித்துத் தன் உயிரை மாய்க்கிறாள்.

40

அகமது குட்டியின் அகால மரணம்

இஸ்லாமியருக்குத் தினமும் ஐந்து வேளைத் தொழுகை. இரவு எட்டு மணிக்கு இஷா, காலை ஐந்து மணிக்கு சுபுகு, பகல் ஒரு மணிக்கு லுகர், மாலை நான்கு மணிக்கு அஷர், மாலை ஆறு மணிக்கு மஹ்ரீப் ஆகிய ஐந்து வேளைத் தொழுகைகளின் ஆங்கில வார்த்தையின் முதல் எழுத்துக்களைச் சேர்த்து எழுதினால் கிடைக்கும் சொல்தான் ISLAM.

23.6.2007 அதிகாலை 5 மணி. சுபுகு தொழுகைக் காக 4.30 மணிக்கே எழுந்து விடுகிறான் அந்த அகமது குட்டி. அகமது என்றால் "இறைவன் ஒருவனே" என்று பொருள். அன்று அதிகாலை ஊத்து எஸ்டேட் மலையில் நல்ல மழை. காற்று புயலாக வீசுகிறது. கல் விழுவது போன்ற பெரிய பெரிய மழைத்துளிகள். வீட்டை விட்டு வெளியே கால் எடுத்து வைக்கவே முடியவில்லை. கடும் மழை மட்டுமல்ல, நல்ல குளிரும்கூட. கம்பளியை நன்றாக இழுத்து மூடித் தூங்கும் நேரம். ஜூன் மாதம். தென்மேற்குப் பருவமழை விடாமல் கொட்டித் தீர்க்கும் காலம். மழையும் இருட்டும் என்பதால் நிலாவையும் காணவில்லை; சூரியனும் எட்டிப் பார்க்கவில்லை. கும்மிருட்டாகவே இருக்கிறது. எப்போதும் சுபுகு தொழுவதற்குத் தன் வீட்டிலிருந்து அருகில் உள்ள பள்ளிவாசல் சென்று தொழுகை செய்துவிட்டுத் திரும்புவான் அகமது குட்டி. அந்த அடாத மழையிலும் அவன் தயங்கவில்லை. அன்று காலை மூன்று மணிக்கு ஊத்து எஸ்டேட்டிலிருந்து

புறப்படும் பஸ்ஸில்தான் அவன் மனைவி பாத்து என்ற பாத்திமா கல்லிடைக்குறிச்சி புறப்பட்டுப் போயிருக்கிறாள். மழைத் தண்ணீர் வாரி ஊற்றுகிறது. வேகமான காற்று குடையைப் பிடித்து இழுக்கிறது. தன் முகத்துக்கு முன்னே அந்தக் குடையைப் பிடித்துக்கொண்டு குனிந்தபடி நடக்கிறான் அகமது குட்டி. இன்னும் இரண்டு நிமிடத்தில் ரோட்டிலிருந்து ஆறு படிகள் ஏறினால் பள்ளிவாசல்தான். மெதுவாகவே செல்கிறான். ஏனென்றால் அந்த இடம் சிறிது ஏற்றமானது. கும்மிருட்டு. குத்து மதிப்பாகவே பாதையில் நடக்கிறான். அவன் வழக்கமாக நடக்கும் பாதை. எனவே அந்தப் பாதையில் அவனுக்குப் பயமில்லை. இன்னும் பலத்த காற்று அடிக்கிறது. குடையை அழுத்தமாகப் பிடித்துக்கொண்டே நடக்கிறான். திடீரென்று நடக்க முடியவில்லை. ஏதோ தடுத்து நிறுத்துவது போல அவனுக்கு ஒரு பிரம்மை. மரத்தின் மீது மோதி விட்டோமோ என்று ஒரு கணம் சிந்திக்கிறான். இல்லை... அவன் சிந்திக்கவே முடியவில்லை. அது யானை. காட்டு யானை. யானையின் தும்பிக்கையிலேயே முட்டிவிட்டான். அவ்வளவுதான். தும்பிக்கையால் வளைத்துப் பிடித்து கீழே உள்ள குடியிருப்பு வீடுகளின் பின்புறத்தில் வீசி விட்டது. அந்த இடத்திலேயே பரிதாபமாகச் செத்துப்போனான். யானையின் பிளிறலும் அப்புராணி அகமது குட்டியின் ஓலமும் கேட்டு நடுநடுங்கிப் போனார்கள் அந்தப் பகுதி மக்கள்.

இப்படித்தான் அந்தக் காட்டுப் பகுதியில் ஆபத்தான கடினமான பாதையில் அந்தத் தொழிலாளர்கள் வாழ்க்கைப் பயணம் செய்துள்ளார்கள்.

நபிகள் நாயகம் சல் அலாகு அலைஹூஸ் சலாம் சொல்கிறார். ஒரு தனி மனிதன் இந்த உலகில் எப்படி வாழ வேண்டுமாம். "சூரியனைப் போலக் கடமை உள்ளவராகவும், சந்திரனைப் போலப் பிறரை மகிழ்விப்பவராகவும், தண்ணீரைப் போலப் பிறருக்கு உதவி செய்பவராகவும், காற்றைப் போலச் சமத்துவம் உள்ளவராகவும், வானத்தைப் போல நிர்மலமான மனது உடையவராகவும், கடல் அலையைப் போலத் தளராத முயற்சி உடையவராகவும், பூமியைப் போல எதையும் தாங்கும் சக்தி உடையவராகவும்" வாழ வேண்டுமாம்.

41

மங்கிப்போன மாஞ்சோலை நிர்வாகம்

மாஞ்சோலையில் 1952ஆம் ஆண்டு நடைபெற்ற தொழிற்சங்க அங்கீகாரத்திற்கான போராட்டம் முக்கியமான ஒன்றாக மாஞ்சோலையின் சரித்திரத்தில் எப்படி இடம் பிடித்ததோ அதேபோல 1998ஆம் ஆண்டு கூலி உயர்வு கேட்டுப் போராடிய போராட்டமும் மாஞ்சோலையின் வரலாற்றில் தாக்கத்தை ஏற்படுத்தியது. 1998ஆம் ஆண்டு மாஞ்சோலையில் கூலி உயர்வு கேட்டுப் போராடிய தொழிலாளர்கள் BBTC கம்பெனி நிர்வாகத்தின் துணையோடு காவல் துறையினரால் கண்மூடித்தனமாகத் தாக்கப்பட்டு, கைது செய்யப் பட்டதோடு மாஞ்சோலை கேட் மீண்டும் இழுத்து மூடப்பட்டது. 1952ஆம் ஆண்டு மாஞ்சோலைத் தொழிலாளர்கள் எப்படிக் கொந்தளித்தார்களோ அதே மாதிரி 1998ஆம் ஆண்டும் கொந்தளித்தார்கள். அன்றைய காரணம் தொழிற்சங்கம் வைப்பதற்கான உரிமைப் போர். இன்றைய காரணம் கூலி உயர்வு கேட்கும் உரிமைப்போர்.

பல நாட்கள் தொழிலாளர்களின் நெஞ்சில் புகைந்துகொண்டிருந்த புகை ஒருநாள் செந்தீயாக எரிந்தது. அதற்குப் பல காரணங்கள் உண்டு. மாஞ்சோலை எஸ்டேட் ஆரம்பிக்கப்பட்ட காலங ்களில் நிர்வாகம் எடுத்த முடிவில்தான் கூலி கொடுக்கப்பட்டது. தோட்டத் தொழிலாளர்களுக் கென்று சட்டங்கள் எதுவும் இல்லை. எட்டு மணி நேரத்திற்கு மேலாக வேலை, நிர்ணயிக்கப்படாத கூலி

என்றுதான் இருந்தது. அதன் பின்தான் தோட்டத் தொழிலாளர் சட்டம் போன்ற பல சட்டங்கள் இயற்றப்பட்டன. பிறகு தொழிலாளர்களின் உரிமை கேட்பதற்காகத் தொழிற்சங்கம் உருவாக்கப் பட்டாலும் தொழிலாளர்களின் வேலைக்கு ஏற்ற சம்பளம் கிடைக்கவில்லை.

சம்பளம் மிகமிகக் குறைவு. நாள் சம்பளம்தானே தவிர மாதச் சம்பளம் கிடையாது. நாள்பட நாள்படத் தொழிலாளர்களின் சம்பள உயர்வு வெறும் கற்பனையாகவே இருந்தது. இது தொழிலாளர்கள் மத்தியில் நீறு பூத்த நெருப்பாகவே இருந்துவந்தது. தொழிலாளர்களின் குறைகளைக் கேட்பதற்காகப் பல தொழிற் சங்கங்கள் இருந்தன. அந்தந்த தொழிற்சங்கத்தில் அங்கம் வகிக்கும் தொழிலாளர்களுக்கு அவர்களின் தொழிற்சங்கத் தலைவர்கள் நிர்வாகத்தைச் சந்தித்துக் குறைகளை நிவர்த்தி செய்துவந்தார்கள். மாஞ்சோலை எஸ்டேட் பகுதிகளில் 1930முதல் 1975வரை வெள்ளைக்காரர்களான சைமன், ஸ்லேடன், ஸ்டோான், ஹென்சா, பிரே, பிளான்ட் போன்றவர்கள் குருப் மேனேஜர்களாக இருந்த காலத்தில் தொழிலாளர்களின் குறைகள் தொழிற்சங்கத் தலைவர்களால் ஓரளவு சுமுகமாகப் பேசி முடிக்கப்பட்டது. சம்பளப் பிரச்சினையும் ஓரளவு பரிசீலிக்கப்பட்டது அவர்கள் காலத்திற்குப் பிறகு வட இந்தியாவையும் கர்நாடகத்தையும் சேர்ந்த மேனேஜர்கள் நிர்வாகத்தைக் கவனித்தார்கள். இவர்கள் காலத்தில் தொழிலாளர்கள் உரிமைகளுக்காகக் கோரிக்கைகள், கண்டுகொள்ளப்படவில்லை. கூலி உயர்வும் அவ்வளவாக இல்லை.

1990களின் ஆரம்பத்திலிருந்தே மாஞ்சோலை எஸ்டேட் நிர்வாகத்தில் மேனேஜர்களுக்கும் தொழிற்சங்கத் தலைவர் களுக்கும் நல்லுறவு நீடிக்கவில்லை. எனவே தொழிலாளர்களின் கோரிக்கைகளும் சம்பளப் பிரச்சினையும் சரியாக முறையாகப் பேசி முடிக்கப்படவில்லை. நிர்வாகம் தொழிற்சங்கத் தலைவர் களைக் கண்டுகொள்ளாமல் இருந்ததால் தொழிலாளர்கள் புறக்கணிக்கப்படும் உணர்வுக்கு ஆளானார்கள். எனவே எஸ்டேட் பகுதிகளில் சரியான நிர்வாகமோ அல்லது தொழிற்சங்கத் தலைவர்களுக்கும் நிர்வாகத்திற்கும் சரியான உறவோ இல்லை. தொழிலாளர்களின் பாதுகாப்பு கேள்விக்குறியாகவேதான் இருந்தது. அனைத்துத் தொழிற்சங்கங்களும் செயல்பாட்டில்தான் இருந்து வந்தன. நாட்டுப்புறத்தில் பணிபுரியும் உழைப்பாளிகள், பணியாளர்கள், வேலையாட்கள் வாங்கும் ஒரு நாள் சம்பளத்தை எஸ்டேட் தொழிலாளர்களின் சம்பளத்தோடு ஒப்பிட்டுப் பார்த்தால் எஸ்டேட் தொழிலாளர்களின் சம்பளம் மிகவும் குறைவாகவே இருந்தது. அவர்கள் எஸ்டேட்டிலுள்ள வேலையை

விட்டுவிட்டு நாட்டுப்புறத்தில் வேறு வேலைக்குச் செல்ல முடியாது. ஏனென்றால் அவர்களுக்கு அந்த வேலை செய்யவும் தெரியாது.

இந்தக் காலகட்டத்தில்தான் வெந்த புண்ணில் வேல் பாய்ச்சுவதுபோல எஸ்டேட் நிர்வாகம் அதிரடியாகத் தொழிலாளர் விரோத நடவடிக்கைகளில் இறங்கியது. வெள்ளைக்காரர்கள் கம்பெனி நிர்வாகத்தில் பணிபுரிந்த போது குறிப்பாக மெக் நாட்டன் போன்றவர்கள் தொழிலாளர்களுக்குப் பல சலுகைகளைத் தந்தார்கள். தொழிலாளர்களோடு நல்லுறவு கொண்டிருந்தார்கள். குடியிருப்புகளுக்கு அருகில் காய்கறிகள், கிழங்கு வகைகள், வாழை போன்ற தோட்டப் பயிர்கள் பயிர் செய்ய அனுமதி கொடுத்திருந்தார்கள்.

எஸ்டேட் நிர்வாகம் கம்பெனி தொழிலாளர்கள் தோட்டம் வைக்கக் கூடாது என்றும் அந்த இடத்திலும் தேயிலைச் செடி பயிர் விளைவிக்கப் போவதாகவும் அறிவித்தது. இதைத் தொழிலாளர்கள் சற்றும் எதிர்பார்க்கவில்லை. தினந்தோறும் தங்கள் வீட்டிற்குத் தேவையான பச்சைக் காய்கறிகளை வீட்டின் முன்புள்ள தோட்டத்தில் பறித்துச் சமையல் செய்து வந்தவர்களின் மனதை எஸ்டேட் நிர்வாகத்தின் முடிவு பெரிதும் பாதித்தது.

தொழிலாளர்களில் பலர் மாடு வளர்த்தார்கள். அவை நாட்டுப்புறத்தில் உள்ளது போலச் சாதாரணமான மாடுகள் அல்ல. காராம் பசு, சிந்து பசு, ஜெர்ஸி பசு போன்ற உயர் ரகமான பசு மாடுகளாக இருந்தன. ஒவ்வொரு எஸ்டேட்களிலும் சுமார் 100 மாடுகளுக்கு மேல் வளர்க்கப்பட்டன. அந்த மாடுகளை அடைப்பதற்கு என்று பெரிய மாட்டுப் பட்டிகள் (மாட்டுக் குடில்) இருக்கும். ஒவ்வொரு மாடு கொழு கொழு என்று இருக்கும். மாடுகளை மேய்ப்பதற்கு மூன்று பேர் இருப்பார்கள். தினமும் காலை சுமார் ஒன்பது மணி அளவில் மாடுகளைக் குடியிருப்புகள் பகுதியிலுள்ள மாட்டுப்பட்டியிலிருந்து அவிழ்த்துச் சென்று தூரமாக உள்ள புல்வெளிகளில் மேய்ச்சலுக்காக விட்டு மாலை நான்கு மணி அளவில் மீண்டும் மாடுகளை அதே மாட்டுப் பட்டியில் அடைத்துவிடுவார்கள். வேலைக்குப் போய் விட்டு வந்த மாட்டின் உரிமையாளர்கள் தங்கள் மாடுகளுக்குப் புண்ணாக்கு, தவிடு, காடி தண்ணீர் வைத்துத் தங்கள் மாடுகளைப் பராமரிப்பார்கள். காலையிலும் மாலையிலும் பால் கறந்து அங்குள்ள பால் பண்ணையில் விற்பனை செய்வார்கள். குறைந்த விலைக்குக் கிடைக்கும். பஸ் டிரைவர்கள், கண்டக்டர்கள், எஸ்டேட் மேனேஜர்கள் எல்லோருக்கும் மாட்டுப் பால் என்பது தண்ணீரைப் போலச் சாதாரணமாகக் கிடைக்கும். அந்த எஸ்டேட்

மக்களின் தலையில் இடி விழுந்தது போல எஸ்டேட் நிர்வாகம் யாரும் இனி மாடு வளர்க்கக் கூடாது என்று தடாலடியாகத் தடுத்தது. நிர்வாகத்தின் இந்த முடிவு தொழிலாளர்களைத் துவண்டு விடச் செய்தது.

எஸ்டேட் தொழிலாளர்கள் அனைத்து எஸ்டேட்களிலும் கடைகள் நடத்தி வந்தார்கள். பலசரக்குக் கடை, டீக்கடை, டெய்லர் கடை, முடிவெட்டும் கடை, இறைச்சி வெட்டும் கடை, பேக்கரி போன்ற கடைகளின் கட்டிடங்கள் எஸ்டேட் நிர்வாகத்திற்குச் சொந்தமானவை; குறைந்த வாடகையில் அந்தக் கடைகள் இயங்கி வந்தன. அந்தக் கடைகளை உடனே காலி செய்ய வேண்டுமென்றும் கடைகள் நடத்தக் கூடாது என்றும் நிர்வாகம் கட்டளையிட்டது. கடை நடத்துபவர்களாலும் அந்தக் கடைகளில் பொருட்கள் வாங்கிப் பயன்பெறும் மக்களாலும் ஏற்றுக்கொள்ள முடியாத முடிவு இது.

இத்தகைய உத்தரவுகளால் ஏற்பட்ட நெருக்கடிகளை நிர்வாகத்திடம் எடுத்துச் சொல்வதற்குத் தொழிற்சங்கமும் தொழிற் சங்கத் தலைவர்களும் இருந்தார்கள் என்றாலும் பழைய மேனேஜர்களைப்போல அதைச் செவி கொடுத்துக் கேட்கவில்லை. தொழிலாளர்களை நிர்வாகம் கண்டுகொள்ளவே இல்லை. மக்களைக் கிள்ளுக் கீரையாக நினைத்த காரணத்தால் தொழி லாளர்கள் வீதிக்கு வந்து போராட்டம் செய்யக் கூடிய நிலைக்குத் தள்ளப்பட்டார்கள்.

தொழிலாளர்களின் குறைகளை நிர்வாகத்திடம் போராடிப் பெற்றுத் தரும் தொழிற்சங்கத் தலைவர்களின் கைகள் கட்டப்பட்டிருந்த காலம். மக்கள் தங்கள் வாழ்வையும் தங்கள் குழந்தைகளின் எதிர்கால வாழ்வையும் எண்ணி வருந்திய நேரத்தில்தான் வைகறைப் பொழுதில் வானில் தோன்றும் உதய சூரியனைப்போல, மாஞ்சோலைப் பகுதி மக்களின் குறைகள் தீர்க்க, கோரிக்கைகளை நிறைவேற்றத் தோன்றினார் ஒரு தலைவர்.

> சரித்திரம் சுழலும்போது
> சமுத்திரம் குமுறும்போது
> பொறுத்தவன் பொங்கும்போது
> புயல், மழை சீறும்போது
> மறுத்தவர் எவரும் இல்லை – அதை
> மறுப்பவர் புவியில் இல்லை

என்பதைப்போல மக்கள் சாரைசாரையாய்ப் புறப்பட்டார்கள்.

42

டாக்டர் கிருஷ்ணசாமியின் வருகை

விளையாட்டுகளில் கால்பந்து, கைப்பந்து, கூடைப்பந்து, ஹாக்கி, கிரிக்கெட், கபடி போன்ற பலவும் இருக்கின்றன. ஒரு விளையாட்டில் இரண்டு அணிகள் விளையாடிக்கொண்டிருக்கும்போது ஒரு அணி நன்றாக விளையாடலாம் இன்னொரு அணி மோசமாகவோ, துவண்டுபோயோ அல்லது தோல்வியின் விளிம்பிற்கோ சென்று கொண்டிருக்கலாம். அப்படி விளையாடும் போது மோசமாக விளையாடும் ஒரு விளையாட்டு வீரர் வெளியேறிப் புதிதாக ஒரு வீரர் அந்த அணிக்கு உள்ளே களத்திற்கு வந்து விளையாடி அந்த அணிக்குத் திருப்புமுனையைக் கொண்டுவருவார். அவருக்குப் பெயர் ஆங்கிலத்தில் Game Changer. அப்படித்தான் மாஞ்சோலை மக்களுக்குத் தேவையான நேரத்தில் ஒரு Game Changer ஆகப் புதிய தமிழகம் கட்சியின் தலைவர் டாக்டர் கிருஷ்ணசாமி மாஞ்சோலைப் போராட்டக் களத்திற்கு வந்தார்.

மாஞ்சோலைப் பகுதியில் மாஞ்சோலை, காக்காச்சி, நாலுமுக்கு, ஊத்து, குதிரைவெட்டி போன்ற ஐந்து எஸ்டேட்கள் இருந்தாலும் மாஞ்சோலை எஸ்டேட்டுக்கு உள்ளடங்கிய ஒரு டிவிஷன் பகுதியாகத்தான் காக்காச்சி எஸ்டேட் இருந்தது. அதேபோல மாஞ்சோலை எஸ்டேட்டின் நேரடி நிர்வாகத்தின் கீழ்தான் அது செயல்பட்டது.

காக்காச்சி எஸ்டேட்டில் குறைவான மக்களே பணியில் இருந்தார்கள். காக்காச்சி பகுதியில் வேலை செய்வதற்காக அன்றைய காலகட்டத்தில் கூடுதலாக ஆட்கள் தேவைப்பட்டார்கள். மாஞ்சோலைக்கும் காக்காச்சிக்கும் நான்கு கிலோ மீட்டர் தூரம் இருக்கும். அப்போது காக்காச்சியில் வேலை பார்ப்பதற்காகப் புதிதாக ஆட்கள் தேர்வு செய்து பதிவு செய்யப்பட்டார்கள். அப்படிப் பதிவு செய்யப்பட்டவர்கள் மாஞ்சோலையைச் சேர்ந்தவர்கள்தான். என்றாலும் அவர்கள் காக்காச்சிப் பகுதியில்தான் வேலை செய்ய வேண்டும் என்பது எழுதப்படாத விதி. அந்தத் தொழிலாளர்கள் தினந்தோறும் மாஞ்சோலையிலிருந்து காக்காச்சிக்குச் சென்று வேலை பார்த்து வர வேண்டும். அவர்கள் ஆரம்பத்தில் தொழிலாளியாகப் பதிவு பெற்றுப் பணியில் சேர்ந்த பின்பு நிரந்தரத் தொழிலாளியாக ஆனவுடன் நாங்கள் தினந்தோறும் வேலைக்குப் போக வர எட்டு கிலோமீட்டர் அலைந்து சங்கடப்படுகிறோம். எனவே எங்களுக்கு மாஞ்சோலையிலேயே வேலை கொடுக்க வேண்டும். காக்காச்சி சென்று வர மிகவும் கஷ்டமாக உள்ளது என்று நிர்வாகத்திடம் கோரிக்கை வைத்தார்கள். தொழிற்சங்கத் தலைவர்களிடமும் முறையிட்டார்கள். ஆனால் அது ஏற்கப்படவில்லை.

இந்தக் காலகட்டத்தில் டாக்டர் கிருஷ்ணசாமி ஒட்டப்பிடாரம் தொகுதி சட்டமன்ற உறுப்பினராக இருந்தார் அவர் தென்காசி நாடாளுமன்றத் தொகுதியில் புதிய தமிழகம் கட்சி சார்பாகத் தேர்தலில் போட்டியிட்டார். அப்போது மாஞ்சோலைப் பகுதி தென்காசி நாடாளுமன்றத் தொகுதிக்கு உட்பட்ட அம்பாசமுத்திரம் சட்டமன்றத் தொகுதியைச் சேர்ந்த பகுதியாக இருந்தது. காக்காச்சியிலிருந்து மாஞ்சோலைக்கு மாற்றம் கேட்டு முடியாமல் விரக்தியிலிருந்த தொழிலாளர்களில் ஒருவர் டாக்டர் கிருஷ்ணசாமியைச் சந்தித்துத் தன் கோரிக்கையை அவரிடம் சொல்கிறார். அது சம்மந்தமாக மாஞ்சோலை கம்பெனி அதிகாரிகளிடம் தொலைபேசியில் தொடர்புகொள்ள கிருஷ்ணசாமி முயற்சி செய்தார். ஆனால் அந்த நிர்வாகிகள் யாரும் பேச முன்வரவில்லை. மேனேஜர்கள் மாஞ்சோலைப் பகுதியில் உள்ள அங்கீகரிக்கப்பட்ட தொழிற்சங்க அமைப்புகளின் தலைவர்களிடம் மட்டுமே அதுவும் முன்கூட்டியே நேரம் கேட்டு அதற்காக நேரம் ஒதுக்கப்பட்ட காலத்தில் மட்டும்தான் பேசுவார்கள். எனவே டாக்டர் கிருஷ்ணசாமிக்கு நிர்வாகிகள் சந்திப்பு மறுக்கப்பட்டது. கிருஷ்ணசாமி நேரடியாக மாஞ்சோலைக்கு வந்து தொழிலாளர்களைச் சந்தித்து அங்குள்ள பிரச்சினைகளை விவரமாகக் கேட்டு அறிந்துகொண்டார். அந்தக்

கோரிக்கைகளை நிறைவேற்றித் தருவதற்காகப் போராட முடிவு செய்தார்.

அவ்வளவுதான். மாஞ்சோலையே ஸ்தம்பித்தது. ஜாதி, மதம், இனம், மொழி எதுவும் பார்க்காமல் அத்தனை தொழிலாளர்களும் ஒன்று திரண்டார்கள். அதுவரை புதிய தமிழகம் கட்சி என்றால் என்னவென்றே தெரியாத தொழிலாளர்கள் தாங்கள் சார்ந்திருந்த தொழிற்சங்கங்களிலிருந்து தங்களை விடுவித்துக்கொண்டு புதிய தலைவரின் தலைமையின் கீழ் ஒன்று சேர்ந்தார்கள். தொழிற்சங்கங்களின் கொடிகள் கீழே இறக்கப்பட்டன புதிய தமிழகத்தின் கொடி ஏற்றப்பட்டது. தொழிற்சங்கத் தலைவர்களால் அதை வேடிக்கைப் பார்க்கத்தான் முடிந்தது. கூலி உயர்வு பெற்றுத் தருகிறேன், தோட்டங்களைத் திரும்ப வாங்கித் தருகிறேன், பால்மாடுகள் வளர்க்க உரிமை பெற்றுத் தருகிறேன், கடைகள் மீண்டும் வைக்க அனுமதி பெற்றுத் தருகிறேன் என மக்களிடம் சூளுரைத்தார் டாக்டர் கிருஷ்ணசாமி. ஆனால் நிர்வாகம் மசியவில்லை. மீண்டும் டாக்டர் கிருஷ்ண சாமியைச் சந்திக்க மறுத்துவிட்டது.

புதிய தமிழகம் தலைவரும் தொழிலாளர்களும் சுமார் 1000 பேருக்கு மேல் ஒன்று திரண்டு மாஞ்சோலையிலிருந்து நடைபயணமாக அந்த மலைப்பகுதி சாலை வழியாக இரவோடு இரவாகக் கல்லிடைக்குறிச்சி வரை சுமார் 25 கிலோமீட்டர் நடந்தே வந்தார்கள். அங்கிருந்து திருநெல்வேலிக்கு இரயில் பயணமாக வந்து மாவட்ட ஆட்சித் தலைவரைச் சந்தித்துக் கோரிக்கை மனு கொடுத்தார்கள். மாவட்ட ஆட்சித் தலைவர் கோரிக்கை மனுவைப் பெற்றுக் கொண்டு மனுவின் கோரிக்கைகள் பரிசீலிக்கப்படும் என்று உறுதி அளித்தார். அந்த எஸ்டேட் பகுதி மக்களின் பிரச்சினை ஒரே நாளில் தீர்க்கப்படக் கூடிய பிரச்சினை அல்ல. தோட்டத் தொழிலாளர்கள் பற்றிய தனிச்சட்டம் உண்டு. எனவே அது பற்றி உடனடியாக முடிவு சொல்ல முடியவில்லை.

ஏற்கெனவே டாக்டர் கிருஷ்ணசாமியைச் சந்திக்க மாஞ் சோலை நிர்வாகம் மறுத்துவிட்டது. மாவட்ட ஆட்சித் தலைவரிடம் கொடுத்த மனுவும் உடனே பரிசீலிக்கப்படவில்லை. தங்கள் கோரிக்கைகளுக்கு மாஞ்சோலை நிர்வாகத்திடமும் பரிகாரம் இல்லை; மாவட்ட நிர்வாகத்திடமும் பதில் இல்லை என்பதால் கொதித்துப்போன தொழிலாளர்கள் மேலும் கடுமையான போராட்டத்திற்கு ஆயத்தமானார்கள். அது மாஞ்சோலைப் போராட்டத்தின் வைரம் பாய்ந்த காலம்.

வேலைநிறுத்தப் போராட்டம்

மாஞ்சோலையின் வரலாற்றிலேயே இல்லாத அளவுக்கு வேலை நிறுத்தப் போராட்டம் ஆரம்பமானது. வேலைக்குச் செல்லாமல் மக்கள் வீதிக்கு வந்தார்கள். தொழிலாளர்கள் மத்தியில் தங்களுக்காகப் போராடக் கூடிய தலைவர் வந்து விட்டார் என்ற மகிழ்ச்சியில் ஆட்டம், பாட்டம், கொண்டாட்டம் என மாஞ்சோலை மலையே குலுங்கியது. குலை நடுங்கியது மாஞ்சோலை கம்பெனி. கட்டுக்கடங்காத கூட்டம். ஆண்களும் பெண்களும் சிறுவர்களும் சிறுமியரும் பாட்டியும் தாத்தாவும் கூட்டம் கூட்டமாகக் கூடிப் பேசினார்கள் கோஷம் போட்டார்கள். தொழிலாளர்கள் வேலைக்குச் செல்லவில்லை. ஆனாலும் எல்லாப் போராட்டக் களத்திலும் சிலர் போராட்டத்தில் கலந்து கொள்ளாமல் இருப்பதுபோலச் சிலர் மட்டும் வேலைக்குச் சென்றார்கள். அவர்கள் போராட்டக் காரர்களால் மிரட்டப்பட்டார்கள் அல்லது விரட்டப்பட்டார்கள். பின் அவர்களும் வேலைக்குச் செல்லாமல் நின்றுகொண்டார்கள். போராட்டம் வெற்றிப் பாதையை நோக்கிச் சென்றது. கம்பெனியின் பிரித்தாளும் கொள்கை இந்தப் போராட்டத்தில் எடுபடவில்லை. தொழிலாளர்களைக் கேரளம், தமிழ்நாடு என்று அணிகளைப் பிரித்து வேலைநிறுத்தத்தை உடைக்கப் பார்த்தது. ஆனால் தொழிலாளர்கள் ஒட்டுமொத்தமாக ஒரே அணியில் திரண்டு நின்றுவிட்டார்கள். கூலி உயர்வும் கோரிக்கைகளுமே எங்கள் குறிக்கோள் என்ற அடிப்படையில் தொழிலாளர்கள் போராட்டக் களத்தில் குதித்தார்கள். தொழிலாளர்கள் வேலை நிறுத்தம் செய்ததால் தாக்குப் பிடிக்க முடியாத நிர்வாகம் கதவடைப்பு செய்தது. வேலை நிறுத்தம் என்பது தொழிலாளர்கள் வேலைக்குச் செல்லாமல் செய்யும் போராட்டம். கதவடைப்பு என்பது தொழிற்சாலைகளை மூடி நிர்வாகம் செய்யும் போராட்டம். இது தொடர்ந்து நடைபெற்றுக் கொண்டிருக்கிறது.

இங்கு முக்கியமாகக் குறிப்பிட வேண்டியது என்னவென்றால் பெரிய நகரங்களில், மாநகரங்களில் நடந்தால் உற்பத்தி பாதிப்பு ஓரளவு ஏற்படும். வேலை நிறுத்தத்திற்குப் பிறகு அது சரிசெய்யப்படும் இழப்பீடுகளையும் ஓரளவு சரி செய்துகொள்ளலாம். ஆனால் தேயிலை என்பது மலைப்பயிர். தேயிலைக் காடுகளில் குறிப்பிட்ட நாட்களுக்குள் தேயிலைக் கொழுந்து பறித்தே ஆக வேண்டும். அப்படித் தினமும் பறித்த ஆயிரக்கணக்கான கிலோ எடையுள்ள தேயிலைக் கொழுந்துகளைக் குறிப்பிட்ட நேரத்தில் தினந்தோறும் அந்தந்த எஸ்டேட்களில் உள்ள தேயிலைத் தொழிற்சாலைகளில் அரவை

செய்து ஏற்கெனவே தேயிலை வர்த்தகர்களிடம் செய்துகொண்ட ஒப்பந்தத்தின்படி அன்றைய சந்தை நிலவரப்படி தேயிலைத் தூள்கள் தயாரித்தே ஆக வேண்டும் தொழிலாளர்களின் தொடர் வேலை நிறுத்தத்தினால் ஒவ்வொரு நாளும் தேயிலைக் காடுகளில் வரிசைப்படியாகப் பறிக்கப்படும் தேயிலைக் கொழுந்து பறிக்கப்படவில்லை. தேயிலைச் செடிகள் மரம்போல் வளர ஆரம்பித்துவிட்டன. வேலை நிறுத்தத்திற்கு முன்பு பறிக்கப்பட்ட தேயிலைக் கொழுந்துகளை வைத்துத் தயாரிக்கப்பட்ட தேயிலைத் தூளை விற்பனைக்கு அனுப்பப்பட முடியவில்லை. தொழிலாளர்கள் வேலை நிறுத்தம் செய்துகொண்டிருந்ததால் தேயிலைத் தொழிற்சாலையும் அடைக்கப்பட்டது. இதனால் பல லட்சக்கணக்கான அளவுக்குக் கம்பெனிக்கு நஷ்டம் ஏற்பட்டது. தொழிலாளர்கள் வேலை நிறுத்தம் செய்ததால் சம்பளம் இல்லை. பசி பஞ்சம் பட்டினி என்ற நிலைக்குத் தள்ளப்பட்டார்கள் என்றாலும் வேலைக்குப் போக மறுத்துவிட்டார்கள். இந்தச் சூழ்நிலையில் தயாரிக்கப்பட்ட தேயிலைத் தூள்களின் தரமும் நாள்பட நாள்படக் கெட்டுப்போகக் கூடிய சூழ்நிலை உருவானது.

43

பொங்கியெழுந்த போராட்டம்

தேயிலைத் தொழிற்சாலைகளில் தயாரிக்கப் பட்ட தேயிலைத் தூள்களை லாரிகளில் ஏற்றிக் கல்லிடைக்குறிச்சிக்குக்கொண்டு செல்ல கம்பெனி முயற்சி செய்தது. 3.9.1998 அன்று ஊத்து எஸ்டேட் தொழிற்சாலையிலிருந்து தேயிலைத் தூள் பண்டல் களை லாரியில் ஏற்ற முயற்சி செய்ததை அறிந்த தொழிலாளர்கள் அதை லாரியில் ஏற்றக் கூடாது என்று தொழிற்சாலை முன்பு மறியல் செய்தார்கள். கதவடைப்பு என்று சட்டப்படி அறிவிப்பு கொடுத்து விட்டுச் சம்மந்தமில்லாத ஆட்களை வைத்து லாரிகளில் தேயிலைத் தூள் பண்டல்களை ஏற்றக் கூடாது என்று எதிர்ப்புத் தெரிவித்தார்கள். இதை அறிந்த பக்கத்து எஸ்டேட்டான நாலுமுக்கு எஸ்டேட் தொழிலாளர்களும் அங்கிருந்து ஊத்து எஸ்டேட்டிற்கு வந்து மறியலில் ஈடுபட்டுக் கொண்டிருந்த தொழிலாளர்களோடு சேர்ந்து எஸ்டேட்

தேயிலைத் தூள் பணடல்களை லாரிகளில் ஏற்றவிடாமல் மறியல் செய்தார்கள். இப்போதுதான் பிரச்சினை விஸ்வரூபம் எடுத்தது. BBTCகம்பெனியின் நிலைமை தர்மசங்கடமானது. ஆங்காங்கே பாதுகாப்புப் பணியில் இருந்த சில போலீஸாரால் போராட்டக்காரர்களைக் கட்டுப்படுத்த முடியவில்லை. போராட்டக்காரர்களின் ஒற்றுமையால் அவர்களின் கை ஓங்கி இருந்தது. எனவே BBTC கம்பெனி காவல் துறையின் உதவியை நாடியது. காவல் துறையின் நுண்ணறிவுப் பிரிவு மூலமாக மாஞ்சோலை எஸ்டேட் போராட்டத்தின் போக்கைத் தெரிந்துகொண்டு அன்றைய மாவட்டக் காவல் கண்காணிப்பாளர் கரண் சின்கா தலைமையில் ஊரே உறங்கும் நள்ளிரவு வேளையில் 16 காவல்துறை வாகனங்களில் அதிரடிப்படை மாஞ்சோலை மலைக்குள் புகுந்தது. அந்த அதிரடிப்படை ஐந்து எஸ்டேட்களிலும் எதற்கும் தயாராக நிறுத்திவைக்கப்பட்டது.

மறுநாள் 4.9.1998 அதிகாலையில் அதிரடிப்படை தன் வேலையைக் காட்ட ஆரம்பித்தது, ஊத்து எஸ்டேட்டில் மறியல் செய்துகொண்டிருந்த தொழிலாளர்களையும் குடியிருப்பு வீடுகளில் தூங்கிக்கொண்டிருந்த தொழிலாளர்களையும் கண்மூடித்தனமாக அடித்து இழுத்துக் காவல்துறை வாகனத்தில் ஏற்றிக்கொண்டு வந்தது. இதை அறிந்த நாலுமுக்கு எஸ்டேட் தொழிலாளர்கள் பின்விளைவு தெரியாமல் அங்குள்ள முனியசாமி கோவிலுக்கு அருகில் மேலே ரோட்டில் வைத்து அந்த வாகனத்தை வழிமறித்தார்கள். உடனே காவல் துறையினர் அவர்களையும் தாக்கினார்கள். இதில் பலர் கடுமையாகக் காயம் அடைந்தார்கள். விவரம் தெரியாத நாலுமுக்கு எஸ்டேட் தொழிலாளர்கள் பதிலுக்குக் காவல் துறையினரைத் தாக்கினார்கள். அப்போது அங்குப் பணியில் இருந்த அம்பாசமுத்திரம் காவல் துணைக் கண்காணிப்பாளர் ஜெயபாலன் கையில் போராட்டக்காரர்கள் எறிந்த ஒரு பெரிய கல் பட்டு அவரது கை முறிந்தது.

விட்டு வைக்குமா காவல்துறை. உடனே தயாராகக் கூடுதல் வாகனங்களில் வந்த போலீஸ் படை கண்ணீர் புகை குண்டு வீசி தடியடி நடத்திக் கூட்டத்தைக் கலைத்தது. மலைப் பகுதிக்குப் புதிதாகப் பணிக்கு வந்த போலீஸாருக்கு அங்குள்ள சாலைப் பகுதியைத் தவிர அதை ஒட்டியிருக்கும் காட்டுப் பகுதியில் உள்ள வேறு வழி எதுவும் தெரியாது. ஆனால் அங்கேயே பிறந்து வளர்ந்த போராட்டக்காரர்களுக்குக் காட்டுக்குள் எல்லா வழிகளும் தெரியும் என்பதால் போலீஸாரைக் கல்லால் எறிந்து தாக்கி விட்டுக் காடுகளுக்குள் ஓடி ஒளிந்துகொண்டார்கள். காவல் துறையினர் தங்களைப் பாதுகாத்துக்கொள்ளவே கடும்

பாடுபட்டார்கள். அதனால் எந்தக் குற்றமும் செய்யாதவர்களையும் போராட்டத்தில் கலந்துகொள்ளாமல் வீட்டிலிருந்தவர்களையும் கைது செய்து பொய்வழக்குப் போட்டார்கள்.

போராட்டம் ஊத்து எஸ்டேட்டிலும் நாலுமுக்கு எஸ்டேட்டிலும் தீவிரமாக நடந்துகொண்டிருந்ததைக் கேள்விப் பட்ட மாஞ்சோலை எஸ்டேட் தொழிலாளர்கள் ஒன்று கூடி மாஞ்சோலை எஸ்டேட் பஸ் ஸ்டாண்ட் அருகில் அதேநாள் பகல் சுமார் 12 மணி அளவில் மறியல் செய்தார்கள். காவல்துறை கொடூரமாக அந்த மக்களையும் தடியடி நடத்தி விரட்டியதோடு 127 பேரைக் கைது செய்தது. அவர்களை நான்கு பிரிவினராகப் பிரித்து மாஞ்சோலை காவல் நிலைய குற்ற எண்கள் 26/1998, 27/1998, 28/1998, 29/1998 படி உடனே ஜாமீனில் வெளிவர முடியாத நான்கு வழக்குகள் பதிவு செய்து திருச்சிராப்பள்ளி மத்திய சிறைச்சாலையில் அடைத்துவிட்டது.

அடுத்து நாமும் கைது செய்யப்பட்டு விடுவோமோ என்று பயந்து எஸ்டேட் பகுதிகளில் இருந்த மக்கள் காட்டுப் பாதையான குதிரைவெட்டி வழியாக இறங்கி காரையாறு பகுதிக்கும் கோதையாறு பாதை வழியாக இறங்கிக் கன்னியாகுமரி மாவட்டத்துக்கும் சென்று மறைந்துகொண்டார்கள். எஸ்டேட் பகுதியில் பெண்கள் குழந்தைகள் மட்டும்தான் இருந்தார்கள். ஏற்கெனவே காடு, இரவு நேரங்களில் கும்மிருட்டாக இருக்கும். இந்தச் சூழ்நிலையில் எஸ்டேட் பகுதிகளில் மின்சாரம் துண்டிக்கப் பட்டது. பாபநாசம், திருநெல்வேலியிலிருந்து எஸ்டேட்டிற்குச் சென்ற பேருந்துகள் நிறுத்தப்பட்டன. மாஞ்சோலைப் பகுதி மற்ற பகுதிகளிலிருந்து முழுமையாகத் துண்டிக்கப்பட்டுவிட்டது. பத்திரிகையாளர்கள், செய்தியாளர்கள், ஊடகவியலாளர்கள் யாருக்கும் மாஞ்சோலை போக அனுமதி மறுக்கப்பட்டது. எந்த அமைப்பு போராட்டத்தை முன் நின்று நடத்தியதோ அந்த அமைப்பின் தலைவர்கள் யாரும் மாஞ்சோலை செல்ல அனுமதிக்கப்படவில்லை.

மாஞ்சோலை எஸ்டேட் போராட்டக் களத்தில் தப்பித்து வந்த சிலரும் அந்தப் போராட்டத்திற்கு ஆதரவு கொடுத்த நகரப்பகுதியில் இருந்த சிலரும் திருநெல்வேலி இரயில்வே நிலையம் அருகில் இரண்டு நாட்கள் கழித்து ஆர்ப்பாட்டம் செய்தார்கள். அவர்களையும் போலீஸார் கைது செய்தனர். மாஞ்சோலையில் போராட்டம் நடத்திய தலைவர்கள் யாரும் வெளியில் வரவில்லை. 4.9.1998 அன்று மாஞ்சோலையில் காவல்துறை தடியடி நடத்தி யதில் கை முறிந்து போன மாஞ்சோலையை சேர்ந்த லட்சுமி அம்மாள் பாளையங்கோட்டை அரசு ஹைகிரவுண்ட் மருத்துவ

மனையில் சிகிச்சை பெற்றுவந்தார். தடியடியில் காயம்பட்ட சங்கரன், சவரியம்மாள், மீனாட்சி, மஞ்சுளா, ஓமனா, சமாதானம் சீனிவாசன் ஆகியோர் சிகிச்சை பெற முடியாமல் எஸ்டேட் பகுதியிலேயே அவதிப்பட்டு வந்தார்கள். மாஞ்சோலைக்கு எந்த வாகனப் போக்குவரத்தும் இல்லை.

1952ஆம் ஆண்டு தொழிற்சங்கம் கேட்டுப் போராடிய தொழிலாளர்களையும் தொழிற்சங்கத் தலைவர்களையும் மாஞ்சோலையின் நுழைவு வாயிலாக இருக்கும் அந்தக் கேட்க்கு வெளியே அனுப்பி அதைப் பூட்டி வைத்தது அன்றைய நிர்வாகம். ஆனால் 4.9.1998 அன்று வேலைநிறுத்தம் செய்த மக்களைக் கண்மூடித்தனமாகத் தடியடி நடத்திக் கொடூர மாகக் காயப்படுத்திப் பொய் வழக்குகளும் போட்டு எந்த வாகனமும் மாஞ்சோலைக்குப் போகவிடாமல் மலைப்பாதை வழியிலிருக்கும் மாஞ்சோலை நுழைவு வாயிலைப் பூட்டிவைத்து, மாஞ்சோலைப் பகுதிக்கு உணவுப் பொருட்கள், அத்தியாவசிய பொருட்கள் எதையும் கொண்டு செல்லவிடாமல் தடுத்தது இன்றைய நிற்வாகம். மாஞ்சோலையில் நடந்த ஜனநாயக விரோத ஒடுக்குமுறைகள் நாட்டுக்குத் தெரியவிடாமல் BBTC. நிர்வாகமும் காவல்துறையும் மூடி மறைத்தன.

ஆனால் மாஞ்சோலை தொழிலாளிகளின் பிள்ளைகள் பலர் திருநெல்வேலி மாவட்டம் தமிழ்நாடு உட்பட பல இடங்களில் அரசு, தனியார் பணிகள் செய்துவந்தார்கள். நாலுமுக்கு எஸ்டேட்டில் தொழிலாளிகளாகப் பணிபுரிந்த ஆறுமுகம், லூர்து அம்மா பெற்றோரின் மகனான நான் திருநெல்வேலியில் மாவட்ட நீதிமன்றத்தில் வழக்கறிஞராகப் பணிபுரிந்து வந்தேன். வழக்கறிஞர் தொழில் என்பது சாதாரணமாக வருமானத்திற்கான தொழில் மட்டும் அல்ல. அநியாயத்தை அதட்டிக் கேட்க வேண்டும்; எதேச்சதிகாரத்தை எதிர்த்து நிற்க வேண்டும் என்ற எண்ணத்தோடு,போராட்டக் களத்தில் இறங்கினேன். அப்போது எனக்கு 37 வயது 11 ஆண்டுகள் மட்டுமே. வழக்கறிஞர் தொழிலில் அனுபவம் BBTC. கம்பெனிக்கு எதிராக ஆரம்பிக்கப்பட்ட போராட்டம் காலப்போக்கில் அரசாங்கத்திற்கும் காவல் துறைக்கும் எதிராக மாறக் கூடிய சூழ்நிலையாகிவிட்டது. எனவே மிகவும் கவனமாக நிதானமாகக் களத்தில் இறங்க வேண்டும் என்பதால் நான் சார்ந்திருந்த மதிமுகவின் உதவியைக் கோரினேன். கட்சியின் பொதுச்செயலாளர் வைகோ உடனே இசைவு கொடுத்தார். அக்கட்சியின் அன்றைய மாவட்டச் செயலாளர் டி.ஏ.கே. இலக்குமணன் தலைமையில் நானும் வேறு சிலரும் அன்றைய மாவட்ட ஆட்சித் தலைவர் கி. தனவேலைச் சந்தித்துப் பூட்டப்பட்ட

மாஞ்சோலை மலைப்பாதை நுழைவு வாயில் திறக்கப்பட வேண்டும். நிறுத்தப்பட்ட பேருந்துகள் மீண்டும் இயக்கப்பட வேண்டும். மாஞ்சோலைக்குச் சென்று மக்களைச் சந்திக்க வேண்டும் என்பன போன்ற கோரிக்கைகளை முன்வைத்தோம். முதலில் காவல்துறை டி.ஐ.ஜி.யைச் சந்தியுங்கள் என்று சொன்னார். உடனே டி.ஐ.ஜி. ராஜேந்திரனைச் சந்தித்து முறை யிட்டோம். டி.ஐ.ஜி சந்தித்தபோது மாவட்டக் காவல் காணிப்பாளர் கரன்சின்காவும் உடன் இருந்தார். கரன்சின்கா என்பவர் தலைமை யில்தான் மாஞ்சோலையில் தடியடி நடத்தப்பட்டது என்பது குறிப்பிடத்தக்கது. அந்த மூன்று அதிகாரிகள் சில மணித்துளிகள் ஆலோசனை செய்த பிறகு மாஞ்சோலைக்குச் செல்லலாம். அங்குள்ள மக்களைச் சந்திக்கலாம் என்று எழுதப்படாத உத்தரவு வாய்மொழியாக வழங்கப்பட்டது. உடனே என் தலைமையில் ஒரு காரில் அன்றே ஒரு குழு மாஞ்சோலைக்குப் புறப்பட்டது.

அது செப்டம்பர் மாதம் என்பதால் மாஞ்சோலையில் தென்மேற்குப் பருவமழைக் காலம் அந்தக் குழு மாலை நேரத்தில் தான் மாஞ்சோலைக்குச் செல்ல முடிந்தது. மாஞ்சோலையில் பாதுகாப்புக்கு இருந்த காவல்துறை அதிகாரிகள் மக்களைச் சந்திக்க ஒரு சில நிபந்தனைகளை விதித்தார்கள் அதை மறுத்துக் காவல் துறையிடம் வாக்குவாதம் செய்து அங்குள்ள மக்களைச் சந்தித்துவிட்டு அதற்கு மேல் காக்காச்சி, நாலுமுக்கு, ஊத்து எஸ்டேட் பகுதிகளுக்குச் செல்லும்போது, கடுமையான மழை பெய்தது. புயல்காற்று வீசியது. மலைப்பகுதி சாலையில் மரம் விழுந்து கிடந்தது. அதைச் சரி செய்து செல்வதற்கே பெரிய பாடாகிவிட்டது. அங்குள்ள மக்களுக்கு எங்கள் வாகனத்தைப் பார்த்தவுடன் மீண்டும்

NDU, Saturday, September 12, 1998 **3

MDMK criticises police action

TIRUNELVELI, Sept. 11.

The MDMK has criticised the recent police action against the plantation workers of a private tea estate in Manjolai in Ambsamudram taluk and has called upon the State Government to take immediate steps for restoring normality and bring solace to the affected workers. According to a party press release, a five member delegation of the MDMK, led by Mr. A. Amalraj, district deputy secretary of the party, visited the hillstations of Manjolai, Kakachi, Oothu, Kudiraivetti and Nalumukku yesterday and met the plantation workers and heared their grievances.

According to a report of the team, the police had used force without any provocation on the plantation workers who were peacefully participating in an indefinite strike since Aug. 20 last to press their charter of demands. The police had also foisted cases against them and had taken into custody 98 persons. All the men folk have fled the village fearing police action and were yet to return to their homes. The police in the guise of searching the accused, was often making house to house checks and harassing the women. Even those who suffered injuries in the police action were suffering without proper treatment.

Meanwhile, the bus services to Manjolai which remain suspended since Sept. 5 last, were resumed yesterday, according to police sources.

போலீஸ் வந்து விட்டதோ என்று பயம். காரிலிருந்து இறங்கி அந்த மக்களையும் சந்தித்து ஆறுதல் சொல்லி, நிலவரத்தை அறிந்து மீண்டும் அந்தக் குழு திருநெல்வேலி வருவதற்கு மறுநாள் அதிகாலை மூன்று மணி ஆகிவிட்டது. மாஞ்சோலைப் பகுதியில் காவல்துறையும் அரசாங்கமும் காட்டுத் தர்பார் நடத்தி மூடி மறைத்ததை எல்லாம் வெளிச்சத்திற்குக்கொண்டு வர வேண்டும் என்பதற்காகத் தினத்தந்தி, தினமலர், தினகரன் மாலைமுரசு, மாலைமலர், தி இந்து, இந்தியன் எக்ஸ்பிரஸ் ஆகிய போன்ற பத்திரிகை அலுவலகங்களுக்குச் சென்று நடந்ததையெல்லாம் தெரிவித்தோம். அடுத்த நாட்களான 10.9.1998, 11.9.1998, 12.9.1998 பத்திரிகைகளில் மறைக்கப்பட்ட மாஞ்சோலைச் செய்திகள் பெரிய அளவில் பதிவு செய்யப்பட்டன. அதுவரை மறைக்கப்பட்டிருந்த தடியடி, மனித உரிமை மீறல் எல்லாம் பரபரப்பாகப் பொது மக்கள் மத்தியிலும் பொதுத் தளத்திலும் பேசப்பட்டன

> மாஞ்சோலை தொழிலாளர்களின் பரிதாப நிலை...
> காட்டுக்குள் காட்டுமிராண்டித்தனம்...
> காப்பாற்ற ஆள் இல்லை...
> கதறி அழக் கண்ணீர் இல்லை...
> தமிழக அரசே நடவடிக்கை எடு...

என்று பெரிய பெரிய சுவரொட்டிகள் அடித்துத் திருநெல்வேலி பாளையங்கோட்டை மாநகர வீதிகளிலும் பேருந்துகளிலும் ஒட்டிப் பொதுமக்களின், நடுநிலையாளர்களின் கவனம் ஈர்க்கப்பட்டது. மாஞ்சோலைப் பகுதியில் நடந்த மனித உரிமை மீறல்களைக் கண்டித்து அம்பாசமுத்திரத்தில் கண்டனப் பொதுக் கூட்டம் நடத்தப்பட்டது. மீண்டும் மாவட்ட ஆட்சித் தலைவரை அணுகி மாஞ்சோலை சென்று வந்த செய்தியையும் அங்கு நடக்கும் மனித உரிமை மீறல் பற்றியும் எடுத்துச் சொன்னோம். நிறுத்தப்பட்ட மாஞ்சோலை பேருந்துகளை உடனே திரும்ப இயக்க வேண்டும் என்றும் வற்புறுத்தினோம். அடுத்த நாளே மாஞ்சோலைக்குப் பேருந்துகள் இயக்கப்பட்டன.

4.9.1998 அன்று கைது செய்யப்பட்டுப் பொய் வழக்கு போடப்பட்ட மாஞ்சோலைத் தொழிலாளர்கள் 127 பேரும் திருச்சி சிறையில் வாடிக்கொண்டிருந்தார்கள். அவர்களைச் சிறைச்சாலையில் சென்று பார்க்கக்கூட ஆள் இல்லை. வேலைநிறுத்தம் காரணமாக அவர்களின் உறவினர்கள் வேலைக்குச் செல்லவில்லை. சம்பளம் கிடையாது. நகரப் பகுதியில் படிக்கும் குழந்தைகளை சென்று பார்க்க முடியவில்லை. கூடவே போலீஸ் பற்றிய பயம். சிறையில் அடைக்கப்பட்ட மக்கள், பல ஊர்களைச் சேர்ந்தவர்கள். அதில் அதிகமானோர் நெல்லை மாவட்டம் என்றாலும் பலர் கேரளத்தைச் சேர்ந்தவர்கள். 300 கிலோ மீட்டர்

10.9.1998 தினமலர்

மாஞ்சோலையில் அடிப்படை வசதியின்றி தவிக்கும் மக்கள்

திருநெல்வேலி, செப். 10— மாஞ்சோலையில் நடந்த தேயிலை தோட்ட தொழிலாளர்கள், போலீஸ் மோதல் குறித்து ம.தி.மு.க., சிறப்பு குழு ஆய்வு நடத்தி அறிக்கை தாக்கல் செய்துள்ளது.

மாவட்ட ம.தி.மு.க., துணைச் செயலாளர் வக்கீல் அமல்ராஜ் தலைமையில் அம்பாசமுத்திரம் ஒன்றிய செயலாளர் நடராஜன், மாநில மகளிர் அணி துணைச் செயலாளர் மீனாட்சி[illegible], முத்துசாமி, சண்முகசுந்தரம் ஆகியோர் கொண்ட குழு தேயிலை தோட்ட தொழிலாளர்களிடம் விசாரணை நடத்தியது.

கோரிக்கையை வலியுறுத்தி போராடிய தேயிலை தோட்ட தொழிலாளர்களை போலீஸ் துறை கண்மூடித்தனமாக தாக்கியுள்ளது. போலீசார் மாஞ்சோலை, காக்காச்சி, நாலுமுக்கு, குதிரைவெட்டி ஆகிய பகுதிகளில் அத்துமீறி வீடுகளுக்குள் சென்று பெண்களை தாக்கியுள்ளனர். போலீஸ் தடியடியில் காயமுற்ற சங்கரன், சவரிஅம்மாள், மீனாட்சி, மஞ்சுளா, ஓமனா, [illegible], சீனிவாசன் உட்பட பலர் சிகிச்சை பெற முடியாமல் எஸ்டேட் பகுதியில் இருந்து வருகின்றனர்.

போலீஸ் துறையின் கெடுபிடியால் எஸ்டேட் பகுதியில் பஸ் போக்குவரத்து முற்றிலுமாக துண்டிக்கப்பட்டுள்ளது. ரேஷன் கடைகள் மூலம் பொருட்கள் கிடைக்கவில்லை. இதனால் அத்தியாவசிய பொருட்கள் கிடைக்காமல் அவதிப்படுகின்றனர். நோய்வாய்ப்பட்டவர்களுக்கு மருந்து வாங்குவதற்கு பொதுமக்கள் மிகவும் சிரமப்படுகின்றனர். மூன்றாம் வகுப்பு மாணவர் மரியராஜ் போலீஸ் தடியடியில் பாதிக்கப்பட்டுள்ளார். அனைத்து பள்ளிகளும் மூடப்பட்டுள்ளது. அத்தியாவசிய பொருட்கள் பொதுமக்களுக்கு கிடைக்கவில்லை, டெலிபோன் வசதி துண்டிக்கப்பட்டுள்ளது. எஸ்டேட் தொழிலாளர்கள் கல்லிடைகுறிச்சி, அம்பாசமுத்திரம், திருநெல்வேலி ஆகிய பகுதிகளில் கண்டதும் போலீசார் கைது செய்து வருகின்றனர்.

இவ்வாறு ம.தி.மு.க., தனது அறிக்கையில் கூறியுள்ளது. இது பற்றி நடவடிக்கை எடுக்கவும் கோரியுள்ளது.

தொலைவில் உள்ள திருச்சிக்குப் போய் எப்படிப் பார்க்க முடியும். இந்தப் போராட்டத்தைப் புதிய தமிழகம் கட்சிதான் முன்னின்று நடத்தியது. மற்ற அரசியல் கட்சிகள் வேடிக்கைப் பார்க்கும் சூழ்நிலைதான் இருந்தது. தொழிலாளர்களும், புதிய தமிழகம் கட்சியும் வேறு யாருடைய உதவியையும் எதிர்பார்க்கவில்லை. ஆனால் பின்னாளில் அடுத்த கட்டப் போராட்டத்திற்குப் பிறக் கட்சித் தலைவர்கள் ஆதரவு கொடுத்தார்கள்.

முதலில் அந்த 127 பேரையும் சிறைச்சாலையிலிருந்து வெளியே கொண்டுவர வேண்டும். அந்தத் தொழிலாளர்கள் நான்கு பிரிவாகப் பிரிக்கப்பட்டு அவர்கள் மீது வழக்கு போடப் பட்டது. நான்கு வழக்குகளும் மாவட்ட அமர்வு நீதிமன்ற அளவில் விசாரிக்கும் வழக்குகள். மாவட்ட அமர்வு நீதிமன்றத்தில் தான் ஜாமீன் மனு தாக்கல் செய்ய வேண்டும். யார் தாக்கல் செய்வது? யார் பணம் செலவு செய்வது? மாவட்ட அமர்வு நீதிமன்ற ஜாமீன் கிடைத்தால் கண்டிப்பாக நிபந்தனை ஜாமீன்தான் கிடைக்கும். அந்த 127 பேரில் ஒருவேளை பணம் செலவழிக்க வசதி உள்ள ஒருவர் தனியாக ஒரு வழக்கறிஞரை வைத்து ஜாமீன் எடுத்தாலும் அவருக்கு ஜாமீன் கொடுக்க இருவர் வேண்டும். அதிலும் அது நிபந்தனை ஜாமீன் என்கிறபோது அந்த நிபந்தனை கண்டிப்பாக வேறு தொலைவான ஏதாவது ஒரு ஊரில் தங்கியிருந்து குறைந்தது ஒரு மாதமாவது அங்குள்ள காவல் நிலையத்தில் கையெழுத்துப் போட வேண்டும் என்பதாக இருக்கும். இதுதான் விதிமுறை.

இப்படி ஜாமீன் கிடைத்தால் அது சிறையில் இருப்பவர்களை மேலும் கஷ்டப்படுத்துவதாகும். வேலைநிறுத்த காலகட்டம். பணம் செலவு செய்வது யார்? முதலில் அந்தப் போராட்டத்தை அரசாங்கமும் காவல்துறையும் ஒரு இனத்தைச் சார்ந்த பிரச்சினையாகச் சித்திரித்தது. அந்தக் காரணத்தையே காவல்துறை நீதிமன்றத்தில் கூறினால் ஜாமீன் கிடைப்பது கடினம்.

எனவே இந்தப் பிரச்சினையை ஆராய்ந்து ஒரு முடிவுக்கு வந்தேன். திருநெல்வேலி மாவட்ட நீதிமன்றத்தில் மிகவும் பிரபலமான மங்களா எஸ். ஜவஹர்லால் (ஜனதா தளம்) ஆ. கருப்பையா (அஇஅதிமுக) ஆர்.எஸ். வெங்கடாச்சலம் (காங்கிரஸ்) எம். பெருமாள் பாண்டியன் (திமுக) ஆகிய மூத்த வழக்கறிஞர்கள் நால்வரையும் வைத்து ஜாமீன் மனு தாக்கல் செய்ய ஏற்பாடு செய்தேன். சிறையில் இருப்பவர்களுக்கும் ஜாமீன் கொடுக்க வசதி இல்லை. எனவே சொந்த ஜாமீன் கொடுக்க நீதிமன்றம் ஆணை பிறப்பிக்க வேண்டும்; நிபந்தனை இல்லாத ஜாமீன் ஆணையும் பிறப்பிக்க வேண்டுமென்று வாதாடப்பட்டது. அந்த ஜாமீன் மனு விசாரணைக்கு வரும் ஒவ்வொரு நாளிலும் குறிப்பு எடுத்துக்கொடுப்பதும் அந்த மூத்த வழக்கறிஞர்களுக்கு வழக்கு சம்மந்தமான ஆவணங்கள் எடுத்துக் கொடுப்பதும் வழக்குப் பற்றிய அவ்வப்போதைய நிலையை எடுத்துச் சொல்வதுமான எல்லா அலுவலகப் பணிகளையும் நான் செய்தேன். மாஞ்சோலைத் தொழிலாளர்கள் போராட்டத்தைப் பற்றியும் வழக்குகள் அனைத்தும் பொய் வழக்குகள் என்றும் மாஞ்சோலையில் நடந்தது இனப்பிரச்சினை அல்ல; அது கூலி உயர்வு உள்பட பல கோரிக்கைகள் அடங்கிய தொழிலாளர் போராட்டம். போன்ற தகவல்களை எடுத்துக் காட்டி அந்த மூத்த வழக்கறிஞர்கள் வாதாடினார்கள். ஜாமீன் மனு விசாரணைக்கு வரும் போதெல்லாம் காவல்துறை தரப்பில் வாதாடும் அரசு குற்றத்துறை வழக்கறிஞர் தொழிலாளர்களை ஜாமீனில் விடக் கூடாது என்று கடுமையான எதிர்ப்பு தெரிவித்தார். ஆனால் மாவட்ட அமர்வு நீதிபதி மேன்மை தாங்கிய பேச்சிமுத்து அந்தத் தொழிலாளர்கள் 127 பேரையும் அவர்கள் சொந்த ஜாமீனில் விடுதலை செய்தார். கல்லிடைக்குறிச்சி காவல்நிலைய சரகத்தில் தங்கியிருந்து தினமும் கையெழுத்துப் போட வேண்டுமென்ற நிபந்தனை விதித்து ஜாமீன் உத்தரவு பிறப்பித்தார். கல்லிடைக்குறிச்சி காவல்நிலைய நிபந்தனை ஜாமீன் என்பதும் எதிர்காலத்தில் அந்த மக்களுக்குப் பெரிய சோதனைக் காலமாக அமைந்துவிட்டது.

இக்கட்டான அந்தக் காலகட்டத்தில் அந்த 127 தொழிலாளர் களை ஜாமீன் எடுப்பதற்காக எடுத்த முயற்சியில் அப்போது

திண்டுக்கல் இரயில்வே ஸ்டேஷன் மாஸ்டராகப் பணிபுரிந்த மாஞ்சோலையைச் சேர்ந்த அரிமா வி.எம். செல்லத்துரையும் நாலுமுக்கு எஸ்டேட் தொழிற்சாலையில் பணிபுரிந்த அப்போதைய வேலைக்குழு செயலாளர் அருள்ராஜின் மகன் அன்றைய பிஎஸ்என்எல். பொறியாளர் டோம்னிக் என்ற தியாகராஜனும் கடுமையாகப் பணியாற்றியதோடு, அதிகமான பண உதவியும் செய்தார்கள்.

அம்பாசமுத்திரம் தொகுதி சட்டமன்ற உறுப்பினராக ஆவுடையப்பனிடம் இருந்த மாஞ்சோலைத் தொழிலாளர்கள் தங்களுக்கு ஏற்பட்ட பாதிப்புகளைப் பற்றி எடுத்துச் சொன்னார்கள். சிறையில் அடைக்கப்பட்ட தொழிலாளர்கள் சிறையில் இருந்து வெளியே வரத் தேவையான உதவிகளை அவரும் செய்தார். ஆளுங் கட்சி சட்டமன்ற உறுப்பினராக இருந்ததால் அவர் நேரடியாக நீதிமன்றத்திற்கு வர முடியவில்லை என்றாலும் தன்னால் இயன்ற வழிகளில் ஆதரவு கொடுத்தார்.

44

போராட்டத்தில் விழுந்த கொலை

4.9.1998இல் தொழிலாளர்கள் 127 பேர் கைது செய்யப்பட்டுச் சிறையில் இருந்த காலத்தில் புதிய தமிழகத்தைச் சேர்ந்தவர்களும் போராட்டக் காரர்களும் வேலை நிறுத்தம் செய்துகொண்டி ருந்தார்கள். ஆனால் நாட்கள் செல்லச் செல்லப் போராட்டத்தின் வீரியம் கொஞ்சம் குறைய ஆரம்பித்தது. தொழிலாளர்களில் சுமார் 30 சதவீதத்தைச் சேர்ந்தவர்கள் வேலைக்குச் சென்று விட்டார்கள். அவர்களை வைத்து BBTC நிர்வாகம் முக்கியமான வேலைகளை வாங்கிக் கொண்டிருந்தது. சிறையிலிருந்து வெளியே வந்தவர்கள் கல்லிடைக்குறிச்சி திலகர் வித்யாலயம் பள்ளிக்கு எதிரில் உள்ள வடக்கு புதுத் தெருவில் தங்கியிருந்து காவல் நிலையத்தில் கையெழுத்துப் போட்டுவந்தார்கள். வேலைநிறுத்தம் செய்த மக்கள் வருமானம் எதுவும் இல்லாமல் மிகவும் சங்கடப் பட்டு வந்தனர். ஏற்கனவே 30 சதவீதத் தொழி லாளர்கள் வேலைக்குத் திரும்பிவிட்ட நிலையில் மற்றவர்களும் வேலை நிறுத்தத்தைத் தொடர்வதா அல்லது வேலைக்குச் செல்வதா என்ற சஞ்சலத் திற்கு ஆட்பட்டார்கள். கல்லிடைக்குறிச்சி காவல் நிலையத்தில் நிபந்தனை கையெழுத்துப் போட்ட 127 பேரும் சுமார் 10 நாட்கள் கையெழுத்துப் போட்டிருந்தார்கள். ஒரு மாதம் கையெழுத்துப் போட்டால் அவர்கள் நிபந்தனை முடிந்துவிடும். அதற்குப் பிறகு அவர்கள் எந்த இடத்திற்கும் செல்ல

லாம். அந்த நேரத்தில் தான் 25.10.1998 அன்று மாஞ்சோலையில் கங்காணியாகப் பணிபுரிந்த அந்தோணி முத்து கொலை செய்யப்பட்டார்.

அவ்வளவுதான். வெண்ணெய் திரண்ட நேரத்தில் தாழி உடைந்ததுபோல போராட்டத்தின் போக்கே மாறிவிட்டது. எஸ்டேட் பகுதிகள் எங்கும் ஒரே அச்சம். ஒரே பதற்றம். வேலை நிறுத்தப் போராட்டத்தில் கலந்துகொண்ட தொழிலாளர்களை ஒடுக்குவதற்கும் போராட்டத்தை நசுக்குவதற்கும் போராட்டக் களத்தில் தீவிரமாகச் செயல்பட்டவர்களைப் பழிவாங்குவதற்கும் இதுதான் தக்க தருணம் என்று நினைத்த BBTC கம்பெனி அந்தக் கொலையை வைத்துச் சரியாக ஆடுபுலி ஆட்டம் ஆடியது. காவல்துறை BBTCகம்பெனி கை நீட்டிக் காட்டிய தொழிலாளர்களையும் டாக்டர் கிருஷ்ணசாமியையும் சேர்த்து 11 பேர் மீது வழக்குப் பதிவுசெய்தது.

அந்தக் கொலை வழக்கில் மாஞ்சோலை காவல்நிலைய குற்ற எண் 33/1998இன் படி இந்திய தண்டனைச் சட்டம் பிரிவுகள் 147, 148, 341, 120, 302இன் கீழ், 1. ஜோசப் என்ற ஜோஸ் 2. சிங்காரயன் 3. ஜெயபால் 4. சாமுவேல் 5. மணிவண்ணன் 6. சின்னச்சாமி 7. வேல்சாமி 8. ராபர்ட் 9. பால் ரத்தினசாமி 10. கிருஷ்ணகாந்தன் யாதவ் 11. டாக்டர் கிருஷ்ணசாமி ஆகியோர் குற்றவாளிகளாகச் சேர்க்கப்பட்டார்கள். அதில் டாக்டர் கிருஷ்ணசாமி, பால் ரத்தினசாமி, கிருஷ்ணகாந்தன் யாதவ் ஆகிய மூவரும் அந்தக் கொலையைச் செய்வதற்கு உடந்தையாக இருந்து சதிச் செயல் செய்ததாகவும் மற்ற எட்டுப் பேரும் நேரடியாக அந்தக் கொலையைச் செய்ததாகவும் சொல்லி அந்த எட்டுப் பேரும் கைது செய்யப்பட்டார்கள். எட்டுப் பேருக்கு ஆயுள் தண்டனை வழங்கியும் டாக்டர் கிருஷ்ணசாமி, கிருஷ்ணகாந்த் யாதவ் பால் ரத்தினசாமி உட்பட மூன்று பேரை விடுதலை செய்தும் தீர்ப்பு வழங்கப்பட்டது. அந்த எட்டுப் பேரும் உயர் நீதிமன்றத்திலும் உச்சநீதிமன்றத்திலும் மேல் முறையீடு செய்தும் எந்தப் பலனுமில்லாமல் அவர்களின் தண்டனை உறுதி செய்யப்பட்டது. 14 ஆண்டு காலம் சிறையில் இருந்துவிட்டுத்தான் வெளியில் வந்தார்கள்.

> ஆயிரம் குற்றவாளிகள் தப்பித்துவிட்டாலும்
> ஒரு நிரபராதி தண்டிக்கப்பட்டுவிடக்கூடாது

என்பது சட்டத்தின் தலையாய விதி என்றாலும் இந்த வழக்கின் தீர்ப்பு புரியாத புதிராகவே இருந்தது.

அதேபோல மாஞ்சோலையில் ஐஎன்டியுசி தொழிற் சங்கத்தைச் சேர்ந்த தீவிரமான தொழிற்சங்கத் தலைவர்

பாலகிருஷ்ணன் ஒரு சிலரால் கடத்தப்பட்டுச் சங்கரன்கோயில் அருகில் வைத்துக் கொலை செய்யப்பட்டார். அந்த வழக்கில் குற்றம் சாட்டப்பட்டவர்கள் மீது குற்றம் நிரூபிக்கப்படாததால் விடுதலை செய்யப்பட்டார்கள். மாஞ்சோலையில் கங்காணியாகப் பணிபுரிந்த முகம்மது, அவர் மனைவி செய்னவா ஆகியோர் தொழிலாளர்கள் வேலைநிறுத்தம் செய்த நேரத்தில் கலந்து கொள்ளாமல் வேலைக்குச் சென்றார்கள். அவர்கள் வேலைக்குச் சென்றதைச் சிலர் தடுத்து தகராறு செய்தார்கள். அதனால் அவர்கள் மீது வழக்கு பதிவு செய்யப்பட்டது. வழக்குப் பதிவு செய்யப்பட்டவர்கள் தரப்பிலிருந்து முகம்மது கங்காணியின் மகன்களான ரஷீத், மஜீத் ஆகியோர் மீது வழக்குப் பதிவு செய்யப்பட்டது. பின்னர் அந்த இரண்டு வழக்குகளும் சமரசமாகப் பேசி முடிக்கப்பட்டன.

4.9.1998 மறியல் போராட்டத்திற்குப் பிறகும் இரண்டு கொலைகள் நடந்த பிறகும் மாஞ்சோலையில் தொழிலாளர்கள் காவல் துறையினரால் படுமோசமாகப் பழிவாங்கப்பட்டார்கள். குறிப்பாகப் பச்சமட்டை மாடசாமி என்ற போலீஸ் சப் இன்ஸ்பெக்டர் மாஞ்சோலை காவல்நிலைய அதிகாரியாக அப்போது நியமிக்கப்பட்டார். அவர் எஸ்டேட் மக்களைக் கண்மூடித்தனமாக அடித்து உதைத்துக் காரணமில்லாமல் பொய் வழக்குப் போட்டார். கூலி உயர்வு கேட்டு வீதிக்கு இறங்கிய தொழி லாளர்கள் வாழ வழி தெரியாமல் பரிதவித்தார்கள். அதைத் தொடர்ந்து பல போராட்டங்கள் நடந்தன. மாஞ்சோலை மலை யில் போராடிய மக்கள் தங்கள் கோரிக்கைகளையும் நியாயங் களையும் அரசாங்கத்திடம் எடுத்து வைப்பதற்காக மாவட்ட ஆட்சித் தலைவரிடமும் மாநில ஆட்சித் தலைமையிடமும் முறையிட்டார்கள். பல பேச்சுவார்த்தைகள் நடந்தன. அன்றைய தொழிலாளர் நல அமைச்சர் ரகுமான்கான் தலைமையில் அரசாங்கம், *BBTC* நிர்வாகம், போராட்டக் குழு அடங்கிய முத்தரப்புப் பேச்சுவார்த்தை நடைபெற்றது. ஆனால் எந்த முடிவும் ஏற்படவில்லை.

ஆண்டாண்டுக் காலமாக அந்தத் தொழிலாளர்களின் பிரச்சினைகளை நன்கு தெரிந்த பழம்பெரும் அனுபவம் வாய்ந்த தொழிற்சங்கத் தலைவர்களான என். ஆறுமுகம் ஐஎன்டியுசி அ. தாசன் திமுக இ. தளவாய் ஏஐடியுசி ஹேமச்சந்திரன் சிஐடியு போன்றவர்களின் ஆலோசனையை வேலைநிறுத்தப் போராட்டக் குழுவும் போராட்டத் தலைமையும் கேட்க முன் வரவில்லை என்பதைவிட அந்தத் தலைவர்கள் எல்லாம் போராட்டக்காரர்களால் புறக்கணிக்கப்பட்டார்கள் என்பது அன்றைய நடுநிலையாளர்களின் கருத்து. ஒருவேளை அந்தத்

தலைவர்களின் அனுபவத்தையும் ஆலோசனைகளையும் கேட்டிருந்தால் போராட்டம் வெற்றி பெற்றிருக்கலாம் என்று பின்னாளில் தொழிலாளர்களிடமே கருத்து நிலவியது. எந்த ஒரு போராட்டமும் நீண்ட நெடிய பயணத்தைத் தொடர வேண்டுமானால் சாதுர்யமும் சமயோசித சிந்தனையும் இருக்க வேண்டும். வேலைநிறுத்தம் செய்த தொழிலாளர்களுக்கு அடுத்த கட்ட நடவடிக்கை பற்றித் தெரியவில்லை. பொருளாதாரத் தேவை, குழந்தைகள் கல்விச் செலவு, போராட்டக் காலத்தில் வந்த ஓணம், தீபாவளி, கிறிஸ்துமஸ், பொங்கல் பண்டிகை காலங்களில் குடும்பங்களின் தேவைகள் போராட்டத்தில் தொய்வை ஏற்படுத்தின. அதேபோலத் தேயிலைத் தோட்டத்திலும் தொழிற்சாலையிலும் வேலை செய்த மக்கள் போராட்டக் காலத்தில் புலம் பெயர்ந்து நாட்டுப்பகுதிக்குச் சென்றும் எஸ்டேட்டிலிருந்த கேரள மக்கள் கேரளம் சென்றும் என்ன வேலை செய்வது என்று தங்களைத் தாங்களே கேள்வி கேட்டுக் கொண்டதும் போராட்டத்தின் போக்கைப் பின்னுக்குத் தள்ளியது. போராட்டத் தலைமைக்குப் பொருளாதாரப் பின்புலம் இல்லாததும் போராட்டத்தை முடக்கியது. இழுத்துச் செல்லக் கூடிய சூழ்நிலை உருவானது.

போராட்டத்தினால் எந்தக் கோரிக்கையும் நிறைவேறாத நிலையில் 1999ஆம் ஆண்டு மே மாதம் 2ஆவது வாரத்தில் திருநெல்வேலி வி.எம்.சத்திரம் அருகில் உள்ள ஆரோக்கியநாதபுரம் என்ற இடத்தில் ஒன்று கூடிய பேராட்டக் குழுவைச் சேர்ந்த சுமார் 600க்கும் மேற்பட்ட தொழிலாளர்கள் மாவட்ட ஆட்சித் தலைவர் இல்லத்திற்கு முன்பு தங்கள் கோரிக்கைகளை முன்வைத்து ஆர்ப்பாட்டம் செய்ய ஊர்வலமாக வந்தபோது அவர்கள் அனைவரும் கைது செய்யப்பட்டு, திருச்சிராப்பள்ளி சிறையில் அடைக்கப்பட்டார்கள். சிறையில் அடைக்கப்பட்டுச் சுமார் 60 நாட்களுக்கு மேல் ஆகியும் போராட்டக் குழுவின் கோரிக்கை எதுவும் நிறைவேற்றப்படவில்லை. பேச்சுவார்த்தைகளிலும் எந்த முன்னேற்றமும் ஏற்படவில்லை. ஏறத்தாழ 11 மாதங்களாகத் தொழிலாளர்கள் நடத்திய வேலைநிறுத்தப் போராட்டம் பல கட்டங்களைத் தாண்டி மலைப்பகுதியிலும் மாநகர் பகுதியிலும் போராடியும் அவர்கள் கோரிக்கைகள் நிறைவேறாத காரணத்தால் அடுத்த தீவிரமான கட்டத்தை நோக்கிப் போராட்டப் பயணம் புறப்பட்டது. ஆனால் அந்தப் பயணம் தான் போராட்டத்தின் இறுக்கமான இறுதிக் கட்டமாக இருக்கும் என்று யாரும் நினைக்கவில்லை.

45

தாமிரபரணி படுகொலை

வரலாற்றுச் சிறப்பு மிக்க வற்றாத ஜீவ நதியாம் தாமிரபரணி நதியே, அன்று ஒருநாள் மட்டும் நீ வற்றியிருக்கக் கூடாதா, அன்று கூலி உயர்வு கேட்டுத்தானே நாங்கள் உரிமைக்குரல் எழுப்பினோம். எங்கள் 17 பேரையும் ஏன் காவு கொண்டாய்.

மறக்க முடியமா அந்தக் கருப்பு நாளை 1999 ஜூலை 23; வெள்ளிக்கிழமை. அந்த நாளிலிருந்து சுமார் 60 நாட்களுக்கு முன்பாக தங்கள் கோரிக்கை களை வலியுறுத்தி மாவட்ட ஆட்சித் தலைவர் முகாம் அலுவலகத்தை முற்றுகையிட்டுப் போராட்டம் செய்யத் துணிந்த மாஞ்சோலைத் தொழிலாளர்கள் சுமார் 600 பேருக்கு மேல் பெண்களும் ஆண்களும் கைது செய்யப்பட்டு மீண்டும் திருச்சி சிறைச் சாலையில் அடைக்கப்பட்டார்கள். அவர்கள் அடை பட்டுச் சுமார் 2 மாதங்களுக்கு மேல் ஆகியும் எந்தத்

தீர்வும் எட்டப்படவில்லை. போராட்டம் வெடித்துச் சுமார் 11 மாதங்களுக்கு மேல் ஆகியும் நிர்வாகம் அசைந்து கொடுக்கவில்லை. அரசாங்கமும் கண்டுகொள்ளவில்லை. எனவே மாஞ்சோலைத் தொழிலாளர்களுக்கு நிர்வாகம் தீர்வு சொல்ல வேண்டும் என்றும் அரசாங்கம் இதில் தலையிட வேண்டும் என்றும் பல கோரிக்கைகள் தாங்கிய மனுவை நெல்லை மாவட்ட ஆட்சித் தலைவரிடம் சமர்ப்பிப்பதற்காக 23.7.1999 அன்று காலை சுமார் 11 மணி அளவில் புதிய தமிழகம் கட்சி, போராட்டக் குழு சார்பில் டாக்டர் கிருஷ்ணசாமி தலைமையில் அன்றைய தமிழ்நாடு சட்டப் பேரவையின் எதிர்க்கட்சித் தலைவர் சோ. பாலகிருஷ்ணன், அப்போதைய சட்டமன்ற உறுப்பினர்கள் ஜே.எம். ஹாரூன், அப்பாவு, வேல்துரை, ஈஸ்வரன், மார்க்சிஸ்ட்டு கம்யூனிஸ்ட் கட்சி மாவட்டச் செயலாளர் பழனி, இந்திய கம்யூனிஸ்ட் கட்சி மாவட்டச் செயலாளர் எம்.எஸ்.தேனு ஆகியோர் முன்னிலையில் மாஞ்சோலை தொழிலாளர்களும் அவர்களுக்கு ஆதரவாக ஆயிரக்கணக்கான பொதுமக்களும் திருநெல்வேலி இரயில் நிலையத்திலிருந்து ஊர்வலமாகப் புறப்பட்டு வந்தார்கள்.

அந்த ஊர்வலம் திருநெல்வேலி சந்திப்பு அம்பேத்கர் சிலை, அண்ணா சிலை, தேவர் சிலை, கொக்கிரகுளம் ஆற்றுப் பாலம் கடந்து திரும்பி எம்ஜிஆர் சிலை வழியாக மாவட்ட ஆட்சித் தலைவர் அலுவலக வாசலுக்கு வந்தது. அங்கு நுழைவு வாயிலில் அதிகமான போலீஸ் பாதுகாப்பு போடப் பட்டிருந்தது. ஊர்வலத்தில் வரும்போது தலைவர்கள் எல்லாம் ஒரு ஜீப்பில் ஏறி வந்தார்கள். ஊர்வலம் மாவட்ட ஆட்சித் தலைவர் அலுவலக வளாக வாசலில் காவல் துறையினரால் தடுக்கப்பட்டது. தலைவர்கள் 5 பேர் மட்டும் உள்ளே சென்று மனு கொடுக்கலாமென்றும் அவர்கள் வந்த ஜீப் உள்ளே செல்வதற்கு அனுமதி இல்லையென்றும் காவல் அதிகாரிகள் கூறினார்கள். அந்த நேரத்தில் கட்டுக்கடங்காத கூட்டத்திற்கும் காவல் துறைக்குமிடையே தள்ளுமுள்ளு ஏற்பட்டது. போலீஸ் பாதுகாப்பு வளையத்தின் முன் வரிசையில் பெண் போலீசார் விரிசையாக நின்று கொண்டிருந்தார்கள். கூட்டத்தினருக்கும் காவல் துறைக்கும் தள்ளுமுள்ளு ஏற்பட்டபோது தடுப்புக் கம்பி கீழே சாய்ந்துவிட்டது. அப்போது அதைப் பிடித்துக்கொண்டிருந்த பெண் போலீஸ் ஒருவர் கீழே விழுந்துவிட்டார்.

அவ்வளவுதான். உடனே கண்மூடித்தனமான தடியடி நடந்தது. கண்ணீர்ப் புகைக் குண்டுகள் வீசப்பட்டன. துப்பாக்கி யிலிருந்து தோட்டாக்கள் பறந்தன. கூட்டத்தினர் சிதறி ஓடினார்கள். போராட்டக்காரர்கள் விரட்டி விரட்டி அடிக்கப்பட்டார்கள். தப்பிப்பதற்காக அருகில் உள்ள தாமிரபரணி ஆற்றுக்குள்

ஓடியவர்களையும் காவல்துறை துரத்தித் துரத்தி அடித்தது. பலருக்கும் கடுமையான காயங்கள் ஏற்பட்டன. விளைவாக 17 பேர் செத்தே போனார்கள். 17 பேர் சாகக் கூடிய அளவிற்கு அங்குப் பெரிய கலவரம் ஒன்றும் நடக்கவில்லை. அரசு அலுவலகங்கள் சூறையாடப்படவில்லை. அரசுக்குச் சொந்தமான வாகனங்கள் போராட்டக்காரர்களால் சேதப்படுத்தப்படவில்லை. எந்த அசம்பாவிதமும் நடைபெறவில்லை. தாமிரபரணி நதி அன்று நாதியற்ற மக்களின் மயானமாக மாறியது. அன்று நடந்தது பெயர்தான் தாமிரபரணி படுகொலை என்றும் தென்னகத்தில் நடந்த ஜாலியான் வாலாபாக் படுகொலை என்றும் ஊடகங்களால் குறிப்பிடப்பட்டது.

நீதிபதி மோகன் கமிஷன்

17 பேர் இறப்பு குறித்து விசாரணை நடத்த அன்றைய தமிழக அரசு ஓய்வு பெற்ற உச்ச நீதிமன்ற நீதிபதி மோகன் தலைமையில் ஒரு விசாரணைக் கமிஷன் அமைத்தது. பல மனித உரிமை அமைப்புகளும் சமூக ஆர்வலர்களும் பல அரசு சாரா அமைப்புகளும் அந்தப் படுகொலை சம்மந்தமாகப் பொது விசாரணை நடத்தி மோகன் கமிஷன் முன்பு ஒரு அறிக்கை தாக்கல் செய்தன. மும்பை உயர் நீதிமன்றத்தில் பணி செய்து ஓய்வு பெற்ற முன்னாள் நீதிபதி வி. சுரேஷ், தமிழ்நாடு காவல் துறையில் தலைமை இயக்குநராகப் பணியாற்றி ஓய்வுபெற்ற வி.ஆர். லட்சுமி நாராயணன், திருநெல்வேலி மனோன்மணியம் சுந்தரனார் பல்கலைக்கழக முன்னாள் துணைவேந்தர் கல்வியாளர் வசந்தி தேவி, ஓய்வுபெற்ற முன்னாள் ஐ.ஏ.எஸ்.அதிகாரி வி. கருப்பன் ஆகியோர் அந்தப் பொது விசாரணைக் குழுவின் அங்கங்களாகச் செயல்பட்டார்கள். அந்தப் பொது விசாரனை அறிக்கையில் அன்றைக்குக் காவல் துறையின் மனித உரிமை மீறல் நடவடிக்கை பற்றியும் மாவட்ட ஆட்சித் தலைவரிடம் மனு கொடுக்க வந்த போராட்டக்காரர்களைத் தாமிரபரணி நதி வரையிலும் விரட்டி அடித்த கொடூரத்தைப் பற்றியும் அதனால் 17 பேர் செத்துப்போனார்கள் என்பதைப் பற்றியும் தெளிவாகக் குறிப்பிடப்பட்டிருந்தது. ஆனால் அதைப் பற்றி நீதிபதி மோகன் கமிஷன் தனது அறிக்கையில் எதுவும் குறிப்பிடவில்லை.

1999 ஜூலை 23 தாமிரபரணிப் படுகொலையை ஜாலியன் வாலாபாக் படுகொலையுடன் ஒப்பிட்டு முதலில் கருத்துத் தெரிவித்த பத்திரிகை தி இந்து குழுமத்திலிருந்து வெளிவரும் ஃப்ரன்ட்லைன் மாதமிருமுறை இதழ். அதுதான் அந்த நிகழ்வைத் தோலுரித்துக் காட்டியது. நீதிபதி மோகன் கமிஷன் அறிக்கை 1999 நவம்பர் 13ஆம் தேதி தமிழ்நாடு சட்டமன்றத்தில் தாக்கல்

செய்யப்பட்டது. போரட்டப் பேரணியில் வந்த கூட்டத்தை அந்தத் தலைவர்களால் கட்டுப்படுத்த முடியவில்லையென்றும் வேறு வழி இல்லாமல் காவல்துறை தடியடி நடத்தியதாகவும் அதனால் கூட்டத்தினர் தப்பிப்பதற்காக ஓடிச் சென்று தாமிரபரணி ஆற்றில் விழுந்துவிட்டதாகவும் அதுவே 17 பேரின் சாவுக்குக் காரணம் என்றும் அறிக்கை குறிப்பிட்ட கூட்டத்தில் யாரோ ஒருவர் ஒரு பெண் காவலரை மானபங்கப்படுத்தியதாகவும் சொல்லப்பட்டது. ஆனால் அதற்கான எந்த ஆதாரத்தையும் காவல் துறையோ அல்லது அரசோ முன்வைக்கவில்லை. பாதிக்கப்பட்ட குடும்பத்திற்கு நிவாரணமாகக் கொடுக்கப்பட்டு 17 பேரின் படுகொலை பாதாளத்தில் குழிதோண்டிப் புதைக்கப்பட்டது.

ரத்த பூமியில் நீதிபதி ரத்னவேல் பாண்டியன்

நாட்டில் பல இடங்களில் பல முறை, போராட்டங்கள் நடந்த நேரங்களில், துப்பாக்கிச் சூடு நடைபெற்ற காலங்களில் அவ்வப்போது ஓய்வு பெற்ற நீதிபதிகள் தலைமையில் விசாரணைக் கமிஷன்கள் நடந்துள்ளன. அந்த நீதிபதிகள் பல வகைகளில் தங்கள் தீர்ப்பை வெளிப்படுத்தியுள்ளார்கள். இங்கு உச்ச நீதிமன்ற ஓய்வு பெற்ற நீதிபதி மோகன் அவர்கள் தனது தீர்ப்பை ஒருவிதமாக அளித்தார். நெல்லை மாவட்டம் தாமிரபரணிக் கரையில் உள்ள திருப்புடைமருதூரில் பிறந்த முன்னாள் உச்ச நீதிமன்ற நீதிபதி ரத்னவேல் பாண்டியனும் இதேபோன்ற ஒரு கமிஷனுக்குத் தலைமையேற்று முக்கியமானதொரு தீர்ப்பைச் சமர்ப்பித்தார். 2000ஆமாவது ஆண்டில் காஷ்மீர் பள்ளத்தாக்கில் அனந்த்நாக் மாவட்டத்தில் அன்றைய அரசாங்கத்தை எதிர்த்து ஒரு ஆர்ப்பாட்டம் நடைபெற்றது. ஆர்ப்பாட்டக்காரர்கள் அமைதியாக ஊர்வலம் சென்றார்கள். அப்போது அங்குள்ள சி.ஆர்.பி.எஃப். படையினரும் உள்ளூர் போலீசாரும் அந்தக் கூட்டத்தை நோக்கிச் சுட்டார்கள். அதில் ஏழு பேர் சுட்டுக் கொல்லப்பட்டார்கள் 14 பேர் கடுமையாகக் காயமடைந்தார்கள். அந்தப் படுகொலை பற்றி விசாரிப்பதற்காக அரசாங்கத்தால் பரிந்துரைக்கப்பட்ட பல நீதிபதிகள் அங்குச் செல்ல மறுத்தார்கள். எனவே ஓய்வுபெற்ற உச்ச நீதிமன்ற நீதிபதி ரத்னவேல் பாண்டியனை அந்த விசாரணைக் கமிஷன் தலைவராகக் காஷ்மீர் அரசு நியமித்தது. காஷ்மீர் கலவரம் மிகுந்த பகுதி என்றாலும் அந்தப் பகுதிக்குள் சென்று விசாரணை நடத்தினார். விசாரணையின் முடிவில் அந்தத் துப்பாக்கிச் சூடு நடத்திய போலீஸ் அதிகாரிகள்மீது இந்திய தண்டனைச் சட்டம் பிரிவு 302இன் படி கொலை வழக்குப் பதிவு செய்து தண்டனை கொடுக்கவேண்டுமென்று சொன்னார். அந்தக்

கமிஷன் விசாரணைக்காக அரசாங்கம் கொடுத்த கணிசமான சம்பளத்தையும் பாதிக்கப்பட்டவர்களுக்கே அளித்தார். மோகன் கமிஷனும் ஒரு தீர்ப்புதான்; இதுவும் ஒரு தீர்ப்புதான் 3.12.2000 தேதியிட்ட ஜூனியர் விகடன் இதழ் "ரத்த பூமியில் ரத்னவேல் பாண்டியன்" என்ற தலைப்பில் அவரைப் பற்றி ஒரு கட்டுரை எழுதியிருந்தது.

மாஞ்சோலை பிரச்சினைக்காகப் பலமுறை போராட்டங்கள் நடத்தியும் அதைக் கண்டுகொள்ளாத அன்றைய அரசாங்கம் திருச்சிராப்பள்ளி சிறையில் அடைக்கப்பட்டிருந்த 600க்கும் மேற்பட்ட மாஞ்சோலை தொழிலாளர்களைத் தாமிரபரணி படுகொலை நடந்தவுடனேயே எந்த நிபந்தனையும் இல்லாமல் விடுதலை செய்தது. அவர்கள் சிறைச் சாலையிலிருந்து வெளியில் வந்தபின் ஊர் வந்து சேர்வதற்கே மிகவும் சங்கடப்பட்டார்கள். காலம் செல்லச் செல்லப் போராட்டத்தின் வீரியம் குறைந்து கொண்டே வந்தது. அதன் பிறகு மாஞ்சோலை தொழிலாளர்கள் சிதறியும் பதறியும் போனார்கள். எங்கும் இல்லாத ஒற்றுமையோடும் தீவிரத்தோடும் போராட்டக் களத்திலே இறங்கிய தொழிலாளர் கூட்டம் சின்னாபின்னமாகச் சிதறிவிட்டது. ஒரு வருட கால வேலைநிறுத்தம், 4.9.1998 போராட்டத்தில் 127 பேர் கைது ஜாமீனில் வெளிவந்து குடும்பத்தோடு அலைந்து திரிந்தது, அந்தோணி முத்து கொலை வழக்கில் நிரபராதிகள் சிறை சென்றது பாலகிருஷ்ணன் கொலை வழக்கிலும் சிக்கித் தவித்தது அந்த வழக்கு விசாரணைக்காகப் போக்குவரத்து வசதி சரியாக

இல்லாததால் தாங்க முடியாத பொருளாதாரச் சிக்கல்கள் எனத் தொழிலாளர்கள் பல விதங்களிலும் திண்டாடினார்கள். அடுத்த பேரிடியாக அந்தோணி முத்து கொலை வழக்கின் தீர்ப்பு வந்தது. அதில் சேர்க்கப்பட்ட தொழிலாளர்கள் எட்டுப் பேருக்கும் ஆயுள் தண்டனை வழங்கப்பட்டது. 127 தொழிலாளர்கள் வழக்குகளை நடத்தப் பொதுத் தளத்திலிருந்து யாரும் எந்தச் சிறிய உதவியையும் செய்ய முன்வரவில்லை. அந்த மாஞ்சோலைப் பகுதியைச் சேர்ந்த நான்தான் வழக்குகளை நடத்தி அந்த 127 பேருக்கும் விடுதலை வாங்கிக் கொடுக்கப்பட்டது. கொலை வழக்கில் தண்டனை பெற்றுச் சிறையில் அடைக்கப்பட்டவர்களின் குடும்பம் அளவற்ற ஏழ்மையைச் சந்தித்தது. அவர்களின் வறுமையில் பரிதவித்தன.

அதற்குப் பிறகு தொழிலாளர்கள் எஸ்டேட்டில் வாழ்வதா வேண்டாமா என்ற யோசனைக்குத் தள்ளப்பட்டார்கள். மீண்டும் எஸ்டேட்டில் வேலை செய்ய வந்த மக்களை BBTC நிர்வாகம் ஈவிரக்கம் இல்லாமல் கசக்கிப் பிழிந்தது. சிலர் எஸ்டேட்டைக் காலி செய்து தங்கள் ஊர்ப்பகுதிகளிலும் கல்லிடைக்குறிச்சி யிலுள்ள பொன் மாநகர் என்ற பகுதிக்கும் புலம் பெயர்ந்து விட்டார்கள். கேரளத்தைச் சேர்ந்தவர்கள் சுமார் 80 சதவீதம் பேர் தங்கள் ஊருக்கே சென்றுவிட்டார்கள். வேறு எந்த இடத்திலும் வாழ வழியே இல்லாத மக்கள் மட்டும் எஸ்டேட் பகுதியிலேயே வாழ்ந்து வந்தார்கள். அதிகமான மக்கள் மாஞ்சோலை மலை யிலிருந்து மறுவாழ்வுக்காக மாற்று இடம் தேடிப் போனதால் தேயிலைத் தோட்டத்திலும் தேயிலைத் தொழிற்சாலையிலும் பணிபுரிய ஆட்கள் இல்லை. எனவே BBTC கம்பெனி மேற்கு வங்காளம், அஸ்ஸாம் போன்ற மாநிலங்களிலிருந்து வேலை யாட்களை இறக்குமதி செய்தது. என்றாலும் முன்புபோல அங்கே உற்பத்தி இல்லை. முன்பு மாஞ்சோலை எஸ்டேட் பகுதிகளில் சுமார் 7000 தொழிலாளர்கள் இருந்தார்கள் சுமார் 8000 வாக்காளர்கள் இருந்தார்கள். ஆனால் தற்போது. சுமார் 700 தொழிலாளர்கள் மட்டும்தான் இருக்கிறார்கள். ஐந்து எஸ்டேட்களும் வளமையாகவும், செழுமையாகவும் இருந்தன. தற்போது குதிரைவெட்டி எஸ்டேட் மூடப்பட்டுவிட்டது. உழைப்புக்கு ஊதியமில்லை. ஊதியத்திற்கு உயர்வில்லை என்ற நிலைதான் அங்கு உள்ளது. தொழிலாளர்கள் வாழ்ந்த எழில்மிக்க குடியிருப்புகள் இடிந்து சிதிலமடைந்து அதில் சிலந்திப் பூச்சிகள் கூடுகள் கட்டி வாழ்கின்றன. ஓணான்கள் ஓடி விளையாடுகின்றன. ஜாதி, மதம், இனம் மொழி என்பதற்கு அப்பாற்பட்டு மக்கள் வாழ்ந்த அந்த வாழ்விடம் இன்றைக்கு இருந்த இடம் தெரியாமல் இடிந்து போய்க் கிடக்கிறது.

தேயிலைத் தோட்ட வேலை தவிர வேறு வேலை செய்யத் தெரியாத மக்கள் நாட்டுப்புறத்தில் வேலையில்லாமல் சங்கடப் பட்டார்கள். மீண்டும் எஸ்டேட்டில் வேலை செய்ய வந்த மக்கள் தாங்க முடியாத கொடுமைக்கு ஆளானார்கள். உண்மையான சமத்துவபுரத்தில் வாழ்ந்த மக்களாக இருந்தவர்கள், நாட்டுப்புறத்தின் பல பகுதிகளில் தங்களுக்கென்று ஒரு வீடு, இடம், ஊர் இல்லாமல் சுற்றித் திரிந்தார்கள். அமைதியான மலைப்பிரதேசத்தில் ஒற்றுமையாக வாழ்ந்துவந்த அவர்களில் பலர் இன்று கேரளத்திலும் தமிழ்நாட்டின் பல பகுதிகளிலும் பரவலாய் வாழ்ந்து வருகிறார்கள்.

குதிரைவெட்டி எஸ்டேட் ஏற்கனவே மூடப்பட்டு விட்டது. 12.2.1929ஆம் ஆண்டு சிங்கப்பட்டி ஜமீன்தாருக்கும் BBTC கம்பெனிக்கும் இடையில் போடப்பட்ட 99 ஆண்டுகளுக்கான குத்தகை ஒப்பந்தம் 11.2.2028ஆம் ஆண்டுடன் முடிவடைகிறது. அதற்குப் பிறகு மாஞ்சோலை எஸ்டேட் தொழிலாளர் களின் எதிர்காலம் கேள்விக்குறியாக ஆகிவிடும். இப்போது அந்தக் காடுகள் எல்லாம் அரசாங்கத்தின் வசம்தான். எனவே அந்த எஸ்டேட் நிர்வாகத்தை அரசாங்கம் ஏற்று நடத்துமா அல்லது TANTEA நிறுவனம் எடுத்து நடத்துமா என்பதும் வினாக்குறியாகவே உள்ளது. ஒருவேளை மாஞ்சோலை எஸ்டேட்

பகுதிகள் மூடப்படுமேயானால் எஸ்டேட் பகுதி முழுக்க முழுக்க வனத்துறைக்குச் சொந்தமாகிவிடும். அப்படி ஆனால் அந்த வனத்திற்குள் செல்லத் தடை விதிக்கப்படும். தாங்கள் பிறந்த மண்ணுக்கும் வாழ்ந்த பகுதிக்கும் வழிபட்ட ஆலயங்களுக்கும் கள்ளிக்காட்டில் புதைக்கப்பட்டுள்ள தங்கள் மூதாதையரின் கல்லறைகளுக்கும் இனிமேல் செல்ல முடியாதோ என்ற ஏக்கத்தில் அந்த மக்கள் மனம் அலைபாய்ந்து கொண்டிருக்கிறது.

அந்த அடர்ந்த காட்டுப் பகுதிக்குள் பிறந்து அங்கேயே வளர்ந்து வாஞ்சையோடு வாழ்ந்த மக்கள் அந்த மலைப்பகுதியில் தங்களைத் தாலாட்டும் தென்றலையும், தழுவிச் செல்லும் ஈரக் காற்றையும் அந்திப் பொழுதில் அரவணைக்கும் மேக மூட்டத்தையும் சலசலவென்று ஓடும் நீரோடையின் சத்தத்தையும் அடிக்கடி பொழியும் மழைத்துளியையும் எண்ணும்போது அந்த மக்களின் கண்களில் கண்ணீர்த் துளிகள் விழுந்துகொண்டே இருக்கின்றன.

46

தொழிற்சங்கங்களும் தலைவர்களும்

மாஞ்சோலைப் பகுதியில் BBTC கம்பெனி 1929ஆம் ஆண்டு ஆரம்பிக்கப்பட்டாலும் தொழிலாளர்கள் தங்களின் உரிமைகளைக் கேட்டுப் பெறத் தொழிற்சங்கம் வேண்டும் என்று போராடினார்கள். நீண்ட காலப் போராட்டத்திற்குப் பின் தொழிற்சங்கம் அமைக்கும் உரிமை கிடைத்தது அந்த உரிமைபெற அவர்களுக்கு உதவிய தொழிற்சங்கத் தலைவர்களில் முக்கியமானவர்கள் இந்திய தேசிய தொழிற்சங்கத்தின் தலைவராக இருந்த நாடாளுமன்ற உறுப்பினர் எம்.எஸ். ராமச்சந்திரனும் பின்னாளில் அசாம் மாநில கவர்னராக இருந்த ராமானுஜனும். அவர்கள்தான் எஸ்டேட் தொழிலாளர்களுக்காகப் போராடித் தொழிற்சங்கம் வைக்க அங்கீகாரம் வாங்கிக் கொடுத்தார்கள்.

அப்போது திருநெல்வேலியைச் சேர்ந்த புகழ்பெற்ற பிரபல மூத்த வழக்கறிஞர் குமரகுருபரரும் மாஞ்சோலைத் தொழிலாளர்களுக்காகப் போராடிப் பல வழக்குகளை நடத்தி வெற்றி பெற்றார். அந்தத் தொழிற்சங்கத்தின் மாஞ்சோலைப் பகுதி தலைவராக என். ஆறுமுகம் தொழிலாளர்களுக்காகப் போராடிப் பல உரிமைகளைப் பெற்றுக் கொடுத்து அந்தத் தொழிற்சங்கத்தை மிக வலுவாக வளரச் செய்தார். ஐ.என்.டி.யு.சி தொழிற்சங்கத்தில் ராமசாமி கங்காணி, ஜோசப் கங்காணி. சொள்ளமாடன், குட்டித்தேவர் போன்ற வலுவான தலைவர்கள் மாஞ்சோலைப் பகுதி தொழிற்சங்கத் தலைவரான

என். ஆறுமுகத்திற்குப் பக்க பலமாக நின்றார்கள். குட்டித்தேவர் மாஞ்சோலைப் பகுதியில் சுண்ணாம்பில் டிவிசன், ரிஷி ஓடை டிவிசன் வேலைக்குழு உறுப்பினராகப் பல காலம் பணியாற்றினார். காக்காச்சி எஸ்டேட்டில் செல்வராஜ் என்பவர் தொழிற்சங்கத்தின் முக்கியத் தலைவராக இருந்தார். நாலுமுக்கு எஸ்டேட்டில் பிச்சமுத்து. லட்சுமணன் கங்காணி, வேலுக்குட்டி. சொள்ளமாடன், இசக்கி, ஸ்ரீதரன் பிள்ளை என்ற மெம்பர் கங்காணி, மணி போன்றவர்களும் ஊத்து எஸ்டேட்டில் இசக்கி ஆசாரி, நூருதீன், பரதன் போன்றவர்களும் செயல் வீரர்களாகச் செயல்பட்டனர்.

அந்தக் காலத்தில் திருநெல்வேலியில் புகழ்பெற்ற கிரிமினல் வழக்கறிஞரும் திமுக மாவட்டச் செயலாளராகவும் பின்னாளில் உச்ச நீதிமன்ற நீதிபதியாகவும் இருந்த இரத்தினவேல் பாண்டியன் மாஞ்சோலையில் திமுக தொழிற்சங்கத்திற்கு மாவட்டத் தலைவராக இருந்து பல முக்கியப் பணியாற்றினார். அவரோடு பிரபல வழக்கறிஞரும் பின்னாளில் தமிழ்நாடு அமைச்சராகவும் இருந்த ஜி.ஆர். எட்மண்ட் அவர்கள் திமுக தொழிற்சங்கத்தின் மாவட்டத் துணைத் தலைவராகப் பணியாற்றித் தொழிலாளர் தோழர்களுக்குத் தொண்டு செய்தார். மாஞ்சோலை தோட்டத் தொழிலாளர் முன்னேற்றச் சங்கத்தின் செயலாளராக மாஞ்சோலையைச் சேர்ந்த தலைவர் அ. தாசன் பொறுப்பேற்று அங்குள்ள தொழிலாளர் தோழர்களுக்காக அரும்பணி ஆற்றினார். அவரோடு மாஞ்சோலையில் ராமையா, அந்தோணி, நாலுமுக்கு எஸ்டேட்டில் தேவராஜ், அப்துல், ஆறுமுகம், செல்லப்பா, அருள்ராஜ் போன்றவர்களும் ஊத்து எஸ்டேட்டில் மாடசாமி, ராமையா, ராமர், டேனியல். குட்டன், சங்கரமூர்த்தி, ஏசையா போன்றவர்களும் தீவிரமாகத் திமுக தொழிற்சங்கத்தில் ஈடுபட்டு வந்தார்கள். முன்னாள் தமிழ்நாடு சபாநாயகர் வழக்கறிஞர் இரா.ஆவுடையப்பன் மாஞ்சோலை திமுக தொழிற்சங்க சட்ட ஆலோசகராக இருந்தார்.

இந்திய கம்யூனிஸ்ட் கட்சியின் தொழிற்சங்கப் பிரிவான *All India Trade Union Congress* என்று அழைக்கப்படுகின்ற ஏ.ஐ.டி.யு.சி.தொழிற்சங்கத்தைப் பலர் நடத்தினாலும் திருநெல்வேலி மாவட்டம் விக்கிரமசிங்கபுரத்தில் குடியிருந்த தளவாய் மிகவும் திறம்பட நடத்தினார். மாஞ்சோலை எஸ்டேட்டில் அந்தத் தொழிற்சங்கம் அவ்வளவு செல்வாக்குடன் இல்லையென்றாலும் நாலுமுக்கு ஊத்து எஸ்டேட்களில் வலுவாக இருந்தது. நாலுமுக்கு எஸ்டேட்டில் கல்யாணி கொச்சு பொடியன், குஞ்சுமோன், ஆனந்தன் போன்றவர்களும் ஊத்து எஸ்டேட்டில் அமல்ராஜ் போன்றவர்களும் அந்தத் தொழிற்சங்கத்தில் முழு

ஈடுபாட்டுடன் செயல்பட்டார்கள். *Central Indian Trade Union* சி.ஐ.டி.யு என்ற மார்க்ஸிஸ்ட் கம்யூனிஸ்ட் கட்சியின் தொழிற்சங்க அமைப்பும் மாஞ்சோலைப் பகுதியில் ஓரளவு செயல்பட்டது. அந்தத் தொழிற்சங்கத்திற்கு அந்த அமைப்பின் அகில இந்திய தோட்டத் தொழிலாளர் சங்கத்தின் தலைவர் ஹேமச்சந்திரன் எம்.எல்.ஏ.வும் ஆர். கிருஷ்ணன் எம்.எல்.ஏ, பி. சொர்ணம் எம்.எல்.ஏ. போன்றவர்களும் வழி நடத்தினார்கள். மாஞ்சோலையில் மணி, நாலுமுக்கு எஸ்டேட்டில் சீனிப்பாண்டியன் ஆகியோரும் அந்தத் தொழிற்சங்கத்தின் தலைவர்களாக இருந்தார்கள்.

அதிமுக தொழிற்சங்கத்திற்கு நம்பிராஜன் தலைமை தாங்கினார். அந்தத் தொழிற்சங்கத்தில் மாஞ்சோலையில் மோகனும் நாலுமுக்கு எஸ்டேட்டில் அருள்ராஜ், பால்ராஜும் தொழிற்சங்கத் தலைவர்களாக இருந்து தொழிலாளர்களின் உரிமைக்காகப் போராடினார்கள். மறுமலர்ச்சி திமுக தொழிற்சங்கத்தில் கு. ராஜேந்திரனும், ஜனதா கட்சி தொழிற்சங்கத்தில் நாலுமுக்கு எஸ்டேட்டில் துரைராஜூம் ஊத்து எஸ்டேட்டில் ஜனதா ஜேசு என்பவரும் தொழிலாளர்களுக்காக உரிமை கேட்டுச் செயல்பட்டார்கள். பின் ஜான் பாண்டியன் தலைமையில் தமமுக தொழிற்சங்க அமைப்பும் அந்தப் பகுதி தொழிலாளர்களுக்காகப் போராடியது. 1998ஆம் ஆண்டு மாஞ்சோலைப் பகுதியில் ஏற்பட்ட கூலி உயர்வு போராட்டத்தில் எல்லாத் தொழிற்சங்கங்களும் கலைக்கப்பட்டு டாக்டர் கிருஷ்ணசாமி தலைமையில் புதிய தமிழகம் தொழிற்சங்கம் தொழிலாளர்களுக்காகப் போராடியது. அதற்குப் பிறகு அங்கீகரிக்கப்பட்ட கட்சியில் தொழிற்சங்கங்கள் ஓரளவு உள்ளன.

47

மாஞ்சோலையின் ஆறுகள்

மாஞ்சோலை பரந்த மேற்குத் தொடர்ச்சி மலையின் ஒரு பகுதியாகும். அந்த மலையிலேயே காக்காச்சி அதிகமான உயரத்திலும் அதற்கு அடுத்து சற்றுத் தாழ்வான உயரமாக நாலுமுக்கு, ஊத்து எஸ்டேட்களும் அமைந்துள்ளன. மாஞ்சோலை எஸ்டேட்டும் குதிரைவெட்டி எஸ்டேட்டும் அதைவிடத் தாழ்வான பகுதிகளில் அமைந் துள்ளன. மாஞ்சோலை மலைக்குச் செல்லும்போது தொடர் வரிசைப்படி பார்த்தால் மாஞ்சோலை முதல் எஸ்டேட்டாக உள்ளது. குதிரைவெட்டி மாஞ்சோலைக்கு மேலே உள்ளது காக்காச்சி நாலுமுக்கு ஊத்து ஆகிய எஸ்டேட்கள் மலைகளை யெல்லாம் தாண்டி அமைந்துள்ளன. மாஞ்சோலை யிலிருந்து தென்மேற்குப் பகுதியில் சுமார் 16 கிலோ மீட்டர் தொலைவில் குதிரைவெட்டி அமைந்துள்ளது. மணிமுத்தாறு அணையிலிருந்து தெற்குப் பக்கமாக மேலே மலைச்சாலை வழியாகச் சுமார் 18 கிலோ மீடடர் தொலைவில் மாஞ்சோலை எஸ்டேட் அமைந்துள்ளது. பாபநாசத்திற்கு மேலே உள்ள காரையாறு அணையிலிருந்து தெற்குப் பக்கமாக மலைப்பகுதியின் ஒத்தையடிப் பாதை வழியாகச் சென்றால் சுமார் 12 கிலோ மீட்டர் தொலைவில் குதிரைவெட்டி எஸ்டேட் உள்ளது. மாஞ்சோலை மலைச்சாலை வழியாகச் காக்காச்சி செல்லும்போது 25ஆம் எண் தேயிலைக்காடு பகுதியில் உள்ள கொண்டை ஊசி வளைவுச் சாலையிலிருந்து மேற்கே பார்த்தால் அங்கிருந்து சில மலைத்தொடர்களைத் தாண்டி சுமார் 13 கிலோ மீட்டர் தூரத்தில் அமைந் துள்ள குதிரைவெட்டி எஸ்டேட் தெரியும்.

குதிரைவெட்டி எஸ்டேட்டில் இயற்கை எழிலோடு அமைந்திருக்கும் புல்லுமொட்டையிலிருந்து பார்த்தால் காக்காச்சி கொண்டை ஊசி வளைவுகள் சாலை தெரியும். கொண்டை ஊசி வளைவுகளின் சாலையில் வாகனங்கள் சென்றால் அற்புத மாகக் காட்சி அளிக்கும். மாஞ்சோலை எஸ்டேட்டும், குதிரை வெட்டி எஸ்டேட்டும் தாழ்வான இடத்தில் இருப்பதால் மழைப்பொழிவு அங்கே மற்ற எஸ்டேட் பகுதிகளைவிடக் குறை வாகவே இருக்கும். மேற்குத் தொடர்ச்சி மலைப்பகுதியில் தென்மேற்குப் பருவ மழை பெய்யும் பருவத்திலும் வடகிழக்குப் பருவ மழை பெய்யும் பருவத்திலும் காக்காச்சி, நாலுமுக்கு, ஊத்து ஆகிய 3 எஸ்டேட் பகுதிகளில் நல்ல மழை பெய்யும். ஆனால் குதிரைவெட்டியிலும் மாஞ்சோலையிலும் வடமேற்குப் பருவ கால மழைதான் பெய்யும்; தென்மேற்குப் பருவ காலத்தில் அதிக மழை பெய்யாது.

மணிமுத்தாறு ஆறு

மாஞ்சோலை மலை தட்பவெப்பச் சூழ்நிலையில் பல கிளை ஆறுகள் மாஞ்சோலை எஸ்டேட் மலைப்பகுதியில் உருவாகி ஓடிக் கொண்டிருக்கின்றன. அதில் கட்டளை மலை ஆறு, கொசவன் குழி ஆறு, கழுகுமலை ஆறு ஆகிய மூன்று ஆறுகள் ஒன்றாகச் சேர்ந்து முத்தலாறு என்ற ஆறாக உருவெடுத்து மாஞ்சோலை மலையிலிருந்து கீழ்நோக்கி ஓடி அப்படியே மணிமுத்தாறு அருவியில் சென்று விழுகிறது. அங்கிருந்து அந்த அருவியின் தண்ணீர் மணிமுத்தாறு அணைக்குச் சென்று விடுகிறது.

மேலும் மாஞ்சோலை எஸ்டேட் மலையிலேயே உருவாகும், சுரைக்காய் தட்டை ஆறு, மஞ்சக் கிடங்கு ஆறு, கத்தி தீட்டும் ஆறு, ரிஷிஓடை ஆறு, வெத்தலை கொடி ஆறு, கூக்கை கான் ஆறு, கண்டம்பாறை ஆறு, தீப்பெட்டி ஆறு, கோயில் தட்டை ஆறு, அத்திமரத்து ஆறு, மஞ்சள் மூங்கில் ஓடை ஆறு, ஆனைக்கல் ஓடை ஆறு, கன்னிமா பெண்கள் ஆறு, வரையாத்து மொட்டை ஆறு ஆகிய ஆறுகளும் மணிமுத்தாறு நீர்த்தேக்கத்திற்கு மேலே உள்ள தலையணை என்ற இடத்தில் ஒன்று சேர்ந்து மணிமுத்தாறு அணையில் கலந்துவிடுகின்றன.

குதிரைவெட்டி எஸ்டேட்டிலிருந்து இரண்டு ஆறுகள் உருவாகின்றன. ஒரு ஆறு குதிரைவெட்டி புல்லுமொட்டைக்குக் கீழ் மேற்குப் பக்கமாகப் போய் காரையாறு அணையில் சேர்கிறது. மற்றொரு ஆறு குதிரைவெட்டி புல்லுமொட்டைக்குக் கிழக்குப் பக்கமாய் போய் அப்படியே மலையில் கீழே இறங்கி மணிமுத்தாறு நீர்த்தேக்கத்திற்கு முன் உள்ள தலையணை சென்று மணிமுத்தாறு அணையில் சேர்கிறது. அதற்கு அடுத்து ஊத்து எஸ்டேட்டி

லிருந்து குதிரைவெட்டி போகும் சாலையில் பிறிஸ்லி துரை கல்லறைக்கு மேலே உள்ள அம்மன் கோவில் அருகிலிருந்து ஒரு அழகிய சிறிய ஓடை புறப்பட்டு ஊருக்குள் வந்து பழைய மாட்டுப்பட்டி பக்கத்தில் ஓடி அங்குள்ள பிரட்டுக்களத்திற்குப் பின்புறமாக வருகிறது. அதேவேளையில் ஊத்து எஸ்டேட் 3ஆம் நம்பர் தேயிலைக்காடு அருகில் உள்ள லுக் அவுட் என்ற இடத்தலிருந்து பார்த்தால் அங்கிருந்து தெற்குப் பார்த்துக் கீழே காரையாறு அணை தெரியும். அந்த இடத்திலிருந்து காரையாறு அணைக்கு ஒரு பெரிய ஆறு ஓடுகிறது. மேலும் அந்த இடத்துக்குப் பக்கத்திலிருந்து ஒரு ஆறு உற்பத்தியாகி அது நேராக ஊத்து பள்ளிக்கூடம் வழியாக வருகிறது. ஏற்கனவே ஊத்து எஸ்டேட் பிரட்டுக்களம் பின்புறம் வழியாக வந்துகொண்டிருக்கும் அந்த ஓடையும் இந்த ஆற்றுடன் சேர்ந்து விடுகிறது. அப்படி இணைந்த ஆறு ஊத்து எஸ்டேட் அதிகாரிகள் குடியிருப்புக்குக் கீழாக ஓடிப் போக்கர் பாலம் என்ற இடத்திற்கு வருகிறது. ஏற்கனவே ஊத்து எஸ்டேட் 16ஆம் நம்பர் தேயிலைக் காட்டுக்கு அருகில் ஒரு ஆறு உற்பத்தி ஆகி அது 9ஆம் நம்பர் தேயிலைக்காடு வழியாக அதே போக்கர் பாலம் என்ற இடத்தில் ஓடும் அந்த ஆறோடு இணைந்துவிடுகிறது. அங்கிருந்து அது பெரிய ஆறாக உருவெடுத்து ஊத்து எஸ்டேட்டின் முக்கியமான இடமான ஆரஞ்சுக்காடு நோக்கிச் சென்று அதே மணிமுத்தாறு தலையணை சென்று மணிமுத்தாறு அணையில் கலந்துவிடுகிறது.

அடுத்து ஊத்து எஸ்டேட் 16ஆம் நம்பர் காட்டிலிருந்து தென் புறமாக ஒரு பெரிய ஓடை உற்பத்தியாகி நாலுமுக்கு எஸ்டேட் 25ஆம் காடு, 23ஆம் காடு, 16ஆம் காடு 27ஆம் காடு 22ஆம் காடு அதன் பின் சின்னக்கான் என்று அழைக்கப்படும் 21ஆம் காடு வழியாக 50 ஏக்கர் தேயிலைக்காடு பகுதியில் ஓடும் ஆறோடு கலந்துவிடுகிறது. மேலும் முக்கியமான ஒரு ஆறாக நாலுமுக்கு மொட்டச்சி மலையில் ஒரு ஆறு உற்பத்தி ஆகி யானைக்காடு, 100 ஏக்கர் தேயிலைக்காடு ரத்னசாமி கங்காணி குளிக்கும் பகுதி ஆறு 50 ஏக்கர் தேயிலைக்காடு வழியாக ஆடுபாலம் என்ற இடத்தைக் கடந்து 1 ஆம் காடு வந்து அடைகிறது.

இதற்கிடையாக மொட்டச்சி மலையில் உருவாகும் அந்த ஆற்றின் ஒரு கிளை ஆறு காட்டுப் பகுதியாகச் சென்று எவம்பது என்று அழைக்கப்படும் 9ஆம் நம்பர் தேயிலை காடுவழியாக வந்து கோதையாறு செல்லும் சாலையின் குறுக்கே கடந்து அதே 1 ஆம் காட்டில் ஓடும் ஆற்றில் இணைந்துகொள்கிறது. அதேபோல நாலுமுக்கு எஸ்டேட்டிலிருந்து கோதையாறு செல்லும் பாதையிலுள்ள திருநெல்வேலி கன்னியாகுமரி மாவட்ட எல்லையான 11ஆம் நம்பர் தேயிலைக்காட்டுக்கு மேல்

சோலைப்பகுதியிலிருந்து ஒரு ஆறு உருவாகி அது அப்படியே கீழே இறங்கி அதுவும் அந்த 1ஆம் நம்பர் தேயிலைக்காடு அருகே வந்து ஏற்கனவே ஓடிக்கொண்டிருக்கும் அந்த ஆறோடு சேர்ந்துவிடுகிறது. 1ஆம் நம்பர் காட்டுப் பக்கத்திலிருந்து புறப்படும் ஒன்று சேர்ந்த அந்த ஆறுகளின் அணிவகுப்பு 2ஆம் நம்பர், 3ஆம் நம்பர், 4ஆம் நம்பர் 7ஆம் நம்பர் தேயிலைக் காடுகள் வழியாகப் பெரிய ஆறாக உருவெடுத்து மாஞ்சோலை நாலுமுக்கு மலைப்பாதையின் முக்கிய வழித்தடமான 1942ஆம் ஆண்டு பிரிட்டிஷரால் கட்டப்பட்ட ஒரு பெரிய மரப்பாலத்தின் கீழே ஓடுகிறது. இந்த இடம்தான் அந்த ஆற்றின் முக்கியத்துவத்தைப் பெறுகிறது. பல சிற்றாறுகள் ஒன்று சேர்ந்து பெரிய ஆறாக ஓடும் அந்த ஆற்றிற்குப் பெயர்தான் மணிமுத்தாறு. அந்த இடத்தில் அந்த ஆற்றில் ஓடும் தண்ணீர் பாறைகளில் முட்டித் தெறிக்கும்போது மணி மணியாகவும் முத்து முத்தாகவும் தெறித்து ஓடுவதால் அந்த ஆற்றிற்கு மணிமுத்தாறு என்று பெயர் வந்துள்ளது. அந்த இடத்திலிருந்து சுமார் 20 கிலோ மீட்டர் தூரம் தாண்டித்தான் மணிமுத்தாறு அணை உள்ளது.

அந்த ஆறு ஓடும் பகுதிக்கு ஒரு பெயர் வேண்டும் அல்லவா? அதுதான் நாலுமுக்கு எஸ்டேட். இது அரசு அலுவலகக் குறிப்பு களிலும் பேருந்து பலகை குறிப்புகளிலும் மட்டுமே உள்ளது. மாஞ்சோலைப் பகுதியில் இருக்கின்ற 5 எஸ்டேட்களுக்கும் BBTC அலுவலக ஆவணங்களில் பெயர் மாஞ்சோலை, காக்காச்சி, மணிமுத்தாறு, ஊத்து, குதிரைவெட்டி இதில் BBTC நிர்வாகம் மணிமுத்தாறு எஸ்டேட் என்ற பெயர் சூட்டியது 1930இல். ஆனால் மணிமுத்தாறு அணை கட்டப்பட்டது 1958. அதற்குப் பிறகுதான் மணிமுத்தாறு நகரமும், மணிமுத்தாறு காவல் படையும் உருவாக்கப்பட்டன.

நாலுமுக்கு எஸ்டேட் பகுதியில் எம்.பி. 14 என்ற நம்பர் கொண்ட காட்டிற்குச் செல்லும் பாதையில் கோழி தவாரணை என்ற இடத்திற்கு அருகில் இறைச்சிப் பாறை பகுதியில் ஒரு ஆறு உருவாகி அப்படியே அது நாலுமுக்கு பஸ் ஸ்டாண்ட் கீழ்புறம் ஏலக்காடு வழியாகச் சென்று பின் பம்ப் ஹவுஸ் வந்து காட்டுப் பாதையாக 9ஆம் நம்பர் காடு, 7ஆம் நம்பர் காட்டுக்குக் கீழ்ப் பகுதியில் இடது பக்கமாகச் சென்று அதே மணிமுத்தாறு பாலத்திலிருந்து கொஞ்சம் கீழே ஆற்றில் சேர்ந்துவிடுகிறது. மணிமுத்தாறு ஆற்றுப் பாலத்திலிருந்து காக்காச்சி, மாஞ்சோலை செல்லும் மலைப்பாதையில் சுமார் ஒரு கிலோ மீட்டர் தூரத்தில் செட்டுக்காடு என்று அழைக்கப்படும் இடத்தில் அந்த மலைச்சாலையின் குறுக்கே ஒரு ஆறும், அதற்குப் பிறகு அந்த இடத்திலிருந்து சுமார் ஒன்றரை கிலோ மீட்டர் தொலைவில்

அதே மலைச்சாலையில் பழைய காக்காச்சி என்ற இடத்தில் ஒரு ஆறும் ஓடுகின்றன. அந்த இரண்டு ஆறுகளும் கீழே பாய்ந்து ஓடி மற்ற கிளை ஆறுகளுடன் சங்கமித்து அதே மணிமுத்தாறு அணையில் கலக்கின்றன. அந்தப் பழைய காக்காச்சி என்ற இடத்திற்கு அருகில் சாலையின் ஓரத்திலேயே பெரிய பாறையில் அருவி போன்ற எழில்மிகு தோற்றத்தில் தண்ணீர் விழுகிறது. பழைய காக்காச்சி என்ற இடத்திற்கு வரும் தண்ணீர் தற்போதைய காக்காச்சியிலிருந்துதான் வருகிறது. இப்படியும் இதைப் போலவும் பல கிளை ஆறுகள் மாஞ்சோலை மலையில் உருவாகி மணிமுத்தாறு என்ற ஆற்றை உருவாக்கி மாஞ்சோலை மலைக்கும் அங்கு விழும் மழைப் பொழிவுக்கும் இடையேயான தொடர்பாக இருக்கின்றன.

தாமிரபரணி ஆறு

தாமிரபரணி ஆறு திருநெல்வேலி மாவட்டம் பாபநாசம் என்ற இடத்திலிருந்து மேலே சுமார் 40 கிலோ மீட்டர் தொலைவில் பொதிகை மலையிலிலுள்ள ஏக பொதிகை என்ற இடத்திலிருந்து உற்பத்தியாகிறது. இந்தப் பொதிகை மலையில்தான் அகஸ்திய முனிவர் வாழ்ந்தார் என்ற நம்பிக்கை நிலவுகிறது. பொதிகை மலையின் உயரமான உச்சிப் பகுதியில்தான் ஏக பொதிகை என்ற இடம் உள்ளது. ஏக பொதிகையில் சுமார் ஒரு கிலோ மீட்டர் சுற்றளவு கொண்ட பெரிய பரந்த அளவிலான ஒரு ராட்சத பாறை உள்ளது. அந்த இடம் கண்கொள்ளாத காட்சி கொண்ட பூகோள வடிவில் காணப்படும். அதில் அகஸ்திய முனிவரின் சிலை ஒன்று உள்ளது. அந்த ராட்சதப் பாறையின் பின்பகுதியில்தான் தாமிரபரணி உற்பத்தி ஆகக்கூடிய தாமரைக்குளம் என்ற தடாகம் உள்ளது. அந்த இடம்தான் குறிப்பாக ஏக பொதிகை ஆகும். அதிலிருந்து இரண்டு பிரிவுகளாக ஆறு பிரிந்து ஓடுகிறது. தென்பகுதியாகப் பிரிந்து ஓடும் ஆறு கேரளம் வழியாகச் சென்று பின் தமிழகம் வந்து குழித்துறை மார்த்தாண்டம் தேங்காய்ப் பட்டணம் சென்று கடலில் கலக்கிறது. அந்த ஆற்றின் பெயரும் தாமிரபரணி ஆறுதான். ஏக பொதிகையிலிருந்து வட பகுதியாகப் பிரிந்து வரும் ஆறுதான் தமிழ்நாட்டின் திருநெல்வேலி மாவட்டத்தில் ஓடும் தாமிரபரணி ஆறு. தாமிரபரணி நதி ஏக பொதிகை என்ற இடத்திலிருந்து புறப்பட்டுப் பல கிளை நதிகளோடு இஞ்சிக்குழி என்ற இடத்தில் ஒன்று சேர்ந்து சுமார் 20 கிலோ மீட்டர் தூரம் பயணித்து வானதீர்த்தம் வழியாகக் காரையாறு மேல் அணையை அடைகிறது.

காரையாறு மேல் அணையிலிருந்து வரும் தண்ணீர் அந்த மலையிலுள்ள புகழ்பெற்ற சொரிமுத்து அய்யனார் கோவில்

வழியாக முண்டந்துறைக்கு வருகிறது. மலையின் மேற்குப் பக்கத்திலிருந்து வரும் சேர்வலாறு அணையின் தண்ணீரும் காரையாறு மேல் அணை தண்ணீரும் ஆனையடி என்ற இடத்தில் சங்கமமாகிக் காரையாறு கீழ் அணையை அடைகின்றன. கீழ் அணையிலிருந்து ஒரு பகுதி தண்ணீர் மின்சார உற்பத்திக்காக இரண்டு ராட்சதக் குழாய்கள் மூலமாகச் சுமார் ஒன்றரை கிலோ மீட்டர் தூரத்திற்குச் செங்குத்தாகக் கொண்டு வரப்படுகிறது.

காரையாறு கீழ் அணையின் மற்றொரு பகுதி தண்ணீர் நதியாகவே வந்து கல்யாண தீர்த்தம் என்ற இடத்தைத் தாண்டி அகஸ்தியர் அருவியை வந்தடைகிறது. அதன்பின் மின்சார உற்பத்திக்குப் பயன்படுத்திய தண்ணீரும், அகஸ்தியர் அருவியில் விழுந்து வரும் நதியும் அங்குள்ள அகஸ்தியர் கோவிலுக்குக் கீழ்ப் பகுதியில் ஒன்றாகக் கலந்து பாபநாசத்தில் உள்ள தலையணையை வந்தடைகிறது. பாபநாசம் தலையணையிலிருந்து தாமிரபரணி ஆறு பாபநாசம் கோவில் தென்புறமாக ஓடிக் கொட்டாரம், மதுரை கோட்ஸ் மில் (பழைய ஹார்வி மில்), காஸ்கீப்பர் தோப்பு, திருப்பதியாபுரம், கோரையார்குளம், வேம்பையாபுரம், செம்பத்தி மேடு, ஆலடியூர் என்ற கிராமங்களின் வழியாக வந்து அம்பாசமுத்திரம் ஊரின் தென் பகுதியில் அமைந்துள்ள சங்கரலிங்கசாமி கோயில் என்ற சின்ன சங்கரன் கோவில் அருகே வரும்போது அங்கு மணிமுத்தாறு அணையிலிருந்து வரும் மணிமுத்தாறு ஆறும் தாமிரபரணி ஆற்றோடு சங்கமம் ஆகிவிடுகிறது. அங்கிருந்து தாமிரபரணி பெரிய நதியாக உருவெடுத்துப் பல ஆயிரக்கணக்கான ஏக்கர் நிலங்களைப் பயிரிடச் செய்தும் பல இலட்சக்கணக்கான மக்களின் தாகம் தீர்த்தும் ஆத்தூர் அருகில் உள்ள அழகிய கடற்கரை கிராமமான புன்னைக்காயல் என்ற இடத்தில் கடலில் கலக்கிறது.

இப்படி மாஞ்சோலை மலைக்கும் தாமிரபரணி நதிக்கும் இடையே நீண்ட நெடிய தொடர்பு உள்ளது.

48

மாஞ்சோலையின் முதல் பட்டதாரி

மாஞ்சோலைப் பகுதியின் முதல் பட்ட தாரியாக, நாலுமுக்கு எஸ்டேட்டிலிருந்து பட்டம் பெற்றவர் தனுஷ்கோடி அவர் கால்நடை டாக்டர் என்ற பட்டப்படிப்பு படித்துள்ளார். அந்தக் காலத்தில் அதை நினைத்துப் பார்க்கவே முடியாது. அவர் படித்து முடித்து தமிழ்நாடு அரசாங்கக் கால்நடைத்துறையில் மருத்துவராகப் பணிபுரிந்து, அந்தத் துறையில் உயர்ந்த பதவியான கால்நடைத்துறை இணை இயக்குநராகப் பணிபுரிந்து ஓய்வு பெற்றுள்ளார்.

மாஞ்சோலை எஸ்டேட் பகுதியில் வாழ்ந்த எல்லாத் தொழிலாளர் குடும்பத்தைப்போல வறுமையில் வாடிய குடும்பம்தான் இவரது குடும்பமும். அவரின் அம்மாவின் பெயரே ஏழை அவரது அப்பா பெயர் காசி. இருவரும் படிப்பறிவே இல்லாதவர்கள். அந்தப் பெற்றோர்தான் அவரை கால்நடை மருத்துவராக உருவாக்கியிருக்கிறார்கள்.

49
மாஞ்சோலையின் முதல் டாக்டர்

மாஞ்சோலைப் பகுதியின் முதல் டாக்டர் லட்சுமணன். இவர் மாஞ்சோலை எஸ்டேட்டில் தான் பிறந்தவர். இவரது தந்தை பெயர் பெருமாள். தாயார் பெயர் ஈஸ்வரி. தந்தை எஸ்டேட்டில் தொழிலாளியாகப் பணிபுரிந்தார். அவரது தாயார் மாஞ்சோலை மருத்துவமனையில் சமையல் பணிபுரிந்தார். இவர் மாஞ்சோலை துவக்கப் பள்ளியில் ஐந்தாம் வகுப்புவரை படித்தார். பின்னர் கல்லிடைக்குறிச்சி திலகர் வித்யாலயம் பள்ளியில் 10ஆம் வகுப்புவரை படித்துவிட்டுப் பாளையங்கோட்டை தூய யோவான் பள்ளியில் 11ஆம் வகுப்பும் தூய யோவான் கல்லூரியில் புகுமுக வகுப்பும் அதன் பின்னர் அதே கல்லூரியில் பி.எஸ்.சி. பட்டப் படிப்பும் படித்தார்.

அதற்குப் பிறகு பாளையங்கோட்டையிலுள்ள திருநெல்வேலி மருத்துவக் கல்லூரியில் எம்பிபிஎஸ் படித்து முடித்த பிறகு பொள்ளாச்சி அரசு மருத்துவ மனையில் டாக்டராகப் பணிபுரிந்தார். பின்பு குலசேகரப்பட்டணம், திருநெல்வேலியிலுள்ள ஈ.எஸ்.ஐ. மருத்துவமனை போன்ற பல இடங்களில் பணி செய்துவிட்டுக் கடைசியாக மேலப்பாளையம் அரசு மருத்துவமனையில் பணிபுரிந்து ஓய்வு பெற்றார். இவர் 2023ஆம் ஆண்டு ஜனவரி மாதம் உடல்நலம் குன்றி இறந்துபோனார். இவர் திருநெல்வேலி அருகிலுள்ள பேட்டையில் குடி யிருந்தார். இவரது மனைவியும் டாக்டர்தான். இவர் மகனும் டாக்டராகவே பணிபுரிகிறார்.

50

மாஞ்சோலையின் முதல் பொறியாளர்

மாஞ்சோலைப் பகுதியின் முதல் பொறியாளர் என்ற வரிசையில் இருவர் உள்ளனர். ஒருவர் வெள்ளைசாமி மற்றொருவர் காசி. வெள்ளைச்சாமிக்குச் சொந்த ஊர் திருநெல்வேலி அருகில் உள்ள வல்லவன் கோட்டை. இவரது தந்தை பெயர் ஐயாக்குட்டி. தாய் பெயர் வள்ளி. இந்தப் பெற்றோர் மாஞ்சோலை எஸ்டேட்டில் சாதாரணத் தொழிலாளிகளாகப் பணிபுரிந்தார்கள். மாஞ்சோலையிலுள்ள தொடக்கப் பள்ளியில் கல்வியைத் தொடங்கிய வெள்ளைச்சாமி பின்னர் சேரன்மகாதேவியிலுள்ள அன்றைய அரசு உயர்நிலைப் பள்ளியில் பள்ளிக்கல்வியை முடித்துள்ளார். அதன்பின் பாளையங்கோட்டை தூய சவேரியார் கல்லூரியில் புகுமுக வகுப்புக் கல்வி முடித்தும் மதுரை தியாகராஜர் கல்லூரியில் 1971ஆம் ஆண்டு பொறியியல் பட்டப் படிப்பும் படித்துள்ளார்.

அதன்பிறகு மத்திய அரசு நிறுவனமான திருச்சி பி.எச்.ஈ.எல் நிறுவனத்தில் பணிபுரிந்து ஹரித்துவாரில் ஒரு ஆண்டு பயிற்சிக்குப் பின் நாக்பூர் நகரில் பணி புரிந்துவிட்டு 1986ஆம் ஆண்டு முதுநிலைப் பொறி யாளராகப் பணியில் இருந்தபோது விருப்ப ஓய்வு பெற்று சென்னைக்குக் குடும்பத்துடன் குடியேறினார்.

பொறியாளர் காசி, வாஞ்சி மணியாச்சிக்கு அருகில் உள்ள மருதன் வாழ்வு என்ற கிராமத்தைச் சேர்ந்தவர். இவரது தந்தை பெயர் சுடலைமாடன்,

தாயார் பெயர் நாகம்மாள். இவர் மாஞ்சோலையில் புகழ்பெற்றிருந்த தொழிற்சங்கத் தலைவர் என். ஆறுமுகத்தின் உறவினர். இவரும் மாஞ்சோலை எஸ்டேட்டிலேயே 5ஆம் வகுப்புவரை தொடக்கப் பள்ளியில் படித்தார். உயர்நிலைப் பள்ளிப் படிப்பைச் சேரன் மகாதேவி உயர்நிலைப் பள்ளியில் முடித்தார். அதன் பிறகு கோயம்புத்தூர் அரசு பொறியியல் கல்லூரியில் பொறியியல் பட்டப் படிப்பை முடித்தார். 1972ஆம் ஆண்டிலேயே வேலைக்குச் சேர்ந்து பின் நாசிக் உட்படப் பல இடங்களில் பணிபுரிந்து இறுதியாக 1999ஆம் ஆண்டு தற்போதைய ஜார்கண்ட் மாநிலம் ஜாம்ஷெட்பூர் இரும்பு எஃகு ஆலையில் பணிபுரிந்து 2008ஆம் ஆண்டு ஓய்வு பெற்று சென்னையில் குடும்பத்துடன் குடியேறினார்.

51

மாஞ்சோலையின் மனம் நிறைந்தவர்கள்

மாஞ்சோலை எஸ்டேட் பகுதியில் பேசப் படக்கூடிய மனிதர்களாக பலர் வாழ்ந்தனர். அவர்களில் சிலரைப் பற்றி இங்கே:

சி.கே. கோபாலன் என்ற சி.கே. சார்

1950களின் ஆரம்பங்களிலிருந்து சி.கே. கோபாலன் என்ற பெரியவர் நாலுமுக்கு எஸ்டேட்டில் வாழ்ந்து வந்தார். இவர் அந்தக் காலத்திலேயே ஆங்கிலத்தில் புலமை பெற்றவர். இவர் பெயர் சி.கே. சார் என்று பெருமை பெற்றது. எஸ்டேட் தொழிலாளிகளுக்கும் தொழிலாளர்களின் குழந்தைகளுக்கும் மாலை நேரங்களில் ஆங்கிலம் கற்றுக் கொடுத்தவர் இவர். அதற்குக் கட்டணமாக யாரிடமும் பணம் வாங்க மாட்டார். அந்தப் பெரியவருக்கென்று வேறொரு தனிப் பெருமை உண்டு. அவர் கேரளத்தில் வரலாற்று சிறப்பு மிக்க சமூகப் புரட்சியாளர் நாராயண குரு அவர்களின் தர்ம பரிபாலனத்தில் சேவை ஆற்றினார். மாஞ்சோலைப் பகுதிக்கு அவர் வருவதற்கு முன்பு கேரள மாநிலம் திருவனந்தபுரம் அருகில் இருக்கும் ஆற்றிங்கல் என்ற ஊரில் உள்ள ஸ்ரீ நாராயண குரு தர்ம பரிபாலனம் என்ற அமைப்பில் தன்னை முழு சேவகராக இணைத்து அங்குப் பணிபுரிந்து நாராயண குருவின் காலத்தில் அவரது அடியாராகவே பணியாற்றினார். பெரியவர் சி.கே. கோபாலனின் தாயாரும் நாராயண

குருவின் பரிபாலனத்தில் நீண்ட காலம் சேவையாற்றியவர்தான். அந்தப் பரிபாலனத்தின் பணிகளையும் உயர்ந்த நோக்கத்தையும் சமூகப் புரட்சிகரமான சேவைகளையும் அறிந்த மகாத்மா காந்தி அந்தப் பரிபாலனத்திற்கே சென்று நாராயண குருவைச் சந்தித்து உரையாற்றி அங்கேயே தங்கியிருக்கிறார். காந்தி அங்கே சென்றம்போது அந்தப் பரிபாலனத்தில் கோபாலனும் அங்கு சேவையாற்றியுள்ளார். அவரது மகன் தனபாலன் சென்னையில் ஐ.டி.பி.ஐ. வங்கியில் பணிபுரிந்து ஓய்வு பெற்றுத் தற்போது சென்னையில் குடியிருக்கிறார்.

பி.டி. ஜோதிக்குமார்

இந்தியா சுதந்திரம் அடைந்த பிறகு தமிழ்நாடு, ஆந்திரம், கர்நாடகம் ஆகிய மாநிலங்களின் பகுதிகளும் கேரளமும் அடங்கிய பகுதி மெட்ராஸ் பிரஸிடென்ஸி ஒரே மாநிலமாக இருந்தன. அப்போது என டேனியல் தாமஸ் மெட்ராஸ் பிரஸிடென்ஸியின் அமைச்சர்களில் ஒருவராக இருந்தார். அவர் தமிழ்நாட்டின் புகழ்பெற்ற வழக்கறிஞர்.

வெள்ளையர்கள் இந்தியாவை ஆட்சி செய்த போது பாளையங்கோட்டையில் இப்போது இருக்கின்ற ஹைகிரவுண்ட் மருத்துவமனை கிடையாது. மாவட்ட ஆட்சித் தலைவர் வீடு, அதற்கு அருகில் மாவட்டக் காவல் கண்காணிப்பாளர் வீடு, அதற்கு அடுத்து இப்போது இருக்கும் தென் பிராந்திய காவல் துணைத் தலைவர் வீடு மட்டும்தான் மற்ற பகுதிகளெல்லாம் பொட்டல் காடுதான். அந்த இடத்தின் அருகில் மிகப்பெரிய ஜாம்பவானாக ஒரு தனி மனிதன் மிகப் பெரிய பங்களா கட்டிக் குடியிருந்தவர் டேனியல் தாமஸ் காமராஜர் முதலமைச்சராக இருந்தபோது அவரது அமைச்சரவையில் இடம்பெற்றிருந்தார். இவரிடம் பாடம் பயின்ற இளம் வழக்கறிஞர் தான் பின்னாளில் காங்கிரஸ் ஆட்சியின் போது தமிழ்நாடு சட்டமன்றத்தில் சபாநாயகராக இருந்த திருநெல்வேலி மாவட்டம் மேலச்செவல் கிராமத்தைச் சேர்ந்த செல்லப் பாண்டியன். பாளையங்கோட்டை பஸ் ஸ்டாண்ட் அருகில் இப்போதும் டேனியல் தாமஸ் என்ற பெயரில் ஒரு பெரிய தெரு உள்ளது. தாமஸின் மகன் ராஜா தாமஸூம் தலைசிறந்த வழக்கறிஞர். ராஜா தாமஸ் என்பவரின் மகன்தான் (பிருதிவிராஜ் டேனியல் ஜோதிக்குமார்). தற்போதைய தென்காசி மாவட்டம் சுரண்டை அருகில் உள்ள சாம்பவர் வடகரை என்ற கிராமத்தில் பிறந்து பின்னாளில் தஞ்சாவூரில் குடியிருந்து மிகப்பெரிய தமிழ் வித்வானாகப் பெயர் பெற்றுப் பாரதியார், வ.உ. சிதம்பரனார் காலங்களில் வாழ்ந்து தமிழ்த்

துறைக்குப் பெருமை சேர்த்த ஆபிரகாம் பண்டிதரின் பேத்தி மரகதம் அம்மையார் டேனியல் தாமஸின் மனைவி. அதாவது ஜோதிக்குமாரின் தாயார் மாஞ்சோலை *BBTC* கம்பெனியில் வெள்ளைக்கார் ஆதிக்கம் செய்த காலங்களில் ஜோதிக்குமார் மேனேஜராகப் பணிபுரிந்துள்ளார். மாஞ்சோலைப் பகுதியில் குரூப் மேனேஜராகவும் *BBTC* கம்பெனியின் டான்சானியா நாட்டின் இணையிலும் பணிபுரிந்து பின்னர் ஒட்டுமொத்த *BBTC* கம்பெனியில் துணைத் தலைவராகப் பணியாற்றினார்.

இவர் நாலுமுக்கு எஸ்டேட்டில் மேனேஜராகப் பணிபுரிந்த போது ஒருநாள் காலையில் தேயிலைக் காட்டில் தொழிலாளர்கள் பணிபுரிவதை மேற்பார்வையிடுவதற்காகச் செல்கிறார். அப்போது வயதான ஒரு பெண் தொழிலாளி சாக்கு மூட்டையைத் தன் தலையில் வைத்துக்கொண்டும் கையில் ஒரு தூக்குச் சட்டிப் பாத்திரத்தில் சாப்பாடு வைத்துக்கொண்டும் ஓடுகிறார். குறித்த நேரத்தில் காலை 7.30 மணிக்கு வேலைத் தளத்தில் நிற்க வேண்டும். இல்லையென்றால் திரும்ப அனுப்பி விடுவார்கள். அப்படிப் பயத்துடன் ஓடும்போது மேனேஜர் ஜோதிக்குமார் அவர்கள் இரு சக்கர வாகனத்தில் வருவதைப் பார்த்துப் பயந்து போய் இன்னும் வேகமாய் ஓடுகிறார். அப்படி ஓடும்போது கால் தடுக்கிக் கீழே குப்புற விழுந்து காயம் பட்டது. தூக்குச் சட்டிப் பாத்திரத்தில் வைத்திருந்த சோறும் தண்ணீரும் கலந்த கஞ்சியும் துவையலும் கீழே கொட்டிவிட்டன. அதைப் பார்த்த மேனேஜர் வண்டியிலிருந்து கீழே இறங்கி அந்த அம்மாவைக் கைப்பிடித்துத் தூக்கி எழுப்பிவிட்டு ஆறுதல் சொல்லி என்னம்மா சீக்கிரம் வரக் கூடாதா ஏன் ஓடி ஓடிச் செல்ல வேண்டும் என்று கேட்டார். அந்த அம்மா அழுதுகொண்டே, எனக்கு உடல் நிலை சரியில்லை என்பதால் லேட்டாகத்தான் புறப்பட்டேன்; உடல் நிலை சரியில்லை என்றாலும் உழைத்துத்தானே ஆக வேண்டும், கீழே படிக்கும் பிள்ளைகளுக்காகப் பணம் அனுப்ப வேண்டும் என்று சொன்னபோது அவர் மனம் இரங்கி இன்றைக்கு வேலைக்குப் போக வேண்டாம் அம்மா, நான் சம்பளத்துடன் கூடிய விடுமுறை தருகிறேன் என்று சொல்லி அந்த அம்மாவை ஆறுதல்படுத்தி அனுப்பியுள்ளார். ஜோக்குமார் மேலச்செவல் கிராமம் அருகில் இருக்கும் வாணியன் குளம் என்ற குக்கிராமத்தில் உள்ள தனது பண்ணை வீட்டில் குடியிருந்து மிகப் பெரிய அளவில் விவசாயம் செய்துவந்தார். கடந்த 2022ஆம் ஆண்டு மரணம் அடைந்தார். அவரது நிர்வாகத் திறமையும் மனிதநேயமும் இன்னும் அந்த மண்ணில் பேசப்படுகின்றன. அவருக்கு இரண்டு மகன்கள். மூத்த மகன் ஜகதீஷ் ஜோதிக்குமார் தொழிலதிபர். இளைய

மகன் ராஜேஷ் ஜோதிக்குமார் வால்பாறை அருகில் எஸ்டேட் மேனேஜராகப் பணிபுரிந்துவருகிறார்.

நல்லாசிரியர் தங்கையா

மாஞ்சோலைப் பகுதியில் எல்லா எஸ்டேட்களிலும் தொடக்கப் பள்ளிகள் உண்டு. அந்தப் பள்ளிகள் BBTC கம்பெனியின் உதவி பெற்றவை. எல்லாப் பள்ளிகளிலும் நோட்டுப் புத்தகங்கள், எழுது பொருட்கள் எல்லாம் இலவசம். அங்கு பாடம் சொல்லிக் கொடுத்தவர்களும் சிறந்த ஆசிரியர்களாகவே செயல்பட்டார்கள். மூத்த ஆசிரியர்களில் ஒருவரான தங்கையா மிகவும் சிறந்து விளங்கினார். மாணவர்கள் பாடப் புத்தகங்களைப் படிப்பதோடு பொது அறிவையும் பெற்று வாசிக்கும் பழக்கத்தையும் உருவாக்கினார். இவரிடம் படித்த பல மாணவர்கள் உயர் கல்வியும் உயர் பணியும் பெற்றுச் சிறந்து விளங்குகிறார்கள்.

இவருடைய முதல் பணியிடம் காக்காச்சி எஸ்டேட். 1954ஆம் ஆண்டு முதல் 1989ஆம் ஆண்டுவரை மாஞ்சோலை எஸ்டேட் பகுதிகளில் ஆசிரியர் பணி செய்தார். மாஞ்சோலை தொடக்கப் பள்ளியில் சுமார் 17 ஆண்டுக் காலம் தலைமை ஆசிரியராகப் பணி ஆற்றினார். தொழிலாளர் தினம், குடியரசு தினம், சுதந்திர தினம் விழாக்களில் தொழிலாளர்கள், மேலாளர்கள், அதிகாரிகள், இளைஞர்கள், மாணவர்கள் இணக்கமாகவும் நெருக்கமாகவும் இருக்க ஏற்பாடு செய்தார். தலைமை ஆசிரியர் பொறுப்போடு பள்ளிக் கமிட்டி செயலாளர் பொறுப்பையும் ஏற்று மிகச் சிறப்பாகச் செயல்பட்டார். இவர் காலத்தில்தான் மாஞ்சோலை, மணிமுத்தாறு, பாபநாசம் அணைப்பகுதி அடங்கிய பொதிகை மலையின் மாதிரி உருவாக்கப்பட்டு வெகு நாட்கள் பராமரிக்கப்பட்டுவந்தது. இவர் காலத்தில் மாஞ்சோலைப் பகுதியின் தொடக்கப் பள்ளிகளில் விளையாட்டுத் துறை, நூலகம் எனப் பல முன்னேற்றங்கள் ஏற்பட்டுப் பள்ளிக்கூடங்களின் தரம் மிக உயர்த்தப்பட்டது.

ஒருமுறை கல்வித்துறை அதிகாரிகள் பள்ளிக்கூடத்திற்கு ஆய்வு செய்ய வந்தபோது பள்ளியின் தரத்தையும் கல்வி கற்பித்தல் விதத்தையும், மாணவர்களின் ஒழுக்கத்தையும் இவரின் தன்னலமில்லாத அர்ப்பணிப்பையும் பார்த்துக் கல்வித்துறை அதிகாரிகள் செய்த பரிந்துரையால் நல்லாசிரியர் விருது இவருக்கு வழங்கப்பட்டது. 22.10.1977ஆம் ஆண்டு தமிழ்நாடு முதலமைச்சர் எம்.ஜி. இராமச்சந்திரன், அன்றைய ஆளுநர் பிரபுதாஸ் பட்வாரி ஆகியோரால் இவருக்கு நல்லாசிரியர் விருது வழங்கப்பட்டது.

ஜோதி அண்ணாச்சி

நாலுமுக்கு எஸ்டேட்டில் பிரகாசமாய் ஜொலிக்கும், தீபமாக ஜோதி வாழ்ந்தார். இவரை எல்லோரும் ஜோதி அண்ணாச்சி என்றே அன்புடன் அழைத்துவந்தார்கள். அவர் சாதாரணத் தொழிலாளிதான் என்றாலும், நல்ல அறிவாளி. மிகச் சிறந்த ஓவியர். யாரைப் பார்த்தாலும் தத்ரூபமாக உடனே படம் வரையக் கூடிய ஆற்றல் உள்ளவர். பேச்சாற்றலால் யாரையும் வசீகரிக்கக்கூடியவர்.

அவர் ஒரு துணிக்கடை நடத்திவந்தார். மகாத்மா காந்தி படத்தை அவரே வரைந்து அந்தக் கடையில் மாட்டியிருந்தார். ஜோதி காங்கிரஸ் கட்சியைச் சேர்ந்தவர். காங்கிரஸ் தொழிற் சங்கத்தின் நாலுமுக்கு எஸ்டேட் தலைவராக இருந்தார். மாஞ்சோலை எஸ்டேட் பகுதிகளின் தொழிற்சங்கத் தலைவராக இருந்த என். ஆறுமுகத்திற்கு வலதுகரமாக இருந்தார். போராட்டங் களில் தீவிரமாகப் பங்கு கொள்வார். எஸ்டேட் மேனேஜர் களிடம் போராடித் தொழிலாளர்களின் உரிமைகளைப் பெறுவார். 1968ஆம் ஆண்டு நாலுமுக்கு எஸ்டேட் நிர்வாகம் இவர் உட்பட மூவரை வேலை நீக்கம் செய்தது. பின் தொழிற்சங்கங்கள் கூட்டு சேர்ந்து போராடியதில் அவர்களுக்கு மீண்டும் வேலை கிடைத்தது.

இவர் மனைவி பெயர் சரோஜா. இவருக்கு ஒரு பெண், எட்டு ஆண் குழந்தைகள். அந்தப் பெண் பிறந்த சில காலங்களிலேயே இறந்துவிட்டாள். இவர்தன் மகன்களுக்குக் காவியங்கள், காப்பியங்களில் வருகிற பெயரையும் அரசியல் தலைவர்கள் பெயரையும் சூட்டி மகிழ்ந்தார். இளங்கோ, சாக்ரடீஸ், தமிழ்ச் செல்வன், அம்பேத்கர், நேரு, ஜெகஜோதி, ஸ்டாலின், உதயஜோதி எனப் பெயரிட்டார்.

கருத்து வேறுபாடு காரணமாக நடுகட்டத்தில் காங்கிரஸ் தொழிற்சங்கத்திலிருந்து விலகி மார்க்கிஸ்ட் கம்யூனிஸ்ட் கட்சியில் இணைந்து அக்கட்சியின் தொழிற்சங்கத்தில் தீவிரமாகச் செயல்பட்டார்.

பூச்சான்

எஸ்டேட்டில் யாராவது மரணம் அடைந்துவிட்டால் ஒட்டு மொத்த மக்களும் அந்த நாள் முழுவதும் வேலைக்குப் போகாமல் துக்க வீட்டு நிகழ்வுகளில் கலந்துகொள்வார்கள். எஸ்டேட்டில் உள்ள ஒவ்வொரு குடியிருப்புப் பகுதிக்கும் சென்று அங்கு உள்ள மக்களுக்கு அந்த இறப்பு பற்றிய செய்தி ஒரு

ஆள் மூலம் தெரிவிக்கப்படும். நாலுமுக்கு எஸ்டேட்டில் பூச்சான் என்ற பெரியவர் அந்த இறப்புச் செய்தியை மக்களுக்குத் தெரிவிப்பார். "ஏ ஐயா நம்ம ஜோதி அய்யா அவுக அப்பா செத்துப் போனாருய்யா... அவர இன்னக்கி மத்தியானம் மூணு மணிக்குத் தூக்குவாங்கய்யா... எல்லாரும் வாங்கய்யா" என்று ஒவ்வொரு குடியிருப்பு வரிசைக்கும் சென்று மிகவும் சத்தமாகச் சொல்லிக்கொண்டே போவார். அதற்குச் சம்பளமும் உண்டு.

அந்தப் பகுதியில் யாருக்கும் கிடைக்காத அந்தப் பணியைச் செய்த பூச்சான் மறைந்து விட்டாலும் இன்றும் அவரைப் பற்றிப் பெருமையாக அந்தப் பகுதி மக்கள் பேசிவருகிறார்கள். தன் மகனுக்கு ஊர்க்காவலன் என்று பெயரிட்டார். அந்த ஊர்காவலன் என்பவரின் மகள் ராணி பாளையங்கோட்டையில் அரசாங்கப் பணிபுரிந்துவருகிறார்.

உண்மைக்கும் உழைப்புக்கும் உமானந்தன்

நாலுமுக்கு எஸ்டேட்டில் தினக் கூலியாக உழைத்துவந்த தொழிலாளர்களில் ஒருவர் உமானந்தன். அவரது தாய் பார்வதி அம்மாள் நாலுமுக்கு எஸ்டேட்டில் தொழிலாளர்களின் குழந்தைகள் பகல் நேரத்தில் பராமரிக்கப்படும் பிள்ளைப்பாடி என்ற பாலர்வாடியில் பணிபுரிந்தார். அவரது தந்தை கேசவன் என்ற அம்மாவன் அதே இடத்தில் தொடக்கப் பள்ளி மாணவர்களுக்கும் பிள்ளைப்பாடி குழந்தைகளுக்கும் மதிய உணவு தயாரிப்பாளராகப் பணிபுரிந்தார்.

சிறு வயதிலேயே ஜோஸ் என்ற டெய்லரிடம் டெய்லர் தொழில் கற்றுக் கொண்டு தன் வீட்டின் முன் பகுதியிலேயே துணி தைக்கும் டெய்லர் கடை நடத்திவந்தார். அதே கடையில் துணி விற்பனையும் செய்துவந்தார். தொழிலாளிகளுக்குத் துணிகளைக் கடனுக்கு விற்பனை செய்து சம்பளம், போனஸ், கொடுக்கும் நாட்களில் வசூல் செய்து கொள்வார். மது, சூது, புகை என எந்தப் பழக்கமும் இல்லாதவர் கருப்பசாமி கோவிலில் நீண்டகாலம் பொருளாளர் பொறுப்பில் இருந்தார். அவரது காலம்தான் அந்தக் கோவிலின் நிர்வாகத்தை வளப்படுத்தியது.

சொந்த ஊர் கேரள மாநிலம் ஹரிப்பாடு என்றாலும் பிறந்து வாழ்ந்தது தமிழ்நாடு. இவருக்கு ரேணுகா என்ற மனைவி பிரசாத், சிவன் என்ற இரண்டு மகன்கள், கவிதா என்ற ஒரு மகள். இவர்கள் எல்லோரும் வெளிநாட்டில் பணிபுரிந்து வருகிறார்கள்.

கலைமாமணி அமல புஷ்பம்

வறுமை நிறைந்த பல குடும்பங்கள் மாஞ்சோலையில் இருந்தன அதில் ஒரு குடும்பத்தின் தந்தை பெயர் மரிய சூசை. தாய் பெயர் மிக்கேலம்மாள். இந்தப் பெற்றோருக்கு 13 குழந்தைகள். இவர்களின் மகள் அமல புஷ்பம் என்ற அமலி. குடும்பத்தின் 12ஆவது குழந்தை. இவருடைய பெற்றோர் எஸ்டேட்டில் சாதாரண கூலி வேலை பார்த்தார்கள். அப்பா மரியசூசை நல்ல கிராமியப் பாடகர். அமலியும் நன்றாகப் பாடுவார். இன்றைக்குத் தமிழகத்தின் தலைசிறந்த கிராமியப் பாடகராக விளங்குகிறார். கிராமியப் பாடலுக்கு அப்பாதான் அவருக்கு முதல் குரு. குழந்தைப் பருவத்திலேயே அமலி ஓரளவு கிராமியப் பாடல்கள் பாடுவார். இவரது பாடல்களைக் கவனித்த அவருடைய மாஞ்சோலை தொடக்கப் பள்ளியின் ஆசிரியர் குரூஸ் அந்தோனி ஆக்கமும் ஊக்கமும் கொடுத்தார்.

சிறுவயதில் தன்னுடைய குரு குரூஸ் அந்தோணி ஆசிரியர் தான் என்று மகிழ்ச்சி பொங்கச் சொல்கிறார் அமலி. தனது ஆரம்பக் கல்வியை மாஞ்சோலையில் முடித்துவிட்டு அம்பா சமுத்திரத்தில் உயர் நிலைப்பள்ளியில் படித்தபோதும் கிராமியப் பாடல்களைத் தொடர்ந்து பாடி வந்தார். பத்தாம் வகுப்பு படிக்கும்போது அவரது இசை ஆசிரியர் சோமசுந்தரம் இசை நுணுக்கத்தைக் கற்றுக் கொடுத்தார். அதன் மூலம் கிராமியப் பாடல்களின் அடுத்த கட்டத்தை வளப்படுத்திக் கொண்டார். 12ஆம் வகுப்பு படித்தபோது கிராமியப் பாடலில் ஓரளவு தகுதியைப் பெற்றுவிட்டார். இசை ஆசிரியர் பயிற்சியும் பெற்றார். பிறகு இசைத்துறை ஆசிரியராகக் கோவில்பட்டி அரசு மேல்நிலைப் பள்ளியில் பணிக்குச் சேர்ந்தார். பாரம்பரிய கிராமியப் பாடல் களைக் கிராமம் கிராமமாகச் சென்று சேகரித்தார். கிராமிய நடையில் 1000க்கும் மேற்பட்ட சமூக விழிப்புணர்வு பாடல்களைத் தொகுத்தார்.

பாரதி பிறந்த எட்டையாபுரத்தில் அவர் பிறந்த நாள் அன்று கிராமியப் பாடல்களின் தொகுப்பான "ஆசை இருக்குதய்யா" என்ற தலைப்பில் குறுந்தகடு ஒன்றைத் தொழிலாளர் வர்க்கத்தின் தோழர், முதுபெரும் கம்யூனிஸ்ட் தலைவர் பெரியவர் நல்லக்கண்ணு அவர்கள் தலைமையில் வெளியிட்டார். கோவில் பட்டி அரசு மேல்நிலைப் பள்ளியில் ஆசிரியை வேலை பார்த்து வந்ததால் தூத்துக்குடி மாவட்ட அரசு விழாக்களில் நிறைய இடங்களில் பங்குகொள்ள அவருக்கு வாய்ப்புக் கிடைத்தது.

அந்த விழாக்களில் சமூக விழிப்புணர்வு பாடல்களைப் பாடினார். இவரது திறமையைக் கண்ட கோவில்பட்டி லயன்ஸ் கிளப், ரோட்டரி கிளப், திருவள்ளுவர் மன்றம் போன்ற சமூக அமைப்புகள் இவருடைய கிராமியப் பாடல் நிகழ்ச்சிகளை நடத்தின. ஒரு கட்டத்தில் அந்த அத்தனை அமைப்புகளும் ஒன்றுசேர்ந்து தமிழக அரசின் கலைமாமணி விருதுக்கு இவரை என்று பரிந்துரைத்தன. அரசாங்கம் 2020ஆம் ஆண்டுக்கான தமிழ்நாடு அரசின் கலைமாமணி விருது வழங்கி இவரைக் கௌரவித்தது.

தற்போது "அமல புஷ்பம் கிராமியக் கலைக்குழு" என்ற அமைப்பை நடத்திவருகிறார். அந்த அமைப்பில் ஒயிலாட்டம், பறையாட்டம், மயிலாட்டம், பொய்க்கால் குதிரை ஆட்டம், மாடு ஆட்டம், கரகாட்டம், காவடி ஆட்டம், சக்கை குச்சி ஆட்டம் போன்ற கலைகள் பயிற்றுவிக்கப்படுகின்றன. கிராமியப் பாடல்கள் பாடுவதோடு மட்டுமல்லாமல், கிராமிய நடனங்களிலும் கைதேர்ந்தவராக வலம்வருகிறார். இவர் கலைத்திறமையால் உருவாக்கப்பட்ட "கால நிலை மாற்றம்" என்ற குறுந்தகட்டை வேளாண்மை விஞ்ஞானி நம்மாழ்வார் 2012ஆம் ஆண்டில் வெளியிட்டார். சமூக விழிப்புணர்வு சம்மந்தமாக 1000 கிராமியப் பாடல்களைப் பாடியுள்ளார். சினிமாத் துறையிலும் காலடி எடுத்து வைத்துள்ளார். வருத்தப்படாத வாலிபர் சங்கம், வென்று வருவான் வெற்றிவேல் ஆகிய படங்களில் பாடியுள்ளார்.

பாகவதர் நடராஜன்

நாலுமுக்கு எஸ்டேட்டில் வாழ்ந்தவர்களில் மிகவும் பிரபலமானவர் வி.பி. நடராஜன். இவர் நாலுமுக்கு எஸ்டேட்டில் வாழ்ந்தாரே தவிர எஸ்டேட் தொழிலாளியாக வேலை பார்க்கவில்லை. இவர் மனைவி எஸ்டேட் தொழிலாளியாக வேலை பார்த்தார். ஆனால் இவர் எஸ்டேட் பகுதிகளுக்குப் பத்திரிகை நிருபராக இருந்தார். The Hindu, Indian Express, தினத்தந்தி, தினமணி, தினமலர், ராணி, குமுதம், கல்கண்டு உட்பட எல்லா தினப் பத்திரிகைகளுக்கும் வாரப் பத்திரிகைகளுக்கும் இவர்தான் ஏஜென்ட். கல்விக் கண் திறக்காத மலைப்பகுதியில் பத்திரிகை செய்தி மூலம் மக்களைக் கண் விழிக்கச் செய்தவர். அந்தக் காலத்தில் அப்படி ஒரு அற்புதமான பணி செய்தார்.

அது மட்டுமல்லாமல் எஸ்டேட்டில் பால் பண்ணை நடத்தும் பணியையும் செய்து வந்தார். அப்போது எஸ்டேட் பகுதிகளில் காராம் பசு, ஜெர்ஸி பசு, சிந்து பசு, நாட்டு மாடுகள் உட்பட

பல மாடுகள் வளர்க்கப்பட்டன. நாலுமுக்கு மற்றும் ஊத்து எஸ்டேட்டில் உள்ள மாடுகளிலிருந்து பால் கறக்கப்பட்டுப் பின் இவர் நடத்திய பால் பண்ணைக்குக்கொண்டு செல்லப்பட்டு அங்கு வைத்து அளந்து கேன்களில் அடைக்கப்பட்டுப் பல இடங்களுக்கு அனுப்பப்படும். எஸ்டேட் மாடுகளின் பால் என்றால் நல்ல கிராக்கி உள்ள நேரம். எனவே இவர் நடத்திய பால் பண்ணையில் பால் வியாபாரம் அமோகமாக நடக்கும். இவர் பத்திரிகை ஏஜென்ட், பால் பண்ணைத் தொழில் போன்ற பன்முகத்தன்மை கொண்டவராக எஸ்டேட்டில் ஒரு வித்தியாசமானவராகப் பணிபுரிந்ததோடு இவருடைய ஆரம்பகால வாழ்க்கையில் சினிமாத் துறையில் தன்னை ஈடுபடுத்தியிருந்தார். இவர் பழைய பாடல்களைப் பாடுவதில் தனித்தன்மை வாய்ந்தவர். அப்போது சினிமாத் துறையில் மிகவும் புகழ்வாய்ந்த தியாகராஜ பாகவதர், திரைப்பட நடிகர் மறைந்த எம்.என். நம்பியார் ஆகியோருடன் நெருங்கிய தொடர்பு கொண்டு அவர்களுக்கு நண்பராகவும் இருந்துள்ளார். இவருக்குப் பட்டப் பெயரே பாகவதர் நடராஜன் என்பதுதான். அவ்வளவு சிறப்புக்குரிய வி.பி. நடராஜன் அவர்கள் நாலுமுக்கு எஸ்டேட்டில் வாழ்ந்தது என்பது அவருக்கு மட்டுமல்ல எஸ்டேட் மக்களுக்கும் மாஞ்சோலை எஸ்டேட் பகுதிக்கும் மிகப்பெரிய பெருமைக்கும் சிறப்புக்கும் உரியதாகும்.

அரிமா. செல்லத்துரை

மாஞ்சோலை எஸ்டேட் பகுதியில் தொழிலாளர்களின் பிள்ளைகள் பலர் படித்தும் பட்டம் பெற்றும் நல்ல வேலைகளில் உள்ளார்கள். அதில் குறிப்பிட்ட சிலர் உயர் பதவிகளில் இருந்தாலும் சமூகச் சிந்தனையோடு பல பொதுப் பணிகளையும் செய்து வருகிறார்கள். அதில் மெச்சத்தக்க அளவுக்குச் சமுதாய முன்னேற்ற செயல்களைச் செய்துவருகிறார் அரிமா சங்கத்தைச் சேர்ந்த வி.எம். செல்லத்துரை. இவரது தந்தை பெயர் மாடசாமி, தாயார். வேலம்மாள். வீட்டுக்கு ஒரே மகன். அயராது கல்வி பயின்று தென்னக இரயில்வேயில் பணிக்குச் சேர்ந்தார். முதலில் சிவகங்கை மாவட்டம் கல்லணை என்ற ஊரில் உதவி இரயில்வே ஸ்டேஷன் மாஸ்டர் பணியில் சேர்ந்த அவர் ஸ்ரீவில்லிப்புத்தூர் போன்ற பல இடங்களில் ஸ்டேசன் மாஸ்டராகப் பணிபுரிந்து பின் திண்டுக்கல், மானாமதுரை, மதுரை, திருநெல்வேலி ஆகிய இடங்களில் இரயில்வே மேனேஜர் என்ற உயர் பதவி வகித்தும் கடைசியாகத் தென்னக இரயில்வே மதுரை கோட்டத்தில் உதவி இயக்க மேலாளர் என்ற உயர் பதவி பெற்று ஓய்வு பெற்றார்.

ஓய்வு பெற்ற பிறகும் இவர் வீட்டில் முழுமையாக ஓய்வு எடுக்கவில்லை. பல பொதுப் பணிகளைச் செய்துவருகிறார். பல ஏழை மாணவர்களுக்கு பல உதவிகள் செய்தார். இவரால் பயன்பெற்ற பலர் இன்று அரசு வேலைகளிலும் பொதுப் பணியிலும் இருந்துவருகிறார்கள். இவர் பாளையங்கோட்டை லயன்ஸ் கிளப் கோல்டு அமைப்பின் தலைவராக இருந்து வருகிறார். அந்த அமைப்பின் மூலம் சமூகப் பணிகளான மரம் நடுதல், அரவிந்த் கண் மருத்துவமனையோடு இணைந்து ஏழை எளியோருக்காகக் கண் சிகிச்சை முகாம், குழந்தைகள் நல்வாழ்வு பற்றிய விழிப்புணர்வு முகாம் போன்ற பல பணிகளைச் செய்துவருகிறார்.

1998ஆம் ஆண்டு போராட்டத்தில் சிறை சென்றவர்கள் ஜாமீனில் வெளிவர உதவினார்.

இவர் தற்போது பாளையங்கோட்டை ரஹ்மத் நகரில் தன் மனைவி மகன்கள், பேரக் குழந்தைகளோடு எழில் மிக்க ஒரு பங்களாவில் குடியிருந்து வருகிறார்.

கல்வியில் சிறந்த பன்னீர் செல்வம்

இந்தியத் தொழில்நுட்பக் கல்லூரியில் (I.I.T) சேர்வது சாதாரணமான ஒன்ற. 1976ஆம் ஆண்டில் மாஞ்சோலையைச் சேர்ந்த ஒருவருக்கு இடம் கிடைத்தது. மாஞ்சோலை மருத்துவ மனையில் பணிபுரிந்த கம்பவுண்டர் அழகர் குருவம்மாள் ஆகியோரின் புதல்வரான பன்னீர் செல்வம் என்பவர்தான் அவர். மெட்ரிகுலேஷன் பள்ளியோ, சி.பி.எஸ்.இ. பள்ளியோ அன்று கிடையாது. மாஞ்சோலையில் சாதாரணமாக இயங்கி வந்த தொடக்கப் பள்ளியிலும், மாஞ்சோலை உயர்நிலைப் பள்ளியிலும் படித்தார். அதன் பிறகு பாளையங்கோட்டையில் உயர்நிலைக் கல்வி பயின்றார்.

சென்னை ஐ.ஐ.டியில் பி.டெக் பட்டம் பெற்ற பிறகு குஜராத் மாநிலம் பரோடா என்ற இடத்தில் இந்தோ பெட்ரோ கெமிகல்ஸ் நிறுவனத்தில் ஓராண்டு பயிற்சி பெற்றார். பின்னர் அன்றைய ஒன்றுபட்ட ஆந்திரா மாநிலத்தில் உள்ள வாராங்கால் என்ற இடத்தில் உள்ள இந்தோ பர்மா பெட்ரேலியம் நிறுவனத்தில் வேலை பார்த்தார். பிறகு கோயம்புத்தூருக்கு மாறுதலில் வந்து அங்கு வேலை பார்த்தார். இத்தகைய சாதனைபுரிந்த பன்னீர்செல்வம் தன் முப்பதாவது வயதில் அகால மரணம் அடைந்தார்.

அம்பேத்கர் விருதுபெற்ற ஜார்ஜ் ராஜேந்திரன்

மாஞ்சோலை எஸ்டேட்டைச் சேர்ந்த செபஸ்தியான், மிக்கேல் அந்தோணியம்மாள் தம்பதியரின் புதல்வன் ஜார்ஜ் ராஜேந்திரன் என்ற ஜார்ஜ். இளமைக் காலத்திலேயே சமூக முன்னேற்றப் பணிகளில் தன்னை அர்ப்பணித்துக்கொண்டார். அவர் அந்தப் பகுதியில் மட்டுமல்லாமல் பல கிராமப் பகுதியிலும் உள்ள ஏழை குடும்பத்தைச் சேர்ந்த மாணவ மாணவிகளுக்குக் கல்லூரி படிப்புவரை இலவச கல்வி வசதி செய்து கொடுத்தார். தமிழ்நாடு அரசாங்கத்தின் அரசு ஆணை 92இன் படி பட்டியல் இன மாணவர்களுக்குப் பொறியியல் பட்டப் படிப்புவரை இலவச கல்விக்காகப் பல உதவிகள் செய்து கொடுத்தார்.

தலித் கிறிஸ்தவ மக்களுக்குப் பட்டியல் இன மக்களுக்கான அரசின் ஒதுக்கீடு உரிமை வேண்டுமென்று 2010ஆம் ஆண்டு கன்னியாகுமரி முதல் சென்னை வரை நடைபெற்ற நீதி கோரிய நெடும் பயணத்தில் கலந்துகொண்டு நடைபயணத்திற்கு ஒருங் கிணைப்பாளராகச் செயல்பட்டார். பட்டியலின மக்களுக்காக சிறப்பாகச் செய்து முடித்தார். கத்தோலிக்க திருச்சபையின் அமைப்பின் மாநில ஒருங்கிணைப்பாளராகப் பணி ஆற்றுகிறார். இவரது அயராத உழைப்பிற்காக இவர் பணியைப் பாராட்டி 2016ஆம் ஆண்டு அகில இந்திய கத்தோலிக்க ஆயர் பேரவை தில்லியில் சிறந்த சமூகச் செயல்பாட்டாளருக்கான அண்ணல் அம்பேத்கர் தேசிய விருது வழங்கிக் கௌரவித்தது.

தொழில் அதிபர் ரமேஷ்குமார்

தூத்துக்குடி மாவட்டம் ஸ்ரீவைகுண்டம் ஊரைச் சேர்ந்த எஸ்.எம். சிவசுப்பிரமணியன் 1970களின் ஆரம்பத்தில் மாஞ்சோலை எஸ்டேட்டில் தேயிலைத் தொழிற்சாலையின் உதவி அதிகாரியாகப் பணிக்குச் சேர்ந்து பின்னர் நாலுமுக்கு, மாஞ்சோலை எஸ்டேட்களில் தேயிலை தொழிற்சாலை அதிகாரியாகப் பணியாற்றி ஓய்வு பெற்றார். இவரது துணைவியார் பெயர் ஜெயமணிபால். இந்த அம்மையாரின் தந்தை கட்டாரிப் பாண்டியன் என்ற பால் ஸ்டீபன் மாஞ்சோலை காவல் நிலையத்தில் காவல் அதிகாரியாகப் பணிபுரிந்தார்.

சிவசுப்பிரமணியன் ஜெயமணி பால் தம்பதியரின் நாலாவது மகன் ரமேஷ்குமார். இவர் எஸ்டேட் பகுதிகளில் படித்து வளர்ந்தவர். தற்போது திருநெல்வேலியில் பெரிய தொழிலதிபராக இருக்கிறார். பாளையங்கோட்டையிலுள்ள பிரான்சிஸ் சேவியர்

கல்லூரி,தூத்துக்குடி செல்லும் சாலையில் புதுக்கோட்டை அருகில் உள்ள அன்னை தெரசா கல்லூரிகளில் மாணவர்களுக்கு உணவு விடுதிகளில் உணவு தயாரித்துக் கொடுக்கும் அற்புத பணியைச் செய்துவருகிறார். பாளையங்கோட்டை வண்ணார்பேட்டையில் *Hi-Fi* என்ற உயர்தர உணவு விடுதியை நடத்திவருகிறார். இவர் விடுதிகளில் பல ஏழை எளிய கல்லூரி மாணவர்கள் பகுதி நேர வேலை செய்து வருகிறார்கள். சுமார் 100 பேருக்கு வேலை கொடுத்திருக்கிறார்.

ஜனாப் சுகைல் அஹ்மது

ஜனாப் சுகைல் அஹ்மது நாலுமுக்கு எஸ்டேட்டைச் சேர்ந்தவர். சுரேஷ் என்பது இவரது இயற்பெயர். மாஞ்சேலையில் பயின்று திருநெல்வேலியில் ஓவியராகப் பணிபுரிந்தார். தனது 18ஆவது வயதில் இஸ்லாமிய மார்க்கம்மீது பற்றுக் கொண்டு அகமதியா ஜமாத் என்ற அமைப்பில் தன்னை ஈடுபடுத்திக்கொண்டார். அதன் பிறகு தனது பெயரை சுகைல் அஹ்மது என்று மாற்றிக்கொண்டார். படிப்படியாக ஜமாத் பணிகள் கற்று அந்த அமைப்பில் பல சேவைகள் செய்து அதன் உயரிய இடத்தை அடைந்தார்.

அகமதியா ஜமாத் அமைப்பின் விருதுநகர், மதுரை மாவட்டங்களின் அமீர் என்ற மார்க்கப் பொறுப்பை ஏற்றார். பல சமூகப் பணிகளையும் ஆற்றி வருகிறார். தற்போது மதுரை அவனியாபுரத்தில் குடியிருந்து வருகிறார். மேடை அலங்கரிப்பு உட்கட்டமைப்பு அலங்காரம் போன்ற பணிகளைச் செய்துவருகிறார்.

52

அதிகாரியான தொழிலாளியின் மகன்

எஸ்டேட்களில் ஜாதி, மதம், இனம், மொழி ஆகிய வேற்றுமைகள் காணப்படாது. ஆனால் தொழிலாளிகளுக்கும் அதிகாரிகளுக்குடையே கடுமையான ஏற்றத்தாழ்வும் வேற்றுமையும் காணப்படும். தொழிலாளர்களின் பிள்ளைகள் எவ்வளவுதான் உயர் கல்வி கற்றிருந்தாலும் அவர்களுக்கு நிர்வாகத்தில் உயர் பதவிகள் கிடைக்காது. ஆனால் 1977ஆம் ஆண்டு அக்டோபர் மாதம் இந்தச் சூழ்நிலையில் மாற்றம் ஏற்பட்டது.

கேரளத்தைப் பூர்விகமாகக்கொண்டு நாலுமுக்கு எஸ்டேட்டில் கங்காணியாகப் பணி புரிந்துகொண்டிருந்த ராகவன் பிள்ளை, தொழிலாளியாகப் பணிபுரிந்த அவரது மனைவி தங்கா ஆகியோரின் மகன் பிரேமச்சந்திரன் அந்தக் காலத்தில் கல்லூரியில் புகுமுக வகுப்பு படித்திருந்தார். அவருக்கு 1977ஆம் ஆண்டு மாஞ்சோலை தேயிலை தொழிற்சாலை உதவி அதிகாரி வேலை கொடுக்கப்பட்டது. மாஞ்சோலை எஸ்டேட் நிர்வாகத்தில் எஸ்டேட் அதிகாரிகள் அல்லாத ஒரு தொழிலாளி குடும்பத்தைச் சேர்ந்த ஒருவருக்கு முதல் முறையாக அதிகாரி வேலை கொடுக்கப்பட்டது என்றால் அது இவருக்குத்தான். அதற்குப் பிறகு

உயர்கல்வி பயின்ற பல தொழிலாளர்களின் பிள்ளைகளுக்கு எஸ்டேட் நிர்வாகத்தில் பணி கொடுக்கப்பட்டுள்ளது.

பிரேமச்சந்திரன் 1992ஆம் ஆண்டு ஊத்து எஸ்டேட்டில் பணிபுரிந்து பின் 1996ஆம் ஆண்டு மாஞ்சோலை எஸ்டேட்டில் தேயிலை தொழிற்சாலை அதிகாரியாகப் பதவி உயர்வு பெற்று 2000ஆவது ஆண்டில் டான்ஸேண்ட் எஸ்டேட்டிலும் பின்னர் 2010இல் ஊட்டியிலும் பணிபுரிந்து ஓய்வு பெற்று தற்போது ஊட்டியிலேயே குடும்பத்துடன் குடியிருந்து வருகிறார்.

கருத்துரை

முல்லைத் தமிழ் மணக்கும் நெல்லைச் சீமையின் எழில்முகமாகக் காட்சி தரும் மாஞ்சோலை குறித்து இத்தனை விளக்கமாக, துல்லிய மான விவரங்களுடன் இதுவரையிலும் ஒரு நூல் வெளிவந்ததில்லை. அந்த அளவிற்கு மக்களின் வரலாறும், மண்ணின் சரித்திரமும் இதில் பதிவாகி யுள்ளன. புவியில் அமைப்புகளோடும் பண்பாட்டு நிகழ்வுகளோடும் அந்தப் பகுதியின் உரிமைக்கான போராட்டங்கள் குறித்தும் தெளிவாக இந்நூலாசிரியர் வழக்கறிஞர் திரு. அரசு அமல்ராஜ் அவர்கள் சிறப்பாக எடுத்துரைத்துள்ளார். ஆசிரியரின் தமிழ்த் திறனும், தமிழ் ஆர்வமும் ஒவ்வொரு பக்கத்திலும் பூத்துக் குலுங்குகின்றன.

கடுமையான வழக்கறிஞர் பணிக்கிடையிலும் தாய் மண்ணின் மீதுள்ள பாச நேசத்தால் மிக விரிவாகவும் மண்ணின் மலர்களான முக்கிய மனிதர்களைக் குறித்தும் பல்வேறு நிகழ்வுகளை இந்நூலில் அழகுற அமைத்திருக்கிறார் நூலாசிரியர். நெல்லை மாவட்டம் மாஞ்சோலை என்பது நம்மில் பலருக்கும் அது தேன் நிகர் எழிலும் தேயிலைத் தொழிலும் கோலோச்சும் இடம்; புதுவாசக் காற்றும் பூ மணம் பரப்பும் இயற்கை அழகும் குடிகொண்ட பூஞ்சோலை என்பது மட்டுமே தோன்றும். ஆனால் அங்கேயே பிறந்து வளர்ந்து வாழ்ந்து இன்றைக்கும் அந்த மண்ணின் மணத்தோடு இயங்கிவரும் இந்நூலாசிரியர் மூத்த வழக்கறிஞர் திரு. அரசு அமல்ராஜ் மாஞ்சோலையின் உருவாக்கம், பாம்பே பர்மா டிரேடிங் கார்ப்பரேஷன், மன்னர் மார்த்தாண்ட

வர்மா, சிங்கம்பட்டி ஜமீன் இவர்களின் காலம்தொட்டும். தி. சைமன்ஸ், ஸ்லேடன் ஆகியோரின் தொடக்கக் காலத் திட்ட மிடுதல் பணிகள் பற்றியும் நன்கு உரைக்கிறார். அதன் தொழில் வளத்திற்கும் எழில் நலத்திற்கும் பின்னால் சிந்தப்பட்டுள்ள சாமானியரின் செந்நீர், வடிக்கப்பட்ட கண்ணீர் என அனைத்தும் தவறாமல் இந்நூலில் இடம் பெற்றுள்ளன. மன்னர், ஜமீன் போன்றவர்களின் பணிகளோடே உழைக்கும் வர்க்கத்தின் ஈடற்ற உடலுழைப்பும் அவதிகளும் அவர்தம் வாழ்க்கை முறையும் அனுபவித்த கொடுமைகளும் வாசிப்போர் தெளிவாக உணரும் வகையில் உரைக்கப்பட்டுள்ளன.

மாஞ்சோலையின் மனம்கவரும் காட்சிகள் வர்ணிக்கப்படும் அதே வேளையில் அதை உருவாக்கிய மனிதர்களின் வாழ்க்கைச் சரிதங்கள் வரிசைப்படுத்தப்பட்டுள்ளன. மகிழ்ச்சி, சோகம், மானம், காதல், வீரம் செறிந்த போராட்டம் என ஒவ்வொன்றும் உள்ளபடி உரைக்கப்பட்ட தன்மை பாராட்டுதற்குரியது. தேயிலைப் பயிர் சாகுபடி, வளர்ப்பு, விளைச்சல், அறுவடை பின் தொழிற் சாலைகளில் தேயிலைத் தூள் தயாரிப்பு என ஒவ்வொன்றையும் விரிவாகவும் தெளிவாகவும் விளக்கும் தன்மை மாநகரங்களில் மாடிகளில் அமர்ந்துகொண்டு தேநீர் அருந்தும் பலரும் அறிய வேண்டிய அரிய செய்திகள்.

மிகப் பெரிய வரலாற்றை, மக்களின் வாழ்வியலை அவர்கள் சந்தித்த அடக்குமுறைகளை அதன் மூலமான அறப் போர் வழிமுறைகளை வரலாற்று இலக்கியமாக அழகு தமிழில் வடித்துள்ளார் அரசு அமல்ராஜ். அத்தனை வரலாற்றுச் செய்தி களைத் திரட்டிட அவர் மேற்கொண்ட உழைப்பும் அலைச்சலும் பெரும் பயணமும் வியப்பில் ஆழ்த்துகின்றன. இரண்டாம் உலகப் போர் காலகட்ட வரலாறு தொடங்கி இன்றைய மாஞ்சோலைப் போராட்ட வரலாறுவரை அவர் அளித்துள்ள தகவல்களின் பின்னணியில் அவரது கடுமையான உழைப்பு உள்ளது.

அரசு அமல்ராஜ் தன்னுடைய அருமை அன்னையார் திருமதி லூர்தம்மாள் குறித்து உரைத்திடும் தன்மை நெகிழச் செய்வதாக அமைந்துள்ளது. அத்தூய உள்ளத் தாய்க்கு நம் வணக்கங்கள் என்றும் உரியவை. ஊராட்சித் தலைவர் திரு. ஆறுமுகம் அவர்களின் செயற்கரிய பணிகள் பற்றி எழுதும்போதே திரு. மெக்நாட்டன் காலத்தின் மாற்றங்களையும் கவனத்தில் கொண்டுவரும் தன்மை வாழ்த்துக்குரியது. அனைத்து மத மக்களும் அன்புடன் பாசத்துடன் இணைந்து வாழ்ந்த விதம் பற்றியும் நூலாசிரியர் சிறப்பாக உரைத்துள்ளார்.

திரு. தாசன் அவர்களின் இயக்க உழைப்பு, முத்துத் தாத்தாவின் பணிநடை, சாக்ரடீசின் குறைந்த கால வாழ்க்கை, அகமது குட்டியின் நிலை என ஒவ்வொருவரின் நிலையும் மறவாமல் உரைக்கப்பட்டுள்ளது. மாஞ்சோலை என்றதும் நம்மில் பலருக்கும் உடனே நினைவில் வருவது உரிமைக்குப் பாடுபட்ட 17 பேர் உயிரிழந்த தியாக சரித்திரம். அதனைத் தொடக்கம் முதல் இன்றுவரை ஒவ்வொரு காலகட்டமாக அனைவரும் உணரும் வகையில் ஆக்கித்தந்துள்ளார் ஆசிரியர். அம்மாபெரும் போராட்டத்தின் ஒரு அங்கமாக வழக்கறிஞராக உரிமைக்காக அவர் போராடியதால் போராட்டக் குணம் ஆசிரியரோடு இணைந்து மிளிருகிறது. வெறும் எழுத்து என்றில்லாமல் களத்திலும் நின்று பணியாற்றியஅரசு அமல்ராஜை அவர்களை எவ்வளவு பாராட்டினாலும் தகும்.

மாஞ்சோலை வரலாற்றை இலக்கியப் பூஞ்சோலையாக உருவாக்கி அம்மண்ணின் மக்களை இம்மாநிலம் அறியச் செய்துள்ள இச்சீரிய முயற்சிக்கு மனம் நிறைந்த வாழ்த்துக்கள்.

மகிழ்வுடன்
க. மகிழேந்தி